AF762409

എടക്കാട് നാരായണൻ

അദ്ധ്യാപക പ്രസ്ഥാന സംഘാടകൻ, നേതാവ്, സോഷ്യലിസ്റ്റ് പാർട്ടിയുടെ യുവജനവിഭാഗമായ സമാജ് വാദി യുവക് സഭയുടെ സംസ്ഥാന സിക്രട്ടറി എന്ന് നിലകളിൽ കേരളം മുഴുവൻ അറിയപ്പെട്ടു. കേരള ഗ്രന്ഥശാലാസംഘം, കേരള അനൗപചാരിക വിദ്യാഭ്യാസ പ്രസ്ഥാനം, കേരള ജ്യോതിശാസ്ത്ര പരിഷത്ത്, ഡമോക്രാറ്റിക് ആർട്സ് ആന്റ് കൾച്ചറൽ സൊസൈറ്റി തുടങ്ങിയ നിരവധി സംഘടനകളുടെ ഭാരവാഹിയായിരുന്നു. പാരമ്പര്യമായി ജ്യോതിഷം കൈകാര്യം ചെയ്തിരുന്ന കുടുംബത്തിൽ ജനിച്ചതിനാൽ കേരളത്തിലും കേരളത്തിനു പുറത്തുമുള്ള ജ്യോതിശാസ്ത്ര സംഘടനകളും ജ്യോതിഷ പ്രസിദ്ധീകരണങ്ങളുമായി ബന്ധപ്പെട്ടു പ്രവർത്തിച്ചു. എഴുത്തുകാരൻ, പ്രാസംഗികൻ എന്നീ നിലകളിലും അറിയപ്പെടുന്നു. നിരവധി ജ്യോതിശാസ്ത്ര-ജ്യോതിഷ ഗവേഷണ പ്രബന്ധങ്ങൾ മറുനാടൻ പ്രസിദ്ധീകരണങ്ങളിൽ വിവർത്തനം ചെയ്ത് എടുത്തു ചേർത്തിട്ടുണ്ട്. കൊച്ചിയിൽ നിന്നുള്ള ജനശക്തി വാരിക, കണ്ണൂരിലെ ദേശമിത്രം വാരിക തുടങ്ങിയ ആനുകാലിക പ്രസിദ്ധീകരണങ്ങളുടെ പത്രാധിപസമിതിയിൽ പ്രവർത്തിച്ചു. കണ്ണൂരിൽ നിന്നും പ്രസിദ്ധീകരിച്ചിരുന്ന ജ്യോതിർലോകം മാസികയുടെ പത്രാധിപരും പ്രസാധകനുമായിരുന്നു. നിരവധി സുവനീറുകൾ, വിശേഷാൽ പ്രസിദ്ധീകരണങ്ങൾ എന്നിവയുടെ പ്രവർത്തനങ്ങളും നടത്തിയിട്ടുണ്ട്. സാഹിത്യസമീപനം, ആനുകാലികങ്ങളിൽ പ്രസിദ്ധീകരിച്ച സാഹിത്യലേഖനങ്ങളുടെ സമാഹാരമാണ്. നിരവധി ലേഖനങ്ങളും പഠനങ്ങളും സമാഹരിക്കപ്പെടേണ്ടതായുണ്ട്. കൊല്ലങ്കോട്ട് രാജാസ് സ്ക്കൂളിൽ നിന്ന് അദ്ധ്യാപക പരിശീലനം നേടി. കിഴുന്ന യു.പി.സ്ക്കൂളിൽ അദ്ധ്യാപകജീവിതം ആരംഭിച്ചു. ഒ.കെ.യു.പി.സ്ക്കൂൾ,എടക്കാട് -ൽ നിന്ന് വിരമിച്ചു. മാതൃഭൂമി പ്രസിദ്ധീകരണമായ ഗൃഹലക്ഷ്മിയിൽ ജ്യോതിഷപംക്തി കൈകാര്യം ചെയ്യുന്നു. അസ്ട്രോളജിക്കൽ റിസർച്ച് സെന്ററിൽ ബിരുദ ബിരുദാനന്തരതലത്തിൽ ജ്യോതിർപഠനത്തിനുള്ള ക്ലാസുകൾ നടത്തുന്നു.

ഭാര്യ: ചന്ദ്രിക. മക്കൾ: സുധീഷ് നാരായണൻ(സി.എച്ച്.മെമ്മോറിയൽ ഹൈസ്ക്കൂൾ, വാരം), പത്മജ, വിനീത, ശ്രീലത നാരായണൻ. മരുമക്കൾ: രവീന്ദ്രനാഥ്, കൃഷ്ണമോഹൻ, പ്രശാന്ത്, രൂപ സുധീഷ്.

വിലാസം:
അസ്ട്രോളജിക്കൽ റിസർച്ച് സെന്റർ, എടക്കാട്.
ഫോൺ: 0497 2832761, 9847084330

Malayalam Language
Jyothishamargam
(Astrology)
by
Edakkad Narayanan
Published in February 2012
Second Impression November 2013
by Kairali Books Private Limited
Thalikkavu Road, Kannur.
Ph : 0497 2761200
E-Mail : kairali_knr@yahoo.co.in
Cover :
Siraj.T.K
Printed at
Printarts, Kozhikode

45/13-14 Sl. No. 555 -1000-NS 18.6

ജ്യോതിഷമാർഗ്ഗം

എടക്കാട് നാരായണൻ

ഡയറക്ടർ, അസ്ട്രോളജിക്കൽ റിസർച്ച് സെന്റർ

കൈരളി ബുക്സ്

കേരളീയ ജ്യോതിഷത്തിന്റെ ആചാര്യസ്ഥാനീയനും ജ്യോതിഷത്തിന്റെ ആധാരഗ്രന്ഥങ്ങളിലൊന്നായ 'പ്രശ്നമാർഗ്ഗം'എന്ന കൃതിയുടെ കർത്താവുമായ എടക്കാട് ശ്രീ പനക്കാട്ട് നമ്പൂതിരി, പ്രശ്നമാർഗ്ഗകർത്താവിന്റെ ശിഷ്യനും പ്രശ്നരീതിയുടെ കർത്താവും ഞങ്ങളുടെ പ്രപിതാമഹനും പ്രശസ്ത ജ്യോതിഷാചാര്യനുമായ ശ്രീ.എടക്കാട് കുക്കണിയാൾ, എന്റെ പിതാവും ആദ്യഗുരുവും ജ്യോതിഷപണ്ഡിതനുമായ ശ്രീ.കെ.വി.ചന്തുപ്പണിക്കർ, ആദ്യക്ഷരം കുറിച്ചുതരികയും സംസ്കൃതം പഠിപ്പിക്കുകയും ചെയ്ത കുറുവാപ്പുതുക്കുടി അനന്തൻ ഗുരിക്കൾ, ജ്യോതിഷത്തിൽ എന്റെ ഗുരുനാഥനായ ശ്രീ.എടക്കാട് വിജയൻ നമ്പ്യാർ എന്നിവർക്കുള്ള ഗുരുദക്ഷിണയായി ഈ ഗ്രന്ഥം സാദരം സമർപ്പിക്കുന്നു.

എടക്കാട് നാരായണൻ.

ആമുഖം

ജ്യോതിഷം ഒരു ശാസ്ത്രമെന്ന നിലയിലാണ് ഭാരതീയാചാര്യന്മാർ അവതരിപ്പിച്ചിട്ടുള്ളത്. ജ്യോതിശാസ്ത്രത്തെയും ജ്യോതിഷത്തെയും പരസ്പരപൂരകമായ രണ്ടു ശാസ്ത്രശാഖകളെന്ന നിലയിലാണ് ലോകമെങ്ങും അംഗീകരിച്ചത്.

അനിശ്ചിതമായ ഭാവിയെപ്പറ്റി അറിയാനുള്ള കേവലമായ ആകാംക്ഷ മാത്രമാണ് പ്രവചനങ്ങളിലേക്ക് ആളുകളെ ആകർഷിക്കുന്നതെന്ന് വാദിക്കുന്നവരുണ്ട്. വെളിപാടെന്ന നിലയിൽ ഭാവി പ്രവചിക്കുന്ന പുരോഹിതന്മാരും പൂജാരികളും സന്യാസികളുമുണ്ട്. അവരുടെ മനോനിലയും സങ്കല്പവുമനുസരിച്ചാണ് ഇത്തരം പ്രവചനങ്ങൾ നടക്കുന്നത്. എന്നാൽ ജ്യോതിഷം ഇതിൽ നിന്നെല്ലാം വ്യത്യസ്തമായ നിലയിലാണ് വ്യക്തിയുടെ പ്രശ്നങ്ങളെയും പരിഹാരമാർഗ്ഗങ്ങളെയും സമീപിക്കുന്നത്.

ജന്മനക്ഷത്ര ജാതകചിന്ത കാലത്തെ അടിസ്ഥാനമാക്കിയുള്ളതാണ്. ഒരു വ്യക്തിയുടെ ജീവിതത്തിന്റെ സമഗ്രാനുഭവങ്ങളെയും കാലവുമായി ബന്ധിപ്പിക്കുന്നതിൽ പ്രാചീനാചാര്യന്മാർ കാണിച്ച ശ്രദ്ധയും സൂക്ഷ്മതയും ഫലാനുഭവവൈകൃത്തിലുണ്ടായ പൂർണ്ണതയുമാണ് ജ്യോതിഷത്തെ ഒരു ശാസ്ത്രമായി അംഗീകരിക്കുന്നതിന്റെ പ്രധാന കാരണങ്ങൾ.

ജാതകപരിശോധന നിർവ്വഹിച്ചിരുന്ന പഴയകാലത്തെ സാമൂഹ്യഘടന ഇന്ന് മാറിയിരിക്കുന്നു. ഏതൊരു ശാസ്ത്രവും പഠിക്കുകയും പ്രയോഗിക്കുകയും ചെയ്യുന്നതുപോലെ ജ്യോതിഷശാസ്ത്രവും ആർക്കും പഠിക്കാൻ ഇന്ന് സൗകര്യങ്ങളുണ്ട്. യൂണിവേഴ്സിറ്റി തലത്തിൽ ബിരുദബിരുദാനന്തരബിരുദങ്ങൾക്കുള്ള പാഠ്യവിഷയമാണ് ഇന്ന് ജ്യോതിഷം. പണ്ഡിതന്മാർ അംഗീകരിച്ച ജ്യോതിഷസിലബസ്സാണ് ഈ കോഴ്സുകൾക്കായി പ്രയോജനപ്പെടുത്തുന്നത്. എന്നാൽ അക്കാദമിക് വിഷയമെന്ന നിലയിൽ സമൂഹത്തിലെ എല്ലാവർക്കും ജ്യോതിഷം പഠിച്ച് ബിരുദം നേടാനാൻ സൗകര്യം ലഭിക്കുന്നില്ല.

ജീവിതത്തിന്റെ അനേകപ്രശ്നങ്ങളുമായി ബന്ധപ്പെട്ട് ബാഹ്യസമ്മർദ്ദങ്ങൾക്കിടയിൽ പ്രത്യേക പാഠ്യവിഷയങ്ങൾ ക്രമമായി പഠിച്ച് ബിരുദം നേടുകയെന്നത് പ്രായോഗികമല്ല. താല്പര്യവും സൗകര്യവും ഒത്തുവ

ന്നാൽപ്പോലും വ്യക്തിപരമായ പല കാരണങ്ങളും തടസ്സമാവും. ഈ സാഹചര്യത്തിലാണ് ആസ്ട്രോളജിക്കൽ റിസർച്ച് സെന്റർ എടക്കാട്, ജ്യോതിഷപഠനത്തിനുള്ള അനൗപചാരിക വിദ്യാലയമെന്ന നിലയിൽ പ്രശസ്തമായത്.

ആസ്ട്രോളജിക്കൽ റിസർച്ച് സെന്ററിൽ നേരിട്ടുവന്നു ജ്യോതിഷം പഠിക്കുന്നവരുടെ ആവശ്യാർത്ഥം ഞാൻ തയ്യാറാക്കിയ പാഠഭാഗങ്ങൾ അച്ചടിച്ചു പ്രസിദ്ധീകരിക്കുകയെന്നത് ഭാരിച്ച ഉത്തരവാദിത്തമാണ്. എന്നാൽ ജ്യോതിഷത്തെപ്പറ്റി ശാസ്ത്രീയമായി അറിയാൻ താല്പര്യമുള്ളവർക്ക് ഒരു കൈപ്പുസ്തകമെന്ന നിലയിൽ ഒരു ലഘുഗ്രന്ഥം പഠിതാക്കളും ജ്യോതിഷത്തിൽ താല്പര്യമുള്ള സുഹൃത്തുക്കളും ആവശ്യപ്പെടുകയുണ്ടായി. ഈ ഗ്രന്ഥരചനയുടെപശ്ചാത്തലമിതാണ്.

സാധാരണക്കാരായ വായനക്കാർക്ക് ജ്യോതിഷത്തിന്റെ ഫലഭാഗത്തിലാണ് താല്പര്യം. അതു കാരണമാണ് നക്ഷത്രഫലം കൂടി വിശദമായി ഇതിൽ ചേർത്തിരിക്കുന്നത്. നക്ഷത്രഫലം ജ്യോതിഷത്തിന്റെ പൂർണ്ണഫലപ്രവചനരീതിയല്ല. എങ്കിലും ഒരാളുടെ സ്വഭാവരൂപീകരണത്തിലും പെരുമാറ്റങ്ങളിലും കാണുന്ന പ്രത്യേകതകളെപ്പറ്റി ആചാര്യന്മാർ പറഞ്ഞുവെച്ചിട്ടുള്ള ഫലഭാഗങ്ങൾ ഇന്നും അംഗീകാരം നേടുന്നു.

ജ്യോതിഷം പഠിതാക്കൾക്ക് നിത്യനൂതനമായ വിഷയമാണ്. പഠിച്ചതിലേറെ ഇനിയും പഠിക്കാനുണ്ടെന്ന യാഥാർത്ഥ്യം ഓരോ ജൗതിഷികനുമുണ്ട്. അതുകൊണ്ടുതന്നെ ഈ ഗ്രന്ഥത്തിന്റെ പരിമിതികളെപ്പറ്റി നല്ല ബോധ്യമുണ്ട്. എങ്കിലും ജാതകപരിശോധനയിലും ജ്യോതിഷവിഷയത്തിലും അതീവതാല്പര്യം പ്രകടിപ്പിക്കുന്നവർക്ക് ഈ ഗ്രന്ഥം ഒരു കൈവിളക്കാവുമെന്ന് കരുതുന്നു.

ജ്യോതിഷരംഗത്ത് എന്റെ പ്രവർത്തനങ്ങൾക്ക് എന്നും സഹായങ്ങൾ നൽകിയ മുഴുവൻ ജ്യോതിഷപണ്ഡിതന്മാരെയും ആരാധനാപൂർവ്വം ഓർക്കേണ്ട സന്ദർഭമാണിത്. ഈ ഗ്രന്ഥത്തിന് പ്രൗഢമായ അവതാരിക എഴുതി നൽകിയ ഡോ.ഇ.ശ്രീധരൻ, പ്രസാധനം ഏറ്റെടുത്ത കൈരളി ബുക്ക്സ് പ്രവർത്തകർ എന്നിവർക്കുള്ള നന്ദി ഹൃദയത്തിൽ സൂക്ഷിക്കുന്നു.

എടക്കാട് നാരായണൻ

ജ്യോതിഷവും ജ്യോതിശ്ശാസ്ത്രവും

ഡോ.ഇ.ശ്രീധരൻ

ഭാരതീയ ജ്യോതിഷത്തിന് വേദകാലങ്ങളോളം പഴക്കമുണ്ട്. കിട്ടിയ തെളിവുകളുടെ വെളിച്ചത്തിൽ എത്തിച്ചേരാവുന്ന നിഗമനമാണിത്. വൈദികഗ്രന്ഥങ്ങളിലെ ജ്യോതിശ്ശാസ്ത്രസംബന്ധികളായ പരാമർശങ്ങളാണ് ഇവിടെ തെളിവുകളായി സൂചിപ്പിക്കുന്നത്. ചിലപ്പോൾ ജ്യോതിഷത്തിന്റെ വേരുകൾ വേദകാലങ്ങൾക്കു മുമ്പേ തന്നെ രൂപപ്പെട്ടിട്ടുണ്ടായിരിക്കാം. എന്നാൽ അറിയപ്പെടുന്ന പ്രാചീനസാഹിത്യമെന്ന നിലയിൽ ജ്യോതിഷരൂപങ്ങൾ ആദ്യമായി തെളിയുന്നത് വേദഗ്രന്ഥങ്ങളിലാണ്. വാനനിരീക്ഷണം, ഗണിതം, ജ്യോത്സ്യം എന്നിങ്ങനെ പിൽക്കാലത്ത് വേർപിരിഞ്ഞ് സ്വതന്ത്രമാക്കപ്പെട്ട ശാഖകളെല്ലാം പ്രാചീനജ്യോതിഷ വിജ്ഞാനത്തിന്റെ ഭാഗങ്ങളായിരുന്നു.

ശാസ്ത്രമെന്ന സംസ്കൃതപദം വിപുലമായ ഒരു അർത്ഥതലത്തെയാണ് ഉൾക്കൊള്ളുന്നത്. ആംഗലേയനാമമായ സയൻസിന്റെ സമാനാർത്ഥമായിട്ടു മാത്രമല്ല, ഈ പദത്തിന്റെ വ്യവഹാരം. മറിച്ച് വിജ്ഞാനത്തിന്റെ മറ്റൊരു നാമമാണിത്. ശിഷ്യതേ അനേന എന്ന വ്യുത്പത്തിയിൽ നിന്നും നിഷ്പന്നമാകുന്ന ശാസ്ത്രശബ്ദം ശിഷ്യന്റെ പാഠ്യവിഷയത്തെയാണ് ബോധിപ്പിക്കുന്നത്. 'ഇദം ജ്ഞേയം, ഇദം ജ്ഞേയം, യഃ സർവ്വം ജ്ഞാതുമിച്ഛതി, അപി വർഷശതേനാപി ശാസ്ത്രാന്തം നാധിഗച്ഛതി' എന്ന് വാചസ്പത്യത്തിൽ പറയുന്നുണ്ട്. ഇത് അറിയേണ്ടത്, ഇത് അറിയേണ്ടത്..... ഇങ്ങനെ ജിജ്ഞാസയോടെ അറിയേണ്ടതിനോട് അടുക്കുന്ന ശിഷ്യന് നൂറ് വർഷങ്ങൾ കൊണ്ടുപോലും ശാസ്ത്രാന്തത്തിലെത്തുവാൻ കഴിയുന്നില്ല. ജ്ഞേയം അഥവാ അറിയേണ്ടത്......... അവയാണ് ശാസ്ത്രങ്ങൾ.

ശാസ്ത്രത്തിന്റെ മറ്റൊരു പേരാണ് വിദ്യ. യുക്തിചിന്തയുടെ അടിസ്ഥാനത്തിൽ തത്ത്വാർത്ഥനിർണ്ണയം ചെയ്യുന്നവയാണ് വിദ്യകൾ. അങ്ങനെയല്ലാത്തവയെ പ്രകീർണ്ണങ്ങളെന്നാണ് വിളിക്കുക. കവിതകളും മറ്റും പ്രകീർണ്ണങ്ങളായിട്ടാണ് അറിയപ്പെടുന്നത്. അവയ്ക്ക് വിദ്യയുടെ കൂട്ടത്തിൽ സ്ഥാനമില്ല. വാമനാചാര്യരുടെ കാവ്യാലങ്കാരസൂത്രവൃത്തിയിൽ ഇക്കാര്യം വിശദീകരിക്കുന്നുണ്ട്. ശബ്ദശാസ്ത്രമായ വ്യാകരണം മുതൽ

നീതിശാസ്ത്രം വരെ നീണ്ടുനിൽക്കുന്ന ശാസ്ത്രങ്ങളെല്ലാം വിദ്യയാണ്. വിദ്യയെയും ശാസ്ത്രത്തെയും സമാനാർത്ഥകമായി കണ്ടുകൊണ്ടാണ് പതിനാലു വിദ്യങ്ങളുടെ പട്ടിക പൗരാണികർ അവതരിപ്പിക്കുന്നത്- 'അംഗാനി വേദാശ്ചത്വാരോ മീമാംസാ ന്യായവിസ്തരഃ, ധർമ്മശാസ്ത്രം പുരാണഞ്ച വിദ്യാഃ ഹ്യേതാശ്ചതുർദ്ദശ' എന്നാണ്. നാലുവേദങ്ങളും ആറു വേദാംഗങ്ങളും മീമാംസ, ന്യായദർശനം, ധർമ്മശാസ്ത്രം, പുരാണം എന്നീ നാലെണ്ണവും ചേർന്നതാണ് വിദ്യകൾ.

അപൗരുഷേയങ്ങളെന്നറിയപ്പെടുന്ന വേദങ്ങൾ സമസ്തവിജ്ഞാനങ്ങളുടെയും ആകരമാണ്. അതുകൊണ്ടുതന്നെ ശാസ്ത്രങ്ങളും സാഹിത്യവും മൂലസ്രോതസ്സായി വേദങ്ങളെ എണ്ണുന്നു. എന്നാൽ മനുഷ്യകൃതങ്ങളായ ശുദ്ധശാസ്ത്രങ്ങളെന്ന നിലയിൽ ആദ്യമായി ശ്രദ്ധയിൽ പെടുന്നവ വേദാംഗങ്ങളാണ്. നേരത്തെ സൂചിപ്പിച്ചതുപോലെ യുക്തിചിന്തയിലൂടെ തത്ത്വബോധം നടത്തുക എന്നതാണ് ശാസ്ത്രീയതയുടെ അടിസ്ഥാനസ്വഭാവം. സിദ്ധാന്തങ്ങൾ രൂപപ്പെടുത്തുക എന്നതാണ് ഇവയുടെ പ്രതിപാദനലക്ഷ്യം. ഖണ്ഡനമണ്ഡനങ്ങളിലൂടെ അവസാനമായി സിദ്ധിക്കുന്നവയാണ് സിദ്ധാന്തങ്ങൾ. അന്തത്തിൽ സിദ്ധിക്കുന്നവ സിദ്ധാന്തം. സംഗ്രഹം, കാരികാ, നിരുക്തം എന്നീ ക്രമത്തിലാണ് ഇവയുടെ അവതരണം. പ്രതിപാദിക്കാൻ പോകുന്ന കാര്യങ്ങളെ നാമസങ്കീർത്തനം ചെയ്യുന്നതിനെയാണ് സംഗ്രഹം എന്നു പറയുന്നത്. ഓരോന്നിനും ലക്ഷണം പറയുന്നത് കാരികയും കാരികയെ ഖണ്ഡനമണ്ഡനങ്ങളിലൂടെ വ്യാഖ്യാനിച്ച് സിദ്ധാന്തമാക്കുന്നത് നിരുക്തവുമാണ്. ശാസ്ത്രങ്ങളെ അഥവാ വിദ്യകളെ അറിയാനുള്ള പ്രമാണം പ്രത്യക്ഷം മാത്രമല്ല, അനുമാനവും ഉപമാനവും ശബ്ദവും അർത്ഥാപത്തിയുമെല്ലാം പ്രമാണങ്ങളാണ്. ന്യായശാസ്ത്രത്തിൽ അനുമാനപ്രമാണം വളരെ പ്രധാനമാണ്. അർത്ഥാപത്തി പോലുള്ള പ്രമാണങ്ങളെ ഉൾക്കൊള്ളുന്ന മീമാംസപോലുള്ള ദർശനങ്ങളും ഇവിടെയുണ്ട്. പൊതുവെ നോക്കിയാൽ ആസ്തികദർശനങ്ങളെല്ലാം തന്നെ ആപ്തവാക്യത്തെ പ്രമാണമായി അംഗീകരിക്കുന്നത് കാണാം. ഭാരതീയ പ്രാചീനശാസ്ത്രങ്ങളുടെ അടിസ്ഥാനസ്വഭാവം ഇങ്ങനെയായിരിക്കേ, വേദങ്ങളുടെ കൂട്ടത്തിൽ എണ്ണപ്പെടുന്ന ജ്യോതിഷവും ഈയർത്ഥത്തിൽ ശാസ്ത്രമാകുന്നു.

വേദാംഗങ്ങളും ഉപവേദങ്ങളും ദർശനങ്ങളുമാണ് ഭാരതത്തിന്റെ ആദ്യകാലശാസ്ത്രങ്ങളെന്നു പറഞ്ഞു കഴിഞ്ഞു. ഇതിൽ ദർശനങ്ങൾ, ഫിലോസഫിയെന്ന പ്രത്യേകശാഖയായി വികസിച്ചു. അതേസമയം ശുദ്ധശാസ്ത്രങ്ങളായി കണ്ടെത്താവുന്ന വേദാംഗങ്ങളിലും ഉപവേദങ്ങളിലും ദാർശനികമായ ചിന്തകൾ കാര്യമായി സ്വാധീനിക്കുന്നുണ്ട് എന്ന് മനസ്സിലാ

ക്കാൻ കഴിയും. ശബ്ദശാസ്ത്രമായ വ്യാകരണം, കാലവിധാനശാസ്ത്ര മായ ജ്യാതിഷം, ഉച്ചാരണശാസ്ത്രമായ ശിക്ഷ, വൃത്തശാസ്ത്രമായ ഛന്ദ സ്സ്, ആചാരശാസ്ത്രമായ കല്പം, ശബ്ദനിഷ്പത്തിശാസ്ത്രമായ നിരുക്തം എന്നിവയാണ് വേദാംഗങ്ങൾ. ആയുർവേദം, സ്ഥാപത്യവേദം, ധനുർവേദം തുടങ്ങിയവ ഉപവേദങ്ങളാണ്. ഇവയെല്ലാം ശാസ്ത്രങ്ങളാ യിട്ടാണ് അറിയപ്പെടുന്നത്.

വേദാംഗമായ ജ്യോതിഷത്തിന് നൽകുന്ന നാമാന്തരങ്ങളാണ് ഗണി തമെന്നും ജ്യോതിശ്ശാസ്ത്രമെന്നും. വൈദികകാലത്തെ മനുഷ്യനെ സംബന്ധിച്ചേടത്തോളം കാലത്തെ നിർണ്ണയിക്കാൻ വേണ്ടിയാണ് ഇത്ത രമൊരു ശാസ്ത്രം രൂപപ്പെടുത്തിയത്. ആകാശത്തിലുള്ള സൂര്യാദിജ്യോ തിസ്സുകൾ അവന്റെ ജിജ്ഞാസയ്ക്ക് എന്നും പാത്രീഭൂതങ്ങളായിരുന്നു. രാവും പകലും അതിവൃഷ്ടിയും അനാവൃഷ്ടിയും സമവൃഷ്ടിയും വേലി യേറ്റവും വേലിയിറക്കവും .... തുടങ്ങി നിരവധി പ്രാപഞ്ചികപ്രതി ഭാസങ്ങൾ സൂര്യാദികളുടെ സ്വാധീനം കൊണ്ട് സംഭവിക്കുന്നതായി അവൻ നിരീക്ഷിച്ചറിഞ്ഞു. ആകാശത്തിലെ പ്രതിഭാസങ്ങൾക്ക് നിർണ്ണ യിക്കാവുന്ന തരത്തിലുള്ളൊരു ക്രമികത അവനു കണ്ടെത്താൻ കഴി ഞ്ഞു. അതിന്റെയെല്ലാം ഫലമായി പുതിയൊരു വിജ്ഞാനസരണിക്കു അവൻ തുടക്കമിട്ടു. ഇതാണ് ജ്യോതിർവിജ്ഞാനം. ആകാശത്തിലെ സൂര്യാദിജ്യോതിസ്സുകളുടെ സംക്രമണത്തിലെ ക്രമികത, കാലത്തെ നിർണ്ണയിക്കുവാൻ അവന് സഹായമാവുകയും, അതിന്നനുസരിച്ചൊരു കലണ്ടർ രൂപപ്പെടുത്താൻ സാധിക്കുകയും ചെയ്തു. സൂര്യനെ അടി സ്ഥാനമാക്കി സൗരക്കലണ്ടറും ചന്ദ്രനെ അടിസ്ഥാനമാക്കി ചാന്ദ്രകല ണ്ടറും നക്ഷത്രങ്ങളെ അടിസ്ഥാനമാക്കി നാക്ഷത്രകലണ്ടറും ഉണ്ടാക്കു വാൻ പ്രാചീനമനുഷ്യനു കഴിഞ്ഞു. നിരവധി കാലം നഗ്നനേത്രങ്ങൾ കൊണ്ട് ആകാശം നിരീക്ഷിച്ചതിന്റെ ഫലമായി കണ്ടെത്തിയ ശാസ്ത്ര സത്യങ്ങളാണ് വൈദികകാലത്തെ കലണ്ടറുകൾ. ചെറിയ വ്യത്യാസ ങ്ങളോടു കൂടിയതാണെങ്കിലും ഇവയുടെ ഗതിമാനത്തിന്റെ കാലത്തിന് ശുഭാശുഭത്വമുണ്ടെന്ന ചിന്ത പ്രവചനജ്യോതിഷത്തിനും വഴിയൊരുക്കി. ചുരുക്കത്തിൽ വൈദികകാലത്തു തന്നെ ജ്യോതിശ്ശാസ്ത്രത്തിന്റെ മൂന്നു ശാഖകളും രൂപപ്പെട്ടിരുന്നിരിക്കണം. ധിഷണാവൈഭവം പ്രകടിപ്പിച്ചിരുന്ന പുരോഹിതന്മാർ യാഗാനുഷ്ഠാനങ്ങളുടെ ആചാര്യന്മാരായി വരുന്നതോ ടുകൂടി യാഗാനുഷ്ഠാനങ്ങൾക്കും മറ്റു കർമ്മാനുഷ്ഠാനങ്ങൾക്കും അനു യോജ്യമായ സമയം തേടാൻ പ്രേരിതരായിരിക്കാം. പ്രവചനജ്യോതിഷ ത്തിന്റെ ആവിർഭാവം സമയത്തിന്റെ ശുഭാശുഭത്വനിർണ്ണനയിലൂടെയാ ണെന്നത് വ്യക്തമാണ്. ഇന്നു നാം കാണുന്നതുപോലെ വിപുലമായ രീതി

യിൽ പ്രവചനജ്യോതിഷം വളർന്നത് വരാഹമിഹിരന്റെ കാലത്താണ്. എന്നാലിവയുടെ തുടക്കം വേദകാലങ്ങളിൽതന്നെ ഉണ്ടായിട്ടുണ്ട്.

പ്രകൃത്യാരാധനയ്ക്കുള്ള മതഗ്രന്ഥങ്ങളാണ് വേദങ്ങൾ. ആരണ്യകങ്ങളും ഉപനിഷത്തുക്കളും ബ്രാഹ്മണങ്ങളുമെല്ലാം ആരാധനയുമായി ബന്ധപ്പെട്ട ദാർശനികഗ്രന്ഥങ്ങളുമാണ്. അതുകൊണ്ടുതന്നെ ഇത്തരം ഗ്രന്ഥങ്ങളിൽ ദർശിക്കപ്പെടുന്ന ജ്യോതിഷപരാമർശങ്ങളെല്ലാം തന്നെ ആനുഷംഗികളാണ്. സൂര്യഗ്രഹണത്തെ നിരീക്ഷിച്ച ഋഷി സ്വർഭാനുവെന്ന അസുരനുമായി ബന്ധപ്പെടുത്തിയാണ് അതിനെ വ്യാഖ്യാനിക്കുന്നത്. രാഹു വിഴുങ്ങുന്നതുമൂലമാണ് ചന്ദ്രഗ്രഹണമുണ്ടാകുന്നതെന്ന പരാമർശമാദ്യമായി ലഭിക്കുന്നത് യജുർവേദവ്യാഖ്യാനങ്ങളിലാണ്. കാർത്തികമുതലാരംഭിക്കുന്ന അഭിജിത്തടക്കമുള്ള ഇരുപത്തെട്ടു നക്ഷത്രങ്ങളെ ഋഗ്വേദം പരിചയപ്പെടുത്തുന്നു. സൂര്യന്റെ ദിനചലനത്തെ അടിസ്ഥാനമാക്കി നടത്തേണ്ടുന്ന യാഗങ്ങളെക്കുറിച്ചും അമാവാസിപൗർണ്ണമാസിബലികളെക്കുറിച്ചുമുള്ള വിവരണം യജുർവേദവ്യാഖ്യാനങ്ങളിലുണ്ട്. ഉത്തരായനവും ദക്ഷിണായനവുമെന്ന സൂര്യഗതിയെ കൗശീതകീ ബ്രാഹ്മണത്തിൽ സൂചിപ്പിക്കുന്നുണ്ട്. രാഹുവെ ഗ്രഹമായിട്ട് ആദ്യമായെണ്ണുന്നത് അഥർവ്വവേദമാണ്. സൂര്യന്റെ പ്രകാശമാണ് ചന്ദ്രനെന്ന കണ്ടുപിടുത്തം ആദ്യമായി നടത്തുന്നത് തൈത്തിരീയസംഹിതയാണ്. ഇങ്ങനെ അവ്യക്തമായ ജ്യോതിഷപരാമർശങ്ങൾ വേദഗ്രന്ഥങ്ങളിൽ നിന്നും നമുക്ക് ലഭിക്കുന്നു.

ജ്യോതിഷത്തിന്റെ പരിധിയിൽ നിന്ന് മോചിതമായി സ്വതന്ത്രമായൊരു ശാഖയായി വളരാൻ ഗണിതം ശ്രമിക്കുന്നത് സൂത്രകാലത്താണ്. ജ്യോതിഷത്തിന്റെ അംഗമായി നിലകൊള്ളുമ്പോൾ തന്നെ സ്വതന്ത്രഗണിതശാഖയുടെ വളർച്ച വേദകാലാന്ത്യത്തോടെ തുടങ്ങിയിരുന്നുവെന്ന് പറയാം. വേദാംഗങ്ങളുടെയിടയിൽ ശ്രദ്ധേയങ്ങളായ കല്പകസൂത്രങ്ങളിലെ ശ്രൗതസൂത്രങ്ങളും ശുൽബസൂത്രങ്ങളുമാണ് സ്വതന്ത്രഗണിതത്തിന് വഴി തുറന്നത്. ജ്യാമിതി, അപരിമേയസംഖ്യകൾ തുടങ്ങിയവയെ വിവരിക്കുന്ന സാമവേദത്തിലെ നിദാനസൂത്രങ്ങളും ലാട്യായനശ്രൗതസൂത്രങ്ങളും ശുൽബസൂത്രങ്ങളും ഇതിന് ഉദാഹരണങ്ങളാണ്.

ക്രി.മു.1200 നടുത്ത് ലഗധനെഴുതിയ വേദാംഗജ്യോതിഷമെന്ന ഗ്രന്ഥം ജ്യോതിഷചരിത്രത്തിലെ സുപ്രധാനഗ്രന്ഥമാണ്. ഈ കാലമെത്തിയപ്പോഴേക്കും പുരോഹിതവർഗ്ഗത്തിന്റെ ധിഷണാവിലാസത്തിന്റെ ദൃഷ്ടാന്തങ്ങളായി ജ്യോതിഷം വളരുകയായിരുന്നു. യാഗങ്ങൾക്കു വേണ്ടിയുള്ള കാലവിധാനശാസ്ത്രമായി ഈ ശാസ്ത്രം മാറ്റപ്പെട്ടു. യാഗാനുഷ്ഠാനത്തിനു അനുയോജ്യമായ സമയം നിർണ്ണയിച്ചെടുക്കുകയെന്നതായി

ശാസ്ത്രത്തിന്റെ മുഖ്യമായ ഉദ്ദേശ്യം. വിഷത്ത്, പർവ്വങ്ങൾ, ഇരുപത്തേഴ് നക്ഷത്രങ്ങൾ, തിഥികൾ എന്നിവയെല്ലാം വിവേചിക്കപ്പെടുന്നത് ഈ കാലത്താണ്.366 ദിവസങ്ങളുള്ള സൗരവർഷവും സൗരവർഷങ്ങൾക്കിടയ്ക്കു വരുന്ന അധിമാസങ്ങളും ഈ കാലഘട്ടത്തിന്റെ സംഭാവനകളാണ്. അവിട്ടം നക്ഷത്രത്തിലാണ് യുഗാരംഭം. വേദാംഗജ്യോതിഷത്തിന്റെ ഭാഗമായ അഥർവ്വവേദജ്യോതിഷത്തിൽ വിവരിക്കുന്നതേറെയും പ്രവചനജ്യോതിഷമാണ്. മുഹൂർത്തം, കരണം, യോഗം, തിഥി, വാരം എന്നീ രീതിയിൽ ദിവസത്തെ വിഭജിക്കുന്നതും ആദ്യമായി വേദാംഗജ്യോതിഷത്തിലാണ്.

വേദാംഗജ്യോതിഷത്തിനുശേഷമാണ് ഇവിടെ ജൈനജ്യോതിഷം വളർന്നു വന്നത്. ജൈനസന്യാസിമാർ അവശ്യം അറിഞ്ഞിരിക്കേണ്ട വിജ്ഞാനമാണ് ജ്യോതിഷമെന്ന് ശാന്തിചന്ദ്രഗണനെഴുതിയ ജംബൂ ദ്വീപ പ്രജ്ഞപ്തിയെന്ന കൃതിയിൽ പറയുന്നു. നക്ഷത്രഗണകനെന്ന പേരു തന്നെ ജൈനസന്യാസിമാർക്കുണ്ടായിരുന്നു. സൂര്യപ്രജ്ഞപ്തി, ചന്ദ്രപ്രജ്ഞപ്തിയെന്നീ ജ്യോതിഷഗ്രന്ഥങ്ങളും ജൈനന്മാരുടെ സംഭാവനയാണ്.

ക്രിസ്തുവർഷത്തിന്റെ ആരംഭകാലഘട്ടം ഭാരതീയ ജ്യോതിഷത്തിന്റെ സുപ്രധാനകാലമാണ്. ബാബിലോണിയൻ ജ്യോതിശ്ശാസ്ത്രചിന്തകൾ ഭാരതീയ ചിന്തകളുമായി സാംസ്കാരികമായി ഇടപെടാൻ തുടങ്ങിയ കാലമാണത്. ഗണിതജ്യോതിഷത്തിന്നും പ്രവചനജ്യോതിഷത്തിന്നും ഒരുപോലെ വളർച്ചയുണ്ടായ കാലം. രോമകം, പൗലിശം തുടങ്ങിയ പാശ്ചാത്യസിദ്ധാന്തങ്ങൾക്ക് നമ്മുടെ ഗണിതശാഖകളിൽ പ്രവേശനം ലഭിച്ചെന്നതുപോലെ തന്നെ ബാബിലോണിയനിലെ പ്രവചനജ്യോതിഷം ഏറെ ശക്തിയോടെ ഭാരതത്തിൽ വ്യാപിക്കാനും ഇടവന്നു. മനുഷ്യരുടെ ജാതകങ്ങൾ നിർമ്മിക്കാനും അതനുസരിച്ച് ഫലം പ്രവചിക്കാനും സാധിക്കുന്ന ജാതകം, പ്രശ്നം, നിമിത്തം തുടങ്ങിയ ജ്യോതിഷശാഖകൾക്ക് ഭാരതീയജ്യോതിഷത്തിലേക്ക് പ്രവേശനം ലഭിക്കുന്നത് ഇക്കാലത്താണ്. ഗർഗ്ഗസംഹിതയിൽ ഒരിടത്തു പറയുന്നു- യവനന്മാർ മ്ലേച്ഛന്മാരായിരുന്നിട്ടുപോലും ജ്യോതിഷം പഠിച്ച അവരെ ഋഷിമാരെപ്പോലെ പൂജിക്കുന്നുവെന്ന്. സൂര്യൻ, പിതാമഹൻ, വ്യാസൻ, വസിഷ്ഠൻ, ഗർഗ്ഗൻ, പരാശരൻ തുടങ്ങി നിരവധി ഋഷിമാർ ജ്യോതിഷത്തിന്റെ പാരമ്പര്യക്കാരായി പറയപ്പെടുന്നുണ്ട്. പരാശരഹോരാ, ബൃഹച്ഛൗനകഹോരാ, ശൗനകഹോരാ, വസിഷ്ഠഹോരാ, ഗർഗ്ഗസംഹിത തുടങ്ങിയ നിരവധി ഗ്രന്ഥങ്ങൾ പ്രവചനജ്യോതിഷത്തിൽ ഇക്കാലത്തുണ്ടായി. പ്രപഞ്ചത്തിലെ സകല വസ്തുക്കളെയും സൂക്ഷ്മനിരീക്ഷണം നടത്തി ലക്ഷണങ്ങൾ

കണ്ടെത്തി സാമാന്യവത്ക്കരിക്കപ്പെടുന്ന വിജ്ഞാനമാണ് സംഹിതകൾ. ഹോരയാകട്ടെ ജനനസമയത്തെ അടിസ്ഥാനമാക്കി മനുഷ്യന്റെ ഭാവി പ്രവചനം നടത്തുന്ന ഗ്രന്ഥങ്ങളും. ഗണിതശാഖയെ പോലെ തന്നെ സംഹിതയെന്നും ഹോരയെന്നും പേരുള്ള രണ്ടു ശാഖകളും ജ്യോതിഷത്തിന്റെ ഭാഗമായി വികസിച്ചുവന്നു.

ഈ കാലത്താണ് ജ്യോതിഷഗണിതത്തിലെ സിദ്ധാന്തങ്ങളുടെ പിറവി. സൃഷ്ട്യാരംഭം മുതൽ ഉദ്ദിഷ്ടദിവസം വരെയുള്ള ഗ്രഹഭോഗങ്ങളെ കണക്കാക്കി ഗണിച്ചു വരുന്ന ഒരു സമ്പ്രദായമാണ് സിദ്ധാന്തം. പ്രധാനമായും അഞ്ചു സിദ്ധാന്തങ്ങളാണ് പ്രസിദ്ധങ്ങൾ- സൗരം, വാസിഷ്ഠം, രൗമശം, പൗലിശം, ബ്രാഹ്മം എന്നിവ. വരാഹമിഹിരന്റെ പഞ്ചസിദ്ധാന്തികയിൽ ക്രോഡീകരിക്കപ്പെട്ട രീതിയിലാണ് ഇന്ന് ഇവയെ നമുക്ക് ലഭിക്കുന്നത്. പിൽക്കാലത്ത് ആര്യഭടൻ സൂര്യസിദ്ധാന്തത്തെയും ബ്രഹ്മഗുപ്തൻ ബ്രാഹ്മസിദ്ധാന്തത്തെയും പരിഷ്ക്കരിക്കുകയുണ്ടായി. ആര്യഭടന്റെ പരിഷ്കൃതസൂര്യസിദ്ധാന്തത്തിന് കേരളത്തിൽ ശക്തമായ വേരോട്ടമുണ്ടായപ്പോൾ, കേരളത്തിനു പുറത്ത് പ്രാചീനസൂര്യസിദ്ധാന്തം തന്നെ അനുവർത്തിച്ചു പോന്നു. അതേസമയം ബ്രാഹ്മസിദ്ധാന്തത്തിന് കാര്യമായ സ്വാധീനമുണ്ടാക്കുവാൻ കഴിഞ്ഞതുമില്ല. ആര്യഭടൻ ഒന്നാമനും രണ്ടാമനും, ബ്രഹ്മഗുപ്തൻ, വരാഹമിഹിരൻ, ഭാസ്ക്കരൻ ഒന്നാമനും രണ്ടാമനും, ശ്രീപതിഭട്ടൻ, വാതേശ്വരൻ, മഞ്ജുളൻ, ശതാനന്ദൻ, ഗണേശൻ, മുനീശ്വരൻ, നരസിംഹൻ, പരമേശ്വരൻ, വിശ്വനാഥൻ, രങ്കനാഥൻ, കേശവൻ, നീലകണ്ഠൻ, മാധവൻ തുടങ്ങി നിരവധി ആചാര്യന്മാർ ഗണിതശാഖയെ പോഷിപ്പിക്കുകയുണ്ടായി.

സംഹിതാഭാഗത്തിലെ പ്രധാനപ്പെട്ട രണ്ടു ഗ്രന്ഥങ്ങൾ വരാഹമിഹിരരുടെ ബൃഹത്സംഹിതയും ഗർഗ്ഗരുടെ ഗർഗ്ഗസംഹിതയുമാണ്. പ്രപഞ്ചത്തിലെ പ്രധാന വിഷയങ്ങളുടെ ലക്ഷണം കണ്ടെത്തി വിശകലനം ചെയ്യുന്ന ശാഖയാണ് സംഹിത. നിരീക്ഷണമാണ് സംഹിതയുടെ അടിസ്ഥാനതത്ത്വം. അതിവൃഷ്ടി, അനാവഷ്ടി, ഉൽക്കകൾ, ധൂമകേതു തുടങ്ങിയവയും മനുഷ്യരടക്കമുള്ള ജന്തുവർഗ്ഗവും സസ്യവർഗ്ഗവുമെല്ലാം സംഹിതയുടെ നിരീക്ഷണവിഷയങ്ങളാണ്.

ഹോരാശാസ്ത്രമെന്ന ജാതകചിന്തയിലും നിരീക്ഷണം വളരെ പ്രധാനമാണ്. ഇവിടെ നിരീക്ഷണം മനുഷ്യജീവിതതവും ഗ്രഹസഞ്ചാരവും തമ്മിലുള്ള ആപേക്ഷികതയെക്കുറിച്ചാണ്. ഭാരതീയദർശനങ്ങളുടെ പ്രത്യേകിച്ചും കർമ്മമീമാംസയുടെ തത്ത്വങ്ങളാണ് ഇതിനുവേണ്ടി വരാഹനെപ്പോലെയുള്ളവർ സ്വീകരിക്കുന്നത്. തനിക്കു മുമ്പുണ്ടായിരുന്ന സൗരഹോരാ, സ്കന്ദഹോരാ, പരാശരഹോരാ, ബൃഹച്ഛൗനകഹോരാ,

ബൃഹത്പ്രാജാപത്യം, ബാദരായണഹോരാ, ശൗനകഹോരാ തുടങ്ങിയവയുടെ സമീകരണത്തിലൂടെ അപവാദരഹിതമായ ഹോരാസിദ്ധാന്തങ്ങൾ ആവിഷ്കരിച്ചുവെന്നതാണ് വരാഹന്റെ മഹത്വം. ആറാം നൂറ്റാണ്ടിൽ രൂപപ്പെടുത്തിയ അതേ സിദ്ധാന്തങ്ങളാണ് ഇന്നും നമ്മുടെ ജ്യോത്സ്യന്മാർ ആവർത്തിച്ചു പോരുന്നത്. വിശ്വാസങ്ങളും ദേശാചാരങ്ങളും ക്ഷേത്രാചാരങ്ങളും പ്രവചനജ്യോതിഷത്തെ കാര്യമായി സ്വാധീനിക്കുന്നുണ്ട്.

ഗ്രഹസാമ്യം ചെയ്യുകയെന്ന പതിവുതന്നെ ഭാരതീയജ്യോതിഷത്തിലുണ്ട്. രണ്ടുതരത്തിലാണ് ഗ്രഹസാമ്യം ചെയ്യാവുന്നത്. ഒന്ന് ഗണിച്ചു കിട്ടുന്ന ഫലവും ആകാശത്തിലെ ഗ്രഹങ്ങളുടെ സ്ഥിതിയും സാമ്യം ചെയ്യുക, രണ്ട് ആകാശത്തിലെ ഗ്രഹങ്ങളുടെ സ്ഥിതിക്കനുസരിച്ച് എന്തെന്ത് മാറ്റങ്ങളാണ്ഭൂമിയിലുണ്ടാകുന്നതെന്ന് സാമ്യം ചെയ്യുക. ഇതിലൊന്നാമത്തേത് ഗണിതത്തിന്റെ വഴിയും രണ്ടാമത്തേത് പ്രവചനത്തിന്റെ വഴിയുമാണ്. ഈ രണ്ടു തരത്തിലുമുള്ള നിരീക്ഷണങ്ങളിലൂടെ ജ്യോതിഷത്തെ കാലാനുസൃതമാക്കുകയെന്നതാണ് പുതിയ കാലത്തിന്റെ ആവശ്യം. ഇത്തരമൊരു ലക്ഷ്യം സ്വീകരിച്ചുകൊണ്ട് ഗവേഷണത്തിന്റെ വഴി തുറന്നിടുന്ന എടക്കാട് ആസ്ട്രോളജിക്കൽ സെന്ററും അതിന്റെ സാരഥിയായ എടക്കാട് നാരായണൻ മാസ്റ്ററും ഇവിടെ പ്രത്യേകം ശ്ലാഘിക്കപ്പെടേണ്ടവരാണ്. ആ വഴിയിൽ നിന്നുകൊണ്ട് ജ്യോതിഷത്തെ പരിചയപ്പെടുത്താൻ ശ്രമിക്കുന്ന ഈ രുതിയ സംരംഭത്തിന് എല്ലാവിധ ഭാവുകങ്ങളും നേരുന്നു...

പനക്കാട്ട് നമ്പൂതിരിയും എടക്കാട്ട് കുക്കണിയാളും

വിദ്വാൻ കെ.വി.ചന്തുപണിക്കർ

വേദാംഗങ്ങളിൽ ജ്യോതിഷത്തിന് അനതിലംഘനീയമായ ഒരു സ്ഥാനമാണുള്ളത്. 'മുഖം വ്യാകരണം തസ്യ ജ്യോതിഷം നേത്രമുച്യതേ' എന്ന ശിക്ഷാവചനം ഈ അഭിപ്രായത്തെ സാധൂകരിക്കുന്നതിന് ആരും സ്വാഗതം ചെയ്യുന്ന ഒരു സാക്ഷ്യമാണ്. ശാസ്ത്രലോകത്തിൽ ജ്യോതിഷഗ്രന്ഥങ്ങൾ അസംഖ്യങ്ങളാണെങ്കിലും അവ മുഴുവൻ യുക്തിഭാഗമെന്നും ഫലഭാഗമെന്നുമുള്ള രണ്ടിനത്തിലാണ് ലയിക്കുന്നത്.

യുക്തിഭാഗം ഗണിതം കൊണ്ട് അനർഘങ്ങളാണെങ്കിൽ ഫലഭാഗം ഫലം കൊണ്ട് സ്തുത്യങ്ങളാണ്. ഫലപ്രതിപാദകങ്ങളായ ഗ്രന്ഥങ്ങളിൽ പ്രശ്നമാർഗ്ഗം നേടിയിട്ടുള്ള സ്ഥാനം അനന്യസാദ്ധ്യവും സമ്മാനനീയവുമാണെന്ന് പറയുന്നതിൽ സംശയിക്കുവാനില്ല. ആർക്കും പ്രശ്നമാർഗ്ഗം പഠിച്ചിരുന്നാൽ ഇതര ജ്യോതിഷഗ്രന്ഥങ്ങളുടെ സഹായത്തെ അപേക്ഷിക്കാതെ പ്രശ്നം പറയുവാൻ സാധിക്കുമെന്നുള്ളതാണ് അതിന്റെ പ്രാധാന്യം.

പ്രശ്നമാർഗ്ഗത്തിന്റെ രചയിതാവ് ഒരു നമ്പൂതിരിയാണ്. ഇദ്ദേഹത്തിന്റെ സ്ഥലം വടക്കെ മലബാറിൽ പെട്ട എടക്കാട് എന്ന പ്രദേശമാണ്. പ്രസ്തുതഗ്രന്ഥത്തിന്റെ ആരംഭത്തിൽ മദ്ധ്യാടവ്യധിപം ദുഗ്ദ്ധസിന്ധുകന്വാധവാധിയാ' എന്ന പദ്യത്തിലെ മദ്ധ്യാടവി കവിയുടെ ജന്മദേശത്തെയാണ് കുറിക്കുന്നത്.

എടക്കാട് റെയിൽവെ സ്റ്റേഷനു ഒന്നര നാഴിക വടക്കായി ഒരു മഹാവിഷ്ണുക്ഷേത്രമുണ്ട്. ഇതാണ് നമ്പൂതിരിയുടെ കുലദേവതാക്ഷേത്രം. ഈ ക്ഷേത്രത്തിലെ ദേവനെയാണ് മേൽചേർത്ത ശ്ലോകം കൊണ്ട് സ്മരിക്കുന്നതും. കവിയുടെ ഇല്ലപ്പേർ പനക്കാട് എന്നാകയാൽ പനക്കാട് നമ്പൂതിരി എന്ന പേരിലാണ് അദ്ദേഹം മദ്ധ്യാരണ്യനിവാസികളുടെ ഇടയിൽ പരിലസിക്കുന്നത്. മദ്ധ്യാടവ്യാധിപന്റെ - എടക്കാട്ടമ്പലത്തിന്റെ അഗ്നികോണിലായി ഏകദേശം മൂന്ന്നാല് ഫർലോങ്ങ്അകലെയാണ് പനക്കാട്ട് ഇല്ലം. സുപ്രസിദ്ധമായ ഈ ഇല്ലം ഏതാനും ജീർണ്ണാവശിഷ്ടങ്ങളെ

കൊണ്ടാണ് തന്റെ അസ്തമിതശ്രീയെ ഇന്ന് ജനങ്ങൾക്കുദാഹരിച്ചു കൊടുക്കുന്നത്. മേപ്പടി ഇല്ലം വക സ്വത്തുക്കൾ അതിന്റെ അനന്തരാവകാശത്തെ അർഹിക്കുന്ന മുല്ലപ്പള്ളി എന്ന മറ്റൊരില്ലത്തിലാണ് ലയിച്ചിരിക്കുന്നത്. ഈ ഇല്ലം എടക്കാട്ടമ്പലത്തിന്റെ സമീപത്ത് അഗ്നികോണിലായിട്ടാണ് സ്ഥിതി ചെയ്യുന്നത്. പനക്കാട്ടില്ലവും മുല്ലപ്പള്ളി ഇല്ലവും തമ്മിലുള്ള ബന്ധത്തെ പ്രത്യക്ഷീകരിക്കുന്ന സമ്പ്രദായങ്ങൾ പലതും ചില പ്രത്യേകാവസരങ്ങളിൽ ഇപ്പോഴും കാണ്മാനുണ്ട്. പനക്കാട്ട് നമ്പൂതിരി എടക്കാട്ടമ്പലത്തിന്റെ ഊരാളന്മാരിൽ ഒരാളായിരുന്നു. ഇന്ന് ആ സ്ഥാനത്തെ സംരക്ഷിക്കുന്നത് മുല്ലപ്പള്ളി നമ്പൂതിരിയാണ്. പനക്കാട്ട് ഇല്ലത്തിലെന്ന പോലെ മുല്ലപ്പള്ളിയിലും പുരാതനകാലം മുതൽക്കേ ഊരായ്മ സ്ഥാനമുണ്ട്.

പ്രശ്നമാർഗ്ഗകർത്താവിന്റെ ജീവിതകാലത്തെ നിർണ്ണയിക്കുന്നതിന് ഏതാനും ചില ലക്ഷ്യങ്ങളുണ്ട്.

> ചന്ദ്രേ പരഹിതാനീതേ വീരലിപ്താ സമന്വിതേ
> കാലഭീമതി ശോഭാംഗായേനീ കന്യാത്സഷാർക്കതഃ
> പ്രാരഭ്യർണ്ണംധനം വീണാചാപാർക്കാ ദൃഗ്വീധുർഭവേൽ
> കോളംബേ മുരാഹാസംഖ്യേ ചന്ദ്രേ വീരയുതിർമ്മതാ
> സും ഭാബ്ദേഷ്വഥ യാതേഷു സംയോജ്യൈ കൈകല്പിതി കാ
>
> (പ്ര.മാ)

പരഹിത ചന്ദ്രനെ ദൃക്ചന്ദ്രനാക്കുവാനുള്ള പ്രമാണമാണിത്. തൽക്കാല പരഹിതചന്ദ്രനിൽ വീര എന്ന 24 ഇലിക്കുട്ടി കാ-ല-ഭീ-മൃതി -ശോ-ഭാം-ഗാ-യാ എന്നീ സംഖ്യകളെ പ്രമാണനിയമപ്രകാരം കൂട്ടുകയോ കളയുകയോ ചെയ്താൽ അത് തൽക്കാല ദൃക്ചന്ദ്രനാകും. എന്നാൽ 24 ഇലി കൂട്ടേണ്ടത് കൊ-വ-825-ൽ ആണെന്ന് കോളംബേ മുരാഹാ സംഖ്യേ എന്നതുകൊണ്ട് സുനിശ്ചിതമായിരിക്കുന്നു. അതിനാൽ പിന്നെ നാൽപത്തേഴീതു കൊല്ലം കൂടുമ്പോൾ ഓരോ ഇലി അധികമാകണമെന്നും പ്രമാണം വിധിക്കുന്നു.

ഇവിടെ ഉദ്ധൃതമായ കൊല്ലവർഷം പ്രശ്നമാർഗ്ഗത്തിന്റെ സമാരംഭ കാലമായി ഗണിക്കേണ്ടതാണ്. അതുകൊണ്ടു തന്നെയായിരിക്കണം ആ കൊല്ലത്തെ അടിസ്ഥാനപ്പെടുത്തി പ്രമാണം നിർമ്മിച്ചതെന്നനുമാനിക്കുവാൻ ധാരാളം വഴിയുണ്ട്. പ്രശ്നമാർഗ്ഗം നിർമ്മിക്കുമ്പോൾ കവി ഇല്ലത്തിന്റെ സർവ്വാധികാരിയായിരുന്നുവെന്നതാണ് അന്വേഷണത്തിൽ അറിയുന്നത്. ഇത് വാസ്തവമായി കരുതുവാൻ പാടുണ്ടെങ്കിൽ അപ്പോൾ അദ്ദേഹത്തിന് യൗവനകാലമായിരുന്നിരിക്കണം.

നമ്പൂതിരിയാൽ നിർമ്മിതമായ ഒരു ഗണിതഗ്രന്ഥമുണ്ട്. അതിലെ മദ്ധ്യാരണ്യപ്രഭവമയനേ സോമജായസമാനേ എന്ന പദ്യത്താൽ അന്നത്തെ അയനം സോമജായാ എന്ന 57 ഇലിയും 18 ദിവസവുമാണെന്ന് കാണുന്നു. ഈ അയനം പരഹിതായനം 37ഇ. 18ദി. ആണെന്ന് ഗണിതത്താൽ സിദ്ധിക്കുന്നു. ഇത് സോമജായ ആയിത്തീരുന്നത് 851 ലാണ്. അതുകൊണ്ട് പ്രശ്നമാർഗ്ഗത്തിന്റെ അനന്തരം 25 കൊല്ലം കഴിഞ്ഞേടത്താണ് ഗണിതഗ്രന്ഥാരംഭമെന്ന് നിർണ്ണയിക്കേണ്ടിയിരിക്കുന്നു. അപ്പോൾ നമ്പൂതിരിക്ക് 50 വയസ്സ് കഴിഞ്ഞിരിക്കണം. ഗണിത ഗ്രന്ഥത്തിനുശേഷം മറ്റ് ഗ്രന്ഥങ്ങൾ നിർമ്മിച്ചതായി അറിയാത്തതിനാൽ പിന്നെ അധികകാലം അദ്ദേഹം ജീവിച്ചിരുന്നോ എന്ന് നിശ്ചയിച്ചുകൂടാ. ആകെ പരിശോധിക്കുന്നതായാൽ കൊ.വ. 800 നും 875 നും (1625-1700) മദ്ധ്യേ ആണ് ആ പണ്ഡിതവര്യന്റെ ജീവിതകാലമെന്ന് സ്ഥിരപ്പെടുത്താം.

ജ്യോതിശ്ശാസ്ത്രത്തിൽ പനങ്ങാട്ട് നമ്പൂതിരിയുടെ പ്രതിഷ്ഠയെ അനുഗമിക്കത്തക്ക ഇതരപണ്ഡിതൻ കേരളത്തിൽ സംജാതനായിട്ടില്ലെന്നു പ്രശ്നമാർഗ്ഗത്തെ വീക്ഷിക്കുന്ന ആരും സമ്മതിക്കും. കൃഷ്ണീയം, മാധവീയം തുടങ്ങിയ നിരവധി ഗ്രന്ഥങ്ങളെ സശ്രദ്ധം നിരീക്ഷിച്ചും ആചാര്യന്മാരുടെ മതഭേദങ്ങളെ സസൂക്ഷ്മം വിചിന്തനം ചെയ്തുമാണ് പ്രശ്നമാർഗ്ഗത്തിന്റെ നിർമ്മാണം. 32 അദ്ധ്യായങ്ങളാൽ പരിപൂർണ്ണതയെ പ്രാപിച്ച പ്രസ്തുതഗ്രന്ഥം പൂർവ്വാർദ്ധരൂപമായും ഉത്തരാർദ്ധരൂപമായിട്ടുമാണ് രചിക്കപ്പെട്ടിരിക്കുന്നത്. ഇതിനു കവി തന്നെ ദുർഗ്ഗമാർത്ഥപ്രകാശിനി എന്ന ഒരു സംസ്കൃതവ്യാഖ്യാനം എഴുതിയിട്ടുണ്ട്. പ്രശ്നമാർഗ്ഗം എഴുതുന്ന കാലത്ത് അദ്ദേഹത്തിന്റെ വൈരിയായി ചോളദേശത്തിൽ ഈശ്വരദീക്ഷിതൻ എന്ന ഒരു പണ്ഡിതനുണ്ടായിരുന്നു. ഈ വാസ്തവം അധോലിഖിതമായ പദ്യത്തിൽ ശ്ലേഷദ്വാരം സുസ്പഷ്ടമാക്കിയിരിക്കുന്നു.

ദൃഢം ഗൃഹിതേശ്വര പക്ഷപാതം
ജനോ യഥാ നിന്ദതിവിഷ്ണുഭക്താൻ
തഥൈവ യേ മൽകൃതിനിന്ദകാസ്സ്യു-
സ്തേഷാമസൗതിഷ്ഠതുദൂരദൂരേ (അ. 32)

ഇതിൽ നിന്ന് കവി ശൈവമതക്കാരനല്ല, വൈഷ്ണവമതക്കാരനായിരുന്നുവെന്നും നമുക്കനുമാനിക്കാം. ഇദ്ദേഹത്തിന് പെരുഞ്ചല്ലൂരുമായി എന്തോ ദൃഢമായ ബന്ധമുണ്ടായിരുന്നുവെന്ന് ചെല്ലൂരീശ്വരമാനമൃശൈലജാവല്ലഭം എന്ന ഭാഗത്തിൽ നിന്ന് പ്രസ്പഷ്ടമാണ്. കവിയുടെ പാണ്ഡിത്യ സമ്പാദനം സ്വദേശത്തു വെച്ചല്ല എന്നാണ് സർവ്വജനസ

മ്മതമായ ഐതിഹ്യം. അതുകൊണ്ട് അദ്ദേഹം പെരുഞ്ചല്ലൂരുമായി പരിചയിച്ചത് വിദ്യാഭ്യാസ നിർവ്വഹണത്തിനായിരിക്കണം.

പ്രശ്നമാർഗ്ഗത്തിന്റെ നിർമ്മാണത്തിന് പ്രേരകമായിത്തീർന്നത് ശിഷ്യന്മാരുടെ പ്രാർത്ഥനയാണ്.

അദ്ധ്യായൈഃ ഷോഡശഭിശ്ചോത്തരഭാഗസ്തഥൈവസമ്പൂർണ്ണഃ
ശിഷ്യജനപ്രാർത്ഥനയാരചിതസ്യ പ്രശ്നമാർഗ്ഗസ്യ

(അ. 32)

നമ്പൂതിരിയുടെ ശിഷ്യ പരമ്പരയിൽ സുപ്രസിദ്ധവും ശാശ്വതവുമായ പദവിയെ നേടിയത് പ്രശ്നരീതിയുടെ കർത്താവായ എടക്കാട് കുക്കണിയാളാണ്. ശാസ്ത്രപഠനത്തിന്റെ അനന്തരം സത്യവചസ്സിൽ ഗുരുവേപ്പോലെത്തന്നെ സുസ്ഥിരമായ പ്രശസ്തിയെ സമ്പാദിച്ച ഒരാളാണ് കണിയാൾ. എടക്കാട്ട് കണിയാങ്കണ്ടി എന്ന ഭവനത്തിലാണ് കണിയാൾ ഭൂജാതനായത്. സാമ്പത്തികസ്ഥിതി പ്രോത്സാഹജനകമല്ലാതിരുന്നതിനാൽ ബാല്യകാലത്തിൽ വിദ്യാസമ്പാദനത്തിന് പറയത്തക്ക സൗകര്യം സിദ്ധിച്ചിരുന്നില്ല. എന്നാൽ അദ്ദേഹത്തിന്റെ കനിഷ്ഠസഹോദരൻ ജ്യോതിശാസ്ത്രത്തിൽ സാമാന്യം പരിചയം സമ്പാദിച്ച ഒരാളായിരുന്നു എന്നാണ് അറിയുന്നത്. കാലക്രമത്തിൽ തന്റെ ശോചനീയസ്ഥിതിയിൽ കണിയാൾക്ക് അനുതാപം ജനിച്ചു. ഒരുദിവസം കമനീയമായ ഒരു ഓലക്കുട ഉണ്ടാക്കി പനക്കാട്ടില്ലത്തു ചെന്ന് നമ്പൂതിരിയുടെ മുമ്പാകെ കാൽകുത്തിവെച്ചു നിർത്തി. കണിയാളുടെ ബുദ്ധിവൈഭവത്തിൽ ആശ്ചര്യഭരിതനായ നമ്പൂതിരി അഭീഷ്ടം എന്തെന്നു ചോദിച്ചപ്പോൾ ജ്യോതിഷത്തിൽ തനിക്കുള്ള അപടുത്വത്തെ അദ്ദേഹം തുറന്നറിയിച്ചു. ആ അശരണന്റെ ശോച്യാവസ്ഥയിൽ ആർദ്രഹൃദയനായ നമ്പൂതിരി സസന്തോഷം തന്റെ അന്തേവാസിയായി കൈക്കൊണ്ടു. ശുഭദിവസത്തിൽ ശുഭമുഹൂർത്തത്തിൽ അധ്യയനം ആരംഭിച്ചു. വാസനാരൂപേണ അന്തർലീനമായി കിടന്നിരുന്ന പ്രാക്തന ജന്മവിദ്യകൾ ഉപദേശകാലത്ത് ഗ്രഹണേച്ഛുവായ അദ്ദേഹത്തിൽ, രാത്രിയിൽ ആത്മദ്യുതിയിൽ നവരത്നത്തിൽ എന്ന പോലെ സുസ്പഷ്ടം പ്രകാശിച്ചുതുടങ്ങി. ശിഷ്യന്റെ വർദ്ധമാനമായ വാസനാവൈശിഷ്ട്യം ഗുരുവെ പരിമിതമല്ലാത്ത സന്തോഷത്തിലാഴ്ത്തി. ആ പുതിയ ശിഷ്യന്റെ ഉപയോഗത്തിനു വേണ്ടി നമ്പൂതിരി അനേകം ഗ്രന്ഥങ്ങളെ പരിശോധിച്ച് ഒരു നവീനഗ്രന്ഥം നിർമ്മിച്ചു. അതാണത്രേ പ്രശ്നമാർഗ്ഗം. അചിരേണ യുക്തിഭാഗത്തിലും ഫലഭാഗത്തിലും അസാധാരണവൈഭവം സമ്പാദിച്ചു കഴിഞ്ഞ കണിയാളെ ആ ഗുരുവരൻ ആശിസ്സിനാൽ പ്രമുദിതനാക്കി യാത്രയയക്കുകയും ചെയ്തു.

അക്കാലത്ത് എടക്കാടിന്റെ വടക്കുഭാഗം ചാത്തോത്ത് പ്രഭു എന്ന നായർ പ്രമാണിയുടെ ഏകശാസനത്തിലായിരുന്നു. ചാത്തോത്ത് ഭവനം ഇന്ന് അതിന്റെ ഓജസ്സും തേജസ്സും നശിച്ച വെറും ഒരു ചെറിയ രൂപത്തിൽ മാത്രമാണ് നിലകൊള്ളുന്നത്. സമ്പൽസമൃദ്ധമായ പ്രസ്തുത ഗൃഹം സന്തത്യഭാവം നിമിത്തം ചക്രവാളചലനമെന്ന പോലെ പ്രകാശവും അപ്രകാശവുമായിരിക്കുമ്പോഴാണ് കണിയാളുടെ സ്വാലയപ്രാപ്തി. അവിടുത്തെ ഒരു യുവതി ഭർത്തൃമതിയായിരുന്നിട്ടും സന്താനമില്ലാത്തതിനാൽ ഗൃഹനായകൻ കണിയാളെ വരുത്തി ജാതകം നോക്കിച്ചു. സിദ്ധനായ ദൈവജ്ഞൻ പ്രശ്നാവസാനത്തിൽ ഒരു ജാതകം എഴുതിക്കൊടുത്തു. അചിരേണ ആ വധു ഗർഭം ധരിക്കുകയും കണിയാളുടെ ജാതകത്തിൽ പറഞ്ഞ ശുഭസമയത്ത് അതേ ഗ്രഹനിലയത്തോടുകൂടി സ്ത്രീ സന്താനത്തെ പ്രസവിക്കുകയും ചെയ്തു.

കണിയാളുടെ വചഃപ്രസാദത്താലും തന്റെ ഭാഗ്യോദയത്താലും സന്തുഷ്ടഹൃദയനായ ചാത്തോത്ത് പ്രഭു ആ ശിശുവിന്റെ അന്നപ്രാശനത്തിന് വിളിച്ചുവരുത്തി തന്റെ ആഗ്രഹമെന്താണെന്നു ചോദിച്ചു. സ്വതന്ത്രവൃത്തിയിൽ ജീവിതം നയിക്കുകയും കഴിയുംവിധം ലോകത്തെ സഹായിക്കുകയുമാണ് തന്റെ ഭാവിപരിപാടിയെന്നും ഈ ഉദ്ദേശ്യസിദ്ധിക്കായി നുള്ളിയെടുത്താൽ തീരാത്ത വസ്തു തരേണമെന്നുമായിരുന്നു ആ ജ്യോതിർവ്വിത്തിന്റെ അഭ്യർത്ഥന. സൂക്ഷ്മഗ്രാഹിയായ പ്രഭു കണിയാളുടെ ഹൃദ്ഗതത്തെ മനസ്സിലാക്കി ഉത്തമമായ ഒരു പറമ്പ് അദ്ദേഹത്തിന്റെ പേരിൽ ചാർത്തിക്കൊടുത്തു. അതിൽ ഒരു ഭവനവും ഭവനത്തിന്റെ വായുകോണിലായി ഒരു കുളവും നായർപ്രമാണി തന്നെ പണിയിച്ചു കൊടുത്തു. ഇവിടെയാണ് കണിയാൾ അനന്തരകാലം മുഴുവൻ ജീവിതം നയിച്ചത്.

ചാത്തോത്ത് ഭവനത്തിലെ സന്താനലബ്ധിക്കു ശേഷം കണിയാളുടെ ദിവ്യത്വത്തിന്റെ പ്രസിദ്ധി രാജ്യത്തിന്റെ നാനാഭാഗത്തും പ്രചരിച്ചുതുടങ്ങി. ഇതിൽപിന്നെയാണ് കുക്കണിയാൾ എന്ന സ്ഥാനം അദ്ദേഹത്തിന് ലഭിച്ചത്. പ്രശ്നരീതിയുടെ നിർമ്മാണം കുക്കണിയാൾ സ്ഥാനപ്രാപ്തിയുടെ അനന്തരമാണ്. പ്രശ്നരീതി, പ്രശ്നമാർഗ്ഗം പൂർവ്വാർദ്ധത്തിന്റെ ഒരുൽകൃഷ്ടവിവർത്തനമായിട്ടാണിരിക്കുന്നത്.

മലർന്നരിയുടെമീതെ പണമായുസ്സിനുത്തമം
ബാധാവ്യാധി കവിഞ്ഞാകിൽ ചരിഞ്ഞാലതുമങ്ങിനെ(പ്ര.രി)
പുഷ്പാക്ഷതോപരി സ്വർണ്ണമുത്താനം പൃച്ഛകായുഷേ
തിര്യങ്ങ് മൃത്യുകരം ഭൂസ്ഥംന്യക്തു ബാധാഗദാവഹം(പ്ര.രി)

ഇതിലെ ഭാഷാരീതി സുഗമവും കാമ്യവുമാണെന്ന് പറയുന്നതിൽ ഒട്ടും അബദ്ധമില്ല. ഏതദ് വിഷയത്തിൽ ഒരു സുപ്രസിദ്ധ ഭാഷാഭിമാനിയുടെ നിലയിലും കുക്കണിയാൾ സമാരാദ്ധ്യമായ ഒരു സ്ഥാനത്തെത്തന്നെ അർഹിക്കുന്നു. കുറച്ചു കാലത്തിനുള്ളിൽ ഒരു യോഗിയുടെ സാഹചര്യം

സിദ്ധിച്ചതിനാൽ ശേഷംകാലം അദ്ധ്യാത്മചിന്തയിലാണ് അദ്ദേഹം വിനിയോഗിച്ചത്. കണിയാളുടെ ദേഹവിമോചനം അത്ഭുതവും അഭില ഷണീയവുമായ തരത്തിലായിരുന്നുവെന്നാണ് അറിയുന്നത്. താനും തന്റെ ആത്മമിത്രമായ യോഗിയും സ്വഗൃഹത്തിന്റെ തെക്കിനിയിൽ അവ രിരുവരുടെ ഭൗതികദേഹങ്ങൾ വരയോഗിയോഗ്യമായ നിലയിൽ സങ്ക ല്പിച്ച ലക്ഷ്യങ്ങൾ ഇപ്പോഴുണ്ട്. അവിടെ ചെയ്തുവരുന്ന കർമ്മങ്ങൾ രണ്ടുപേർക്കും പ്രത്യേകം പ്രത്യേകമാണ്.

(വിദ്വാൻ കെ.വി. ചന്തുപ്പണിക്കരുടെ തിരഞ്ഞെടുത്ത ലേഖനങ്ങൾ എന്ന കൃതിയിൽ നിന്ന്)

ഉള്ളടക്കം

ജ്യോതിഷം

ആകാശത്തിൽ പ്രകാശിക്കുന്ന സൂര്യൻ, ചന്ദ്രൻ, നക്ഷത്രങ്ങൾ എന്നിവയെ ജ്യോതിസ്സുകൾ എന്നു വിളിക്കുന്നു. അവയെ അടിസ്ഥാനമാക്കിയുള്ള ശാസ്ത്രമാണ് ജ്യൗതിഷം അഥവാ ജ്യോതിഷം.

ഭാരതത്തിൽ അഞ്ചു കൈവഴികളിലായി ജ്യോതിഷസിദ്ധാന്തങ്ങൾ വളർന്നു വികസിച്ചു എന്നാണ് പറയപ്പെടുന്നത്.

1. പൗലസ്ത്യം (പൗലിശം) :- ഗ്രീക്കുകാരിൽ നിന്നും ലഭിച്ച സിദ്ധാന്തമാണ് ഇതെന്ന് കരുതുന്നു. എന്നാൽ പുലസ്ത്യ മഹർഷിയുമായി ബന്ധപ്പെടുത്തിയും ഈ ശാഖയെപ്പറ്റി പറയുന്നു.
2. രോമശം :- റോമാക്കാരുടെ ജ്യോതിഷ രീതികൾ ഭാരതത്തിൽ സ്വീകരിച്ചവരുടെ പരമ്പരയാണിതെന്ന് പറയുന്നു. ലോമശമഹർഷിയെ രോമശൻ എന്നുകൂടി വിളിക്കുന്നു. ഒരു കഥാഖ്യാതാവ് എന്ന നിലയിലാണ് ലോമശനെ മഹാഭാരതത്തിൽ കാണുക.
3. വാസിഷ്ഠം :- വസിഷ്ഠമഹർഷിയാണ് ഈ ജ്യോതിശ്ശാസ്ത്രശാഖയുടെ ആവിഷ്കർത്താവ്. യാഗം തുടങ്ങിയ വൈദികകർമ്മങ്ങൾക്കുള്ള തിഥി നക്ഷത്രാദികൾ അറിയാനുള്ള സിദ്ധാന്തങ്ങൾ വസിഷ്ഠന്റെ സംഭാവനയാണ്.
4. സൗരം :- മായന് സൂര്യഭഗവാൻ ഉപദേശിച്ചതെന്നു കരുതുന്ന ജ്യോതിശ്ശാസ്ത്രജ്ഞാനം. സൂര്യസിദ്ധാന്തം എന്ന ജ്യോതിശാസ്ത്രഗ്രന്ഥം ഈ ശാഖയുടെ പ്രമാണമാണ്.
5. ബ്രാഹ്മം(പൈതാമഹം) :- ബ്രഹ്മഗുപ്താചാര്യൻ രചിച്ച ജ്യോതിശാസ്ത്രഗ്രന്ഥത്തിന്റെ അടിസ്ഥാനത്തിൽ നിലനിൽക്കുന്ന ശാഖ. കൂടുതൽ ശാസ്ത്രീയമെന്നും പ്രായോഗികമെന്നും കണക്കാക്കപ്പെടുന്നു. ഗണിതം, ഹോര, സംഹിത എന്നിങ്ങനെ മൂന്നു സ്കന്ധങ്ങളായാണ് ജ്യോതിശ്ശാസ്ത്രം വിഭജിച്ചിരിക്കുന്നത്.

ഗണിതം

ഗ്രഹഗണിതം, പഞ്ചാംഗഗണിതം, അധിമാസഗണിതം, ലാടവൈധൃതങ്ങൾ, മൗഢ്യങ്ങൾ, ഛായ, ശൃംഗോന്നതി, സൂര്യചന്ദ്രഗ്രഹണങ്ങൾ, ഗ്രഹ

യുദ്ധങ്ങൾ, ഗ്രഹോദയാസ്തമനങ്ങൾ, ഗോളവിഭാഗം എന്നിവ പരിഗണിച്ചറിയാനുള്ള വിധികളാണ് ഈ വിഭാഗത്തുള്ളത്.

1. ഗ്രഹഗണിതം:- ഹോരസ്കന്ധത്തിലെ പ്രശ്നം, മുഹൂർത്തം, പന്ത്രണ്ടുരാശികളിലും സൂര്യാദിഗ്രഹങ്ങൾ നിന്നാലത്തെ ഫലചിന്ത എന്നിവയെല്ലാം ഗ്രഹഗണിതത്തിലൂടെ അറിയാൻ കഴിയും. ജ്യോതിഷ കാര്യങ്ങൾക്കെല്ലാം ഓരോ പ്രകാരത്തിൽ ഗ്രഹഗണിതം ആവശ്യമാണ്.
2. പഞ്ചാംഗഗണിതം:- തിഥി, വാരം, നക്ഷത്രം, യോഗം, കരണങ്ങൾ എന്നീ അഞ്ചു ഘടകങ്ങൾ ഗണിച്ചറിയാനുള്ളതാണ് പഞ്ചാംഗ പ്രകരണം. പഞ്ചാംഗജ്ഞാനമുണ്ടെങ്കിലേ ഹോരാവിഭാഗത്തിലും സാഹിത്യവിഭാഗത്തിലും പ്രായോഗികമായി ജ്യോതിഷം കൈകാര്യം ചെയ്യാനാവുകയുള്ളൂ.
3. അധിമാസഗണിതം :- വെളുത്തപക്ഷത്തിന്റെ ആദ്യനാൾ മുതൽ അമാവാസിയുടെ അവസാനം വരെ സൂര്യന്റെ രാശിസംക്രമം ഇല്ലാതെ വന്നാൽ ആ ചന്ദ്രമാസത്തെ അധിമാസമെന്നു പറയുന്നു. ഇത് കണ്ടെത്താനുള്ള ഗണിതക്രിയ.
4. ലാടവൈധൃതങ്ങൾ :- സൂര്യചന്ദ്രന്മാരുടെ ക്രാന്തി(ഒരു സ്ഥിതിയിൽ നിന്നും മറ്റൊരു സ്ഥിതിയിലേക്കുള്ള വലിയ മാറ്റം-അപക്രമം-)കൾ തുല്യമായി വരുന്ന സമയം ഗണിച്ചറിയുന്നു. സൂര്യചന്ദ്രന്മാരിൽ ഒരു ഗ്രഹത്തിനു തൽക്കാലമുള്ള അയനത്തിനു വിപരീതമായ അയനത്തിൽ മറ്റേ ഗ്രഹം നിലനിൽക്കുമ്പോഴുണ്ടാകുന്ന ക്രാന്തിസാമ്യമാണ് ലാടം. സൂര്യചന്ദ്രന്മാർ ഒരേ അയനത്തിൽ നിന്നാലുണ്ടാകുന്ന ക്രാന്തിസാമ്യത്തിന് വൈധൃതം എന്നും പേര്. ക്രാന്തി സാമ്യം മുഹൂർത്തങ്ങൾക്ക് വർജ്ജ്യമാണ്.
5. മൗഢ്യഗണിതം :- സൂര്യനോട് മറ്റു ഗ്രഹങ്ങൾ അടുക്കുമ്പോൾ കുറേക്കാലത്തേക്ക് അവയെ കാണാത്ത അവസ്ഥയാണ് മൗഢ്യം. ഇത് എത്രകാലം എന്ന് ഗണിച്ചറിയാനുള്ള വിധികളാണ് മൗഢ്യഗണിതം. പല ഗ്രഹമൗഢ്യങ്ങളും മുഹൂർത്തചിന്തയിൽ വർജ്ജ്യമാണ്.
6. ശൃംഗോന്നതി ഗണിതം :- വെളുത്ത പക്ഷത്തിന്റെ ആദ്യത്തിലും കറുത്ത പക്ഷത്തിന്റെ അന്ത്യത്തിലും കാണുന്ന ചന്ദ്രക്കലയുടെ ഉയരം, ദിക്ക്, ചരിവ് എന്നിവ അറിയുന്നതിനുള്ള ഗണിതവിധി. സംഹിതയിലെ ചന്ദ്രചാരാധ്യായത്തിലെ ക്ഷേമ, ദുർഭിക്ഷലക്ഷണ പരിജ്ഞാനത്തിന് ഇത് വേണം.
7. ഗ്രഹണങ്ങൾ :-ഏതു ദിവസത്തിൽ ഏതു സമയത്ത് ഗ്രഹണങ്ങൾ ഉണ്ടാവുന്നു എന്നും അത് എത്ര സമയത്തേക്കെന്നും അറിയാനുള്ള

ഗണിതവിധിയാണിത്. ഗ്രഹണസംബന്ധമായ ശുഭാശുഭചിന്തയും നട ത്തുന്നു.

8. ഗോളവിഭാഗം:- ഭൂഗോളം, ഭഗോളം(നക്ഷത്രഗോളം), ഖഗോളം(ആ കാശമണ്ഡലം), പൂർവ്വാപരവൃത്തം, യാമ്യോത്തരവൃത്തം, ഘടിക വൃത്തം, അപക്രമവൃത്തം തുടങ്ങിയവയെ അറിഞ്ഞ് ഗണിതത്തെ കാലാനുസൃതമായി പരിഷ്കരിക്കാനുള്ള ജ്ഞാനമാർഗ്ഗം.

ഹോരാസ്കന്ധം

ജാതകം, പ്രശ്നം, മുഹൂർത്തം എന്നീ മൂന്നു വിഭാഗങ്ങളാണ് ഹോരാ സ്കന്ധത്തിലുള്ളത്.

1. ജാതകം :- ജനനകാലഗ്രഹനിലകളെയും ഉദയലഗ്നത്തെയും അടി സ്ഥാനമാക്കിയുള്ള ജീവിതാനുഭവഫലങ്ങൾ പ്രതിപാദിക്കുന്നു.
2. പ്രശ്നവിഭാഗം :- കർമ്മഫലങ്ങളുടെയും, അനർത്ഥസൂചനകളുടെയും, നിത്യജീവിതപ്രശ്നങ്ങളുടെയും ശുഭാശുഭങ്ങളറിയാൻ സഹായിക്കു ന്നു. കുടുംബസാമൂഹ്യവിഷയങ്ങളും പ്രശ്നചിന്തയിലൂടെ അറിയു ന്നു. പരിഹാരം നിർദ്ദേശിക്കപ്പെടുന്നു.
3. മുഹൂർത്തങ്ങൾ :- വ്യക്തിപരവും കുടുംബപരവും സാമൂഹ്യവുമായ എല്ലാവിധ കർമ്മങ്ങളുടെയും ഫലസിദ്ധിക്കായി അവയുടെ തുടക്കവും നിർവ്വഹണവും ശുഭമുഹൂർത്തങ്ങളിലായിരിക്കണമെന്ന് കരുതുന്നു. അതിനുള്ള സമയം നിശ്ചയിക്കുന്നു.

സംഹിതാസ്കന്ധം

ഗ്രഹങ്ങളുടെ രാശിസ്ഥിതികളെയും നക്ഷത്രസ്ഥിതികളെയും ധൂമ കേതുക്കൾ തുടങ്ങിയ അസമയത്തുള്ള കാര്യങ്ങളെയും അപ്രതീക്ഷിത സംഭവങ്ങളെയും സസ്യധാന്യാദികളുടെ വൃദ്ധിക്ഷയങ്ങളെയും രാജ്യ ത്തിന്റെ സുഭിക്ഷ ദുർഭിക്ഷതയെയും പറ്റി ഈ ഭാഗം വിശദമായി ചിന്തി ക്കുന്നു. ജീവികളുടെയും വസ്തുക്കളുടെയും ലക്ഷണങ്ങളും ഈ സ്ക ന്ധത്തിൽ വിശദീകരിക്കുന്നു.

തിഥി

ജ്യോതിഷം തിഥി, നക്ഷത്രം, ആഴ്ച, കരണം, നിത്യയോഗം എന്നി ങ്ങനെ കാലത്തെ അഞ്ചു ഭാഗങ്ങളാക്കി കല്പിക്കുന്നു. ഒരു ചാന്ദ്രദിന ത്തെയാണ് ഒരു തിഥി എന്നു പറയുന്നത്. ഇത് രണ്ടു സൂര്യോദയങ്ങൾക്കി

ടയിൽ തുടങ്ങി അവസാനിക്കുന്ന കാലയളവാണ്. ശുക്ലപക്ഷം(വെളുത്ത പക്ഷം), കൃഷ്ണപക്ഷം(കറുത്തപക്ഷം) എന്നിങ്ങനെ രണ്ടിലും പതിനഞ്ചു വീതം ആകെ മുപ്പത് തിഥികളുണ്ട്.

1. പ്രഥമ, 2. ദ്വിതീയ, 3. തൃതീയ, 4. ചതുർത്ഥി, 5. പഞ്ചമി, 6. ഷഷ്ഠി, 7. സപ്തമി, 8. അഷ്ടമി, 9. നവമി, 10.ദശമി, 11. ഏകാദശി, 12. ദ്വാദശി, 13. ത്രയോദശി, 14. ചതുർദ്ദശി, 15. പഞ്ചദശി എന്നിങ്ങനെയാണ് തിഥിനാമങ്ങൾ. കൃഷ്ണപക്ഷത്തിലും ശുക്ലപക്ഷത്തിലും പേരിനു വ്യത്യാസമില്ല.

ചന്ദ്രൻ സൂര്യനിൽ നിന്ന് അകന്നു തുടങ്ങുമ്പോൾ ശുക്ലപക്ഷം ആരംഭിക്കുന്നു. വൃത്തപരിധിയിലാണ് ചന്ദ്രന്റെ സഞ്ചാരം. ഒരു ദിവസം പന്ത്രണ്ടു ഡിഗ്രി വീതം അകന്ന് പതിനഞ്ചു ദിവസം കൊണ്ട് നൂറ്റി എൺപത് ഡിഗ്രിയിൽ എത്തുന്നു. അതോടെ ശുക്ലപക്ഷത്തിലെ പതിനഞ്ചു തിഥികളും അവസാനിച്ചു. പിന്നീട് കൃഷ്ണപക്ഷം ആരംഭിക്കുകയായി. ഇപ്പോൾ യാത്ര സൂര്യന്റെ അടുത്തേക്കാണ്. പതിനഞ്ചാം ദിവസം സൂര്യന്റെ അടുത്ത് ചന്ദ്രൻ എത്തുന്നു. അന്നാണ് അമാവാസി(കറുത്തവാവ്). സൂര്യപ്രഭയിൽ ചന്ദ്രനെ കാണുന്നേയില്ല. സൂര്യനോടൊപ്പം ചന്ദ്രനും അസ്തമിച്ചു പോകുന്നു. കറുത്തവാവു കഴിഞ്ഞ് രണ്ടാം ദിവസമോ മൂന്നാം ദിവസമോ ചന്ദ്രനെ പടിഞ്ഞാറൻ മാനത്ത് നഗ്നനേത്രങ്ങൾ കൊണ്ട് കാണുന്നത് സൂര്യനിൽ നിന്നും അകന്നു മാറി സഞ്ചരിക്കാൻ തുടങ്ങുന്നതു കൊണ്ടാണ്.

തിഥിഫലം

1. പ്രഥമ	പണ്ഡിതൻ, കഠിനാദ്ധ്വാനി, സത്കർമ്മി, ധാരാളം ബന്ധുക്കൾ, ദുഷ്ടസംസർഗ്ഗം.
2. ദ്വിതീയ	ദയാലു, സന്തോഷാനുഭവശ്രദ്ധ, സത്യം പറയേണ്ടിടത്ത് മൗനിയാവുക, പരദ്രവ്യ മോഹം.
3. തൃതീയ	അഭിമാനി, അതിബുദ്ധിമാൻ, അന്യദേശവാസം, വികാരലോലൻ, അലസൻ.
4. ചതുർത്ഥി	സുഖഭോഗതല്പരൻ, ശാസ്ത്രജ്ഞാനി, ധർമ്മിഷ്ഠൻ, സാഹസപ്രിയൻ, ചഞ്ചലചിത്തൻ, താർക്കികൻ.
5. പഞ്ചമി	സദ്ഗുണസമ്പന്നൻ, മാതാപിതാക്കളെ സംരക്ഷിക്കും, കാമവികാരാധിക്യമുള്ളവൻ, കാരുണ്യവാൻ.
6. ഷഷ്ഠി	സഞ്ചാരപ്രിയൻ, ബുദ്ധിശാലി, പ്രായോഗികവാദി, മുൻകോപി, കലഹശീലൻ.
7. സപ്തമി	തേജസ്വി, സമ്പാദ്യശീലൻ, ശത്രുക്കളിൽ വിജയം

	നേടും, സന്തോഷഭാവം പുലർത്തുന്നു, അന്യരുടെ ധനത്തിൽ ആഗ്രഹം.
8. അഷ്ടമി	സത്യവാദി, ധർമ്മപാലകൻ, കാരുണ്യവാൻ, സുഖഭോഗതല്പരൻ, കുടുംബസ്നേഹി, ചഞ്ചലചിത്തൻ.
9. നവമി	നേതൃഗുണം, യുക്തിപൂർവ്വം സംസാരിക്കും, ആരോടും ന്യായം പറയും, ദുർഗുണബന്ധം.
10. ദശമി	സമ്പന്നതയിൽ ജനനം, സമർത്ഥൻ, ശാസ്ത്രവിഷയങ്ങളിൽ താല്പര്യം, ഉദാരമനസ്കൻ.
11. ഏകാദശി	അതിബുദ്ധിമാൻ, സമ്പന്നൻ, സൽസന്താനങ്ങൾ, സദാസന്തോഷവാൻ, ശ്രേഷ്ഠകാര്യതല്പരൻ.
12. ദ്വാദശി	പണ്ഡിതൻ, സഞ്ചാരപ്രിയൻ, ത്യാഗി, ആദരബഹുമതികൾക്കർഹൻ, സമ്പന്നൻ, ആശ്രയശീലൻ.
13. ത്രയോദശി	പരോപകാരി, ധീരൻ, സമർത്ഥൻ, സൗമ്യൻ, ശാസ്ത്രവിജ്ഞാനകാര്യ തല്പരൻ.
14. ചതുർദ്ദശി	സമ്പാദ്യശീലം, പിശുക്ക്, അന്യധനാർത്ഥി, കീർത്തിമാൻ, സ്ത്രീ തല്പരൻ.
15. പഞ്ചദശി	വെളുത്തവാവിൽ ജനിച്ചവൻ ഉത്സാഹിയും, പുണ്യപ്രവർത്തന തല്പരനും, ഹാസ്യപ്രിയനും, കാരുണ്യവാനുമാകും.

രാശിനാമങ്ങൾ, പര്യായങ്ങൾ, വിശേഷണങ്ങൾ

1. മേടം	-	അജം, ഛാഗം, ക്രിയം, കൊറി, മേഷം
2. ഇടവം	-	ഋഷഭം, വൃഷഭം, വൃഷം, താംബുരു, ഗോ
3. മിഥുനം	-	വീണ, നൃയുഗ്മം, ജൂതുമം
4. കർക്കിടകം	-	ഞണ്ട്, കർക്കം, കടം, കുളീരം
5. ചിങ്ങം	-	സിംഹം, മൃഗപതി, ഹരി
6. കന്നി	-	പാർത്ഥോനം, കന്യക
7. തുലാം	-	വണിക്, ജൂകം, കോൽ, തൗലി, തുലാധാരി
8. വൃശ്ചികം	-	തേൾ, ഭൃംഗം, കീടം, കോർപ്പി, മധു, അളി
9. ധനു	-	ചാപം, വില്ല്, കനൗക്ഷി, ഹയാംഗം, ധനുസ്സ്
10. മകരം	-	മൃഗം, നക്രം, ആകേ, കേരം
11. കുംഭം	-	ഘടം, കുടം, ഹൃദ്രോഗം
12. മീനം	-	മത്സ്യം, മീൻ, സീമന്തം, ശഫരം, ഝഷം

(രാശിയെപ്പറ്റി സൂചിപ്പിക്കുന്നതിന് ക്ഷേത്രം, ഭവനം, വേശ്മം, എന്നീ പദങ്ങളുപയോഗിക്കുന്നു)

ത്രികോണരാശികൾ :

12 രാശികളെ 4 ത്രികോണരാശികളാക്കി വിഭജിച്ചിട്ടുണ്ട്.

1. മേടം. ചിങ്ങം, ധനു
2. ഇടവം, കന്നി, മകരം
3. മിഥുനം, തുലാം, കുംഭം
4. കർക്കിടകം, വൃശ്ചികം, മീനം

കേന്ദ്രരാശികൾ :

ലഗ്നം 4, 7, 10 ഭാവങ്ങളെ കേന്ദ്രരാശികൾ എന്നു പറയുന്നു.

പണപരരാശികൾ :

ഭാവങ്ങളുടെ ഒരു വകഭേദം. കേന്ദ്രരാശികളുടെ അടുത്ത രാശികൾ പണപരരാശികൾ 2, 5, 8, 11 ഭാവങ്ങൾ.

ആപോക്സിമം:

3, 6, 9, 12 എന്നീ ഭാവങ്ങൾ.

ചതുരശ്രരാശികൾ :

4, 8 എന്നീ രാശികളെ ചതുരശ്രരാശികൾ എന്നു പറയുന്നു.

ഉപചയരാശികൾ :

3, 6, 10, 11 രാശികളെ ഉപചയരാശികൾ എന്നു പറയുന്നു.

അപചയരാശികൾ :

ഉപചയരാശികളല്ലാത്തത്. 1, 2, 4, 5, 7, 8, 9, 12 ഈ രാശികളെ അപചയരാശികൾ എന്നു പറയുന്നു.

രാശിപ്രമാണം :

സ്വന്തം അച്ചുതണ്ടിന്മേൽ ചുറ്റുന്ന ഭൂമി 12 രാശികളിൽ ഓരോ രാശിയെയും കടന്നുപോകുന്നതിന് എടുക്കുന്ന സമയം.(ശരാശരി 5 നാഴിക എന്ന കണക്കാകുന്നു) ഓരോ ദേശത്തിന്റെയും അക്ഷാംശം അനുസരിച്ച് രാശിപ്രമാണം മാറിമാറി വരും. ഇത് ചിലപ്പോൾ 5 നാഴികയിൽ കൂടുതലും 5 നാഴികയിൽ കുറവും ആവും. താഴെ 1 മുതൽ 40 വരെ അക്ഷാംശങ്ങളുള്ള രാശിമാന പ്രദേശത്തേക്കുള്ള 12 രാശികളുടെയും രാശിമാനം താഴെ കൊടുക്കുന്നു.

1187 –ാമാണ്ടത്തെ ഭാരതപഞ്ചാംഗം

അക്ഷാംശങ്ങൾ, രാശിപ്രമാണങ്ങൾ

നിരക്ഷദേശമായ ലങ്ക (ഗ്രീനിച്ച്) യിൽ നിന്ന് വടക്കോട്ട് 0° മുതൽ 40° വരെ അക്ഷാംശങ്ങളുള്ള സ്ഥലങ്ങളിലെ മേഷാദിരാശിപ്രമാണങ്ങൾ നാഴിക വിനാഴികകളായി പട്ടികയിൽ വിവരിക്കുന്നു.

അക്ഷാംശങ്ങൾ	മേടം		എടവം		മിഥുനം		കർക്കി		ചിങ്ങം		കന്നി		തുലാം		വൃശ്ചി		ധനു		മകരം		കുംഭം		മീനം	
	നാ	വി	നാ	വി	നാ	വി	നാ	വി	നാ	വി	നാ	വി	നാ	വി	നാ	വി	നാ	വി	നാ	വി	നാ	വി	നാ	വി
0	4	53	5	17	5	25	5	5	4	43	4	37	4	53	5	17	5	25	5	5	4	43	4	37
1	4	51	5	16	5	25	5	7	4	45	4	39	4	55	5	18	5	25	5	3	4	41	4	35
2	4	49	5	15	5	26	5	8	4	47	4	41	4	57	5	19	5	24	5	2	4	39	4	33
3	4	48	5	14	5	26	5	9	4	49	4	43	4	58	5	20	5	24	5	1	4	37	4	31
4	4	46	5	13	5	26	5	11	4	51	4	45	5	0	5	21	5	24	4	59	4	35	4	29
5	4	44	5	12	5	26	5	13	4	53	4	47	5	2	5	22	5	24	4	57	4	33	4	27
6	4	42	5	11	5	27	5	14	4	55	4	49	5	4	5	23	5	23	4	56	4	31	4	25
7	4	40	5	10	5	27	5	15	4	57	4	51	5	6	5	24	5	23	4	55	4	29	4	23
8	4	38	5	9	5	27	5	17	4	59	4	53	5	8	5	25	5	23	4	53	4	27	4	21
9	4	36	5	8	5	28	5	18	5	1	4	55	5	9	5	26	5	22	4	52	4	25	4	19
10	4	35	5	7	5	28	5	19	5	2	4	57	5	11	5	27	5	22	4	50	4	23	4	17
11	4	33	5	6	5	29	5	20	5	3	5	0	5	13	5	28	5	21	4	49	4	21	4	14
12	4	31	5	5	5	29	5	21	5	5	5	2	5	15	5	29	5	21	4	47	4	19	4	12
13	4	29	5	4	5	29	5	23	5	8	5	4	5	17	5	30	5	21	4	46	4	17	4	10
14	4	27	5	3	5	30	5	24	5	11	5	6	5	19	5	31	5	20	4	45	4	15	4	8
15	4	25	5	2	5	30	5	25	5	13	5	8	5	21	5	32	5	20	4	43	4	13	4	6
16	4	24	5	1	5	31	5	27	5	16	5	10	5	22	5	33	5	19	4	41	4	10	4	4
17	4	22	5	0	5	31	5	29	5	18	5	13	5	24	5	34	5	19	4	40	4	8	4	1
18	4	20	5	59	5	32	5	30	5	20	5	15	5	26	5	35	5	18	4	38	4	6	3	59
19	4	18	4	57	5	32	5	32	5	22	5	17	5	28	5	37	5	18	4	36	4	4	3	57
20	4	16	4	56	5	33	5	34	5	24	5	20	5	30	5	38	5	17	4	35	4	2	3	54
21	4	14	4	55	5	33	5	36	5	26	5	22	5	32	5	39	5	17	4	33	3	59	3	52
22	4	12	4	54	5	33	5	39	5	29	5	25	5	34	5	40	5	17	4	31	3	57	3	49
23	4	9	4	53	5	34	5	40	5	31	5	27	5	37	5	41	5	16	4	30	3	55	3	47
24	4	7	4	52	5	34	5	42	5	33	5	29	5	39	5	42	5	16	4	28	3	52	3	45
25	4	5	4	51	5	34	5	44	5	36	5	32	5	41	5	43	5	16	4	26	3	50	3	42
26	4	2	4	50	5	35	5	46	5	39	5	34	5	43	5	44	5	15	4	24	3	47	3	40
27	4	1	4	48	5	35	5	48	5	41	5	37	5	45	5	46	5	15	4	22	3	45	3	37
28	3	59	4	47	5	36	5	50	5	43	5	40	5	47	5	47	5	14	4	20	3	43	3	34
29	3	56	4	46	5	36	5	52	5	46	5	42	5	50	5	48	5	14	4	18	3	40	3	32
30	3	54	4	44	5	37	5	53	5	49	5	45	5	52	5	50	5	13	4	17	3	37	3	29
31	3	51	4	43	5	37	5	56	5	51	5	48	5	55	5	51	5	13	4	14	3	35	3	26
32	3	49	4	42	5	38	5	58	5	54	5	50	5	57	5	53	5	12	4	12	3	32	3	24
33	3	46	4	40	5	38	6	0	5	57	5	53	6	0	5	54	5	12	4	10	3	29	3	21
34	3	43	4	38	5	38	6	2	6	0	5	56	6	3	5	56	5	11	4	8	3	26	3	18
35	3	41	4	37	5	39	6	5	6	2	6	0	6	5	5	57	5	11	4	5	3	23	3	14
36	3	38	4	35	5	39	6	7	6	5	6	3	6	8	5	59	5	10	4	3	3	20	3	11
37	3	35	4	34	5	40	6	10	6	7	6	6	6	11	6	0	5	10	4	0	3	17	3	8
38	3	32	4	32	5	40	6	12	6	10	6	9	6	14	6	2	5	9	3	58	3	14	3	5
39	3	29	4	30	5	41	6	15	6	12	6	13	6	17	6	4	5	9	3	55	3	11	3	1
40	3	27	4	28	5	41	6	17	6	15	6	16	6	20	6	6	5	8	3	53	3	8	2	58

ജാതകം

ജാതകനിർണ്ണയത്തിന് സ്വീകരിക്കേണ്ട മുഖ്യകാര്യങ്ങളാണ് സൂര്യനെ പ്രതിനിധാനം ചെയ്യുന്ന ലഗ്നവും ചന്ദ്രനുമായി ബന്ധപ്പെട്ട നക്ഷത്രവും. ജനനസമയത്തുള്ള സൂര്യാഭിമുഖരാശിയാണ് ലഗ്നം.

ജാതകവിഷയങ്ങൾ

ജനനകാല ഗ്രഹനിലകളെ അടിസ്ഥാനമാക്കി തയ്യാറാക്കുന്ന ഒരു ജാതകത്തിൽ ഉണ്ടായിരിക്കേണ്ട പ്രധാന കാര്യങ്ങൾ.

1. ജനനസമയത്തുള്ള ഗ്രഹനില
2. ഗ്രഹനിലകളെയും ഉദയലഗ്നത്തെയും ആധാരമാക്കി ബാലാരിഷ്ടതകൾ
3. ആയുർദായം
4. അനിഷ്ടയോഗങ്ങൾ
5. രാജയോഗങ്ങൾ
6. കർമ്മാജീവം
7. ദശാന്തർദശകൾ
8. സ്ത്രീജാതകം
9. ചാന്ദ്രയോഗങ്ങൾ
10. നാഭസയോഗങ്ങൾ
11. രാശിലീലഭാവഫലങ്ങൾ
12. പഞ്ചാംഗഫലങ്ങൾ
13. ഷഡ്വർഗ്ഗഫലം

ഗ്രഹബലം

ഗ്രഹങ്ങളുടെ സ്ഥാനബലം

ഉച്ചത്തിൽ നില്ക്കുന്ന ഗ്രഹത്തിന്	64 പൂർണ്ണബലം
മൂലത്രികോണത്തിൽ	48 3/4 ബലം
സ്വക്ഷേത്രത്തിൽ	32 1/2 ബലം

അതിബന്ധുക്ഷേത്രത്തിൽ	24 3/8 ബലം
ബന്ധുക്ഷേത്രത്തിൽ	16 1/4 ബലം
സമക്ഷേത്രത്തിൽ	8 1/8 ബലം
ശത്രുക്ഷേത്രത്തിൽ	4 1/16 ബലം
അതിശത്രുക്ഷേത്രത്തിൽ	2 1/32 ബലം
നീചത്തിൽ	0 0 ബലം

1. പുരുഷഗ്രഹങ്ങളായ സൂര്യൻ, കുജൻ, വ്യാഴൻ എന്നിവക്ക് ആദ്യത്തെ 6 ഭാഗ (6 ഡിഗ്രി) ബാല്യം, കൗമാരം 6 ഭാഗ, യൗവനം 6 ഭാഗ, വാർദ്ധക്യം 6 ഭാഗ, ഒടുവിലത്തെ 6 ഭാഗ മരണം.
2. സ്ത്രീഗ്രഹങ്ങളായ ചന്ദ്രൻ, ശുക്രൻ, രാഹു എന്നിവയ്ക്ക് ആദ്യത്തെ 6 ഭാഗയാണ് മരണം. വാർദ്ധക്യം 6 ഭാഗ, യൗവനം 6 ഭാഗ, കൗമാരം 6 ഭാഗ, ബാല്യം 6 ഭാഗ എന്നിങ്ങനെയാണ്.

വാർദ്ധക്യത്തിന് കൗമാരത്തിന്റെ ബലമുള്ളതിനാൽ മരണത്തിനു ബലം കുറവായിരിക്കും.

3. ബുധൻ, ശനി, കേതു എന്നിവ നപുംസകഗ്രഹങ്ങളാണ്.

ഗ്രഹബലം					
ഗ്രഹം	ദിക് ബലം	അയന ബലം	പക്ഷ(കാല) ബലം	രാപകൽ ബലം	ചേഷ്ടാ ബലം
സൂര്യൻ	10 ൽ	ഉത്തരായനം	കറുത്ത	പകൽ	ഉത്തരായനം
ചന്ദ്രൻ	4 ൽ	ദക്ഷിണ	വെളുത്ത	രാത്രി	പൗർണ്ണമി
കുജൻ	10 ൽ	ഉത്തരായനം	കറുത്ത	രാത്രി	ചന്ദ്രനൊപ്പം
ബുധൻ	ലഗ്നം	തുല്യം	വെളുത്ത	തുല്യം	ചന്ദ്രനൊപ്പം
വ്യാഴം	ലഗ്നം	ഉത്തരായനം	വെളുത്ത	പകൽ	ചന്ദ്രനൊപ്പം
ശുക്രൻ	4 ൽ	ഉത്തരായനം	വെളുത്ത	പകൽ	ചന്ദ്രനൊപ്പം
ശനി	7 ൽ	ദക്ഷിണ	കറുത്ത	രാത്രി	ചന്ദ്രനൊപ്പം
രാഹു	-	-	കറുത്ത	രാത്രി	-
കേതു	-	-	കറുത്ത	രാത്രി	-

രശ്മിബലം :- ഒരു ഗ്രഹത്തിന്റെ ഉച്ചബലവും ചേഷ്ടാബലവും തമ്മിൽ കൂട്ടിയ ബലത്തെ 10 കൊണ്ട് ഹരിച്ചു കിട്ടുന്ന ഫലത്തോട് 1 കൂട്ടിയാൽ കിട്ടുന്ന സംഖ്യയാണ് രശ്മി.

ദൈവജ്ഞൻ
വ്യക്തിയും വക്താവും

ജ്യോതിശാസ്ത്രാടിസ്ഥാനത്തിൽ ഗ്രഹനിലയനുസരിച്ച് ഫല നിർണ്ണയം നടത്തുന്ന പ്രായോഗികശാസ്ത്രമാണ് ജ്യോതിഷം. ജാതകം, പ്രശ്നം എന്നിങ്ങനെ രണ്ടു രീതികളിലാണ് ഫലപ്രവചനം നടത്തുന്ന ത്.ദൃശ്യങ്ങളായ ഗ്രഹസ്ഥിഗതികൾ നിരീക്ഷിച്ച് അവയുടെ സ്ഥിതിഭേ ദം, പരസ്പരബന്ധം എന്നിവ ഒരു ലഗ്നത്തിൽ കല്പിച്ച് ഫലം പറയുക യാണ് പതിവ്. ഇവ കേവലം ഊഹാപോഹങ്ങളല്ല. ദീർഘകാലം ജ്യോതിഷവിഷയത്തിൽ പ്രായോഗികാനുഭവമുള്ളവരും ജ്ഞാനികളുമായ ആചാര്യന്മാരുടെ നിഗമനങ്ങളും അവർ രേഖപ്പെടുത്തിയ കാര്യങ്ങളുമാണ് ഫലനിർണ്ണയത്തെ സ്വാധീനിക്കുന്നത്.

ജ്യോതിഷം കൈകാര്യം ചെയ്യുന്ന വ്യക്തിക്കുണ്ടായിരിക്കേണ്ട ഗുണ ങ്ങൾ പ്രശ്നമാർഗ്ഗത്തിൽ പ്രത്യേകം എടുത്തുപറഞ്ഞിട്ടുണ്ട്.

ജ്യോതിശാസ്ത്രത്തിൽ നല്ല അവഗാഹവും ഗണിതത്തിൽ വേണ്ടതു പോലെയുള്ള പഠിപ്പും ഉള്ള സദാചാര തല്പരനും സത്യനിഷ്ഠനും വിന യവാനും ജ്ഞാനവിജ്ഞാനാർജനത്തിൽ സദാ ഏർപ്പെട്ടിരിക്കുന്നവനും സൂര്യാദിഗ്രഹങ്ങളെ ഭക്തിസഹിതം പൂജിക്കുന്നവനും മാത്രമേ ജ്യോതി ഷിയായി വിജയിക്കുവാൻ കഴിയുകയുള്ളൂ. ഈ വക ഗുണങ്ങൾ ഇല്ലാ ത്തവർ ജ്യോതിഷി എന്ന പേരിനുപോലും യോഗ്യരല്ല.

ദൈവജ്ഞൻ അതിരാവിലെ എഴുന്നേറ്റ് തന്റെ ഇഷ്ടദേവതയെ ഭക്തി യോടുകൂടി ധ്യാനിക്കണം. പിന്നീട് വിസർജ്ജനകർമ്മങ്ങൾ കഴിച്ച് ആച മനക്രിയകളോടുകൂടി സ്നാനം ചെയ്ത് ദേഹശുദ്ധി വരുത്തണം. പ്രഭാ തവന്ദനം പോലുള്ള നിത്യാനുഷ്ഠാനങ്ങൾ ചെയ്ത് മന്ത്രജപാദികളായ ആന്തരകർമ്മങ്ങളും കഴിഞ്ഞ് പഞ്ചാംഗം വച്ച് ഗ്രഹങ്ങളെയും ഗണിച്ച് യാതൊരു മനോവികാരവും കൂടാതെ നിശ്ചലചിത്തനായി ഭവിക്കണം.

പ്രശ്നമാർഗ്ഗം ദൈവജ്ഞന്റെ വ്യക്തിത്വരൂപീകരണത്തിന്റെ അടി സ്ഥാന കാര്യങ്ങളാണ് പറഞ്ഞിരിക്കുന്നത്. ഏത് കർമ്മാനുഷ്ഠാനത്തിനും ആദ്യം വേണ്ടത് മാനസികമായ തയ്യാറെടുപ്പാണ്. അതിനുള്ള വഴിക

ളാണ് ഇവിടെ നിർദ്ദേശിച്ചിരിക്കുന്നത്. ഒരു സാധാരണമനുഷ്യന്റെ ജീവിതക്രമങ്ങളും താല്പര്യങ്ങളും പാടെ ഉപേക്ഷിച്ചെങ്കിൽ മാത്രമേ ദൈവജ്ഞൻ എന്ന സ്ഥാനം നേടാനാവുകയുള്ളൂ. അതിനുവേണ്ടി മനസ്സിനെയും ശരീരത്തെയും ഒരുപോലെ പാകപ്പെടുത്തേണ്ടതുണ്ട്. അതിരാവിലെ എഴുന്നേൽക്കുന്ന ദൈവജ്ഞൻ മനസ്സിനെ പൂർണ്ണമായും അടക്കി സ്വസ്ഥനും ശാന്തനുമായി മാറണം.

ദൈവജ്ഞന്റെ അടുത്തുവന്ന് സമാധാനപൂർവ്വം ആവശ്യപ്പെടുന്നവർക്കു മാത്രമേ ശുഭാശുഭഫലങ്ങളെ പറയാവൂ. യാദൃച്ഛികമായി കാണുമ്പോഴോ പരീക്ഷിപ്പാനായോ ആവശ്യപ്പെട്ടാലും ഫലം പറയരുത് എന്ന് പ്രശ്നമാർഗ്ഗകർത്താവ് ഉപദേശിക്കുന്നു. പൂർണ്ണമനസ്സോടെ ധ്യാനമനനങ്ങളാൽ ഫലപ്രവചനത്തിന് സന്നദ്ധമല്ലാത്ത സമയങ്ങളിലും നിർബന്ധിത സമീപനങ്ങളാലും ഫലം പറയാൻ ശ്രമിക്കുമ്പോൾ മനസ്സ് പ്രവചനഭാവത്തെ പ്രതിരോധിക്കും. അതു വിഷമമാവും.

ഓരോ പ്രഭാതത്തിലും നടത്തുന്ന നിത്യകർമ്മങ്ങളിലെ ശ്രദ്ധയും ശുദ്ധിയും അനുഷ്ഠാനങ്ങളും അസാധാരണ മനോബലം നൽകുകയും വ്യക്തിത്വ വികസനത്തിനു സഹായിക്കുകയും ചെയ്യുന്നതാണ്.

സമകാലീനസമൂഹത്തിന്റെ ജീവിതവും രീതികളും ഓരോ ദൈവജ്ഞനും മനസ്സിലാക്കിയിരിക്കണം.കേവലഗ്രന്ഥജ്ഞാനം കൊണ്ടു മാത്രം ആധുനികജ്യോതിഷത്തിന്റെ ഫലപ്രവചനം പ്രായോഗികവും സത്യസന്ധതവുമായിരിക്കണമെന്നില്ല. ജ്യോതിഷചിന്തയുടെ അടിസ്ഥാനകാര്യങ്ങൾ പഠിക്കുന്നതോടൊപ്പം തന്നെ ആധുനിക ജ്യോതിശാസ്ത്രവിജ്ഞാനരംഗത്തുണ്ടാവുന്ന പുതിയ സംഭവവികാസങ്ങളും നേട്ടങ്ങളും യുക്തിപൂർവ്വം മനസ്സിലാക്കണം.

ജ്യോതിഷം ശാസ്ത്രീയവും വൈജ്ഞാനികവും മാനസികവുമായ നിലയിൽ കൈകാര്യം ചെയ്യേണ്ട ഒരു ദിവ്യകർമ്മമാണ്. ജ്യോതിഷത്തിലെ പ്രശ്നം സമൂഹത്തിൽ ജീവിക്കുന്നവരുടെ നല്ലതും ചീത്തയുമായ അനുഭവവിശകലനമാണ് ഒരു ദൈവജ്ഞനിൽ നിന്നും ആവശ്യപ്പെടുന്നത്. അതുകൊണ്ടാണ് പ്രശ്നകാരൻ കാലത്തിനു മുമ്പേ നടക്കുന്ന ആളാകണമെന്ന് പറയുന്നത്. അതിനു തേടേണ്ടതും നേടേണ്ടതുമായ എല്ലാറ്റിലും ശ്രദ്ധയും ഏകാഗ്രതയും എന്നും നിലനിർത്തണം. ഒപ്പം സമൂഹത്തോടൊപ്പം അവരിലൊരാളായി മാറാനുള്ള വിനയവും സഹൃദയത്വവും രസികത്വവും സൂക്ഷിക്കുകയും വേണം.

നല്ല ജ്യോതിശാസ്ത്രഗ്രന്ഥങ്ങൾ പഠനത്തിന് ഏറ്റവും ഗുണം ചെയ്യുന്നു. അടിസ്ഥാനവിവരങ്ങളുടെ റഫറൻസ് കൈയെത്താവുന്ന അകലത്തിലുണ്ടാവുന്നത് നന്ന്. വായനപോലെ തന്നെ പ്രധാനമാണ് അവയെ

മനസ്സിൽ ആവർത്തിച്ചു വരുത്തുന്നതും വിശകലനത്തിനു വിധേയമാക്കുന്നതും. മനഃപാഠം കൊണ്ടുമാത്രം എല്ലാ കാര്യങ്ങളും എളുപ്പമാവുമെന്ന് ധരിക്കരുത്. ശ്ലോകാർത്ഥ വിശദീകരണങ്ങൾക്കോ പ്രമാണവാക്യങ്ങളുദ്ധരിച്ചു പറയുന്നതിനോ പുതിയ കാലത്തെ ജനങ്ങൾ പ്രാധാന്യം കാണുന്നില്ല.

പ്രശ്നചിന്തയ്ക്കു വരുന്നവരുടെ ആവശ്യവും അതിനായി അവർ സമർപ്പിക്കുന്ന കാര്യങ്ങളും ജ്യോതിഷത്തിന്റെ ശാസ്ത്രസാങ്കേതിക രീതിയനുസരിച്ച് പ്രവചിക്കുകയാണ് ആധുനിക പ്രശ്നചിന്തയുടെ രീതി. പൊതുജനങ്ങളുടെ യുക്തിബോധവും വിശ്വാസവും തമ്മിൽ വൈരുദ്ധ്യമൊന്നുമില്ല. വിശ്വാസം തികച്ചും വ്യക്തിപരമായ കാര്യമാണ്. അതിനോടുള്ള ആത്മാർത്ഥതയെ ചോദ്യം ചെയ്യുന്നതും അതിനു വിരുദ്ധമായ നിലപാടെടുക്കുന്നതും ഒരുപോലെ അനാവശ്യമാണ്. ഒരു ദൈവജ്ഞൻ ഏറ്റവും ശ്രദ്ധിക്കേണ്ട ഒരു കാര്യമാണിത്.

മനഃശാസ്ത്രപരമായ സമീപനത്തിൽ ദൈവജ്ഞനെ ശ്രദ്ധിക്കുന്നവരാണ് പ്രശ്നചിന്തക്കു വേണ്ടി വരുന്നവരിലേറെയും. വ്യക്തിപരവും കുടുംബപരവും സാമൂഹ്യവുമായ അനേകപ്രശ്നങ്ങൾക്കുള്ള ഏറ്റവും ലഘുവും എളുപ്പമുള്ളതുമായ പരിഹാരമാർഗ്ഗമെന്ന നിലയിലാണ് അതെന്താണെന്നറിയാനായി ആളുകൾ വരുന്നത്. വിശ്വാസപരം എന്നതുപോലെ തന്നെ ഇവിടെ ദൈവജ്ഞന്റെ അടുത്തെത്തുന്നവർക്ക് ഭൗതികപരമായ നിലപാടുകളുമുണ്ടാകും. ഇവിടെ വിശ്വാസാധിഷ്ഠിതമായ മനശാസ്ത്ര നിലപാടുകൂടി വേണ്ടിവരും. ദൈവജ്ഞൻ ഒരുനല്ല മനോവിശേഷകൻ കൂടിയാവണം.

മനശ്ശാസ്ത്രപരമായ നിലയിൽ കാര്യങ്ങളോടുള്ള ദൈവജ്ഞന്റെ പ്രതികരണങ്ങൾ അറിയാനും ശ്രദ്ധിക്കാനും അനുസരിക്കാനും തയ്യാറായി വരുന്നവരെ അത്രയും ശ്രദ്ധയോടെ തന്നെ കൈകാര്യം ചെയ്യേണ്ടിവരും. ഇവിടെ ദൈവജ്ഞൻ വ്യക്തിപരമായി മറ്റൊരു ധർമ്മംകൂടി നിശ്ചയിക്കേണ്ടതുണ്ട്.സമൂഹത്തിന്റേയോ കുടുംബത്തിന്റേയോ രീതിക്രമങ്ങളിലോ ശീലങ്ങളിലോ ഉണ്ടായിട്ടുള്ള തുടർച്ചകളും താളഭംഗങ്ങളും സ്വരഭേദങ്ങളും തിരിച്ചറിഞ്ഞ് ഒരു മനശ്ശാസ്ത്രജ്ഞന്റെ നിലയിൽ പ്രശ്നപരിഹാരത്തിന് ശ്രമിക്കണം.

പ്രശ്നങ്ങളുടെ ഇഴപിരിച്ച് ലളിതവൽക്കരിക്കാനും അതു പരിഹരിക്കാനുമുള്ള ശ്രമങ്ങളാണ് നടത്തേണ്ടത്. എന്നാൽ ചില പ്രശ്നചിന്തകർ അവരുടെ സമീപനത്തിൽ പ്രതിലോമപരമായ പ്രേരണകളും പ്രചോദനങ്ങളും അറിഞ്ഞും അറിയാതെയും നൽകുന്നതായി ദൈവജ്ഞന്മാർക്കിടയിൽത്തന്നെ ആക്ഷേപമുണ്ട്.

കുടുംബാംഗങ്ങൾ തമ്മിലുള്ള പ്രശ്നങ്ങളിൽ അവർക്കിടയിലുണ്ടായിട്ടുള്ള അഭിപ്രായവ്യത്യാസങ്ങളെയും വിരോധത്തെയും ആളിക്കത്തിക്കാവുന്ന തരത്തിലുള്ള അഭിപ്രായപ്രകടനങ്ങളും കുറ്റാരോപണങ്ങളും പ്രത്യക്ഷമായും പരോക്ഷമായും നൽകുന്നതിലൂടെ പ്ശ്നവുമായി വരുന്നവരുടെ വിശ്വാസമാർജ്ജിക്കാനുള്ള ശ്രമങ്ങൾ വ്യാപകമായി നടത്തുന്നുണ്ട്.

ഒരു ശാസ്ത്രമെന്ന നിലയിൽ ജ്യോതിഷം കൈകാര്യം ചെയ്തിരുന്ന ആചാര്യന്മാർ രാജാക്കന്മാർക്കു വേണ്ടി യുദ്ധത്തെപ്പറ്റി ചിന്തിച്ചിട്ടുണ്ട്. എന്നാൽ അത് രാജ്യത്തിന്റെ പൊതുവായ താല്പര്യമായിരുന്നു.ആവശ്യമായിരുന്നു അതിനുള്ള പ്രചോദനം. സ്വസ്ഥമായ കുടുംബങ്ങളിൽ പ്രത്യേകിച്ചും പലകാരണങ്ങളാൽ വേർപിരിഞ്ഞ് കഴിയുന്ന അണുകുടുംബങ്ങളെ വീണ്ടും തെറ്റിദ്ധരിപ്പിക്കാനുള്ള ശ്രമങ്ങൾ പ്രശ്നചിന്തകരുടെ ഭാഗത്തുനിന്നുണ്ടാവാൻ പാടില്ല എന്നേ പറയാനുള്ളൂ.

പുതുതായി ജ്യോതിഷം പഠിക്കുകയും പ്രയോഗിക്കുകയും ചെയ്യുന്നവരുടെ സാമൂഹ്യ ഉത്തരവാദിത്വം വളരെ വലുതാണ്. സഹസ്രാബ്ദങ്ങളായി ആചാര്യന്മാർ, അവരുടെ പ്രായോഗിക അനുഭവജ്ഞാനങ്ങളിലൂടെയും ജാതകചിന്തയിലൂടെയും നമുക്ക് നൽകിയ മഹത്തായ ഈ ശാസ്ത്രം സത്വഗുണമുള്ളവരുടെ മനസ്സിൽ എന്നും സന്മാർഗ്ഗ പ്രചോദന ശക്തിയാണ്. രജോഗുണമുള്ളവർക്കാകട്ടെ ജ്യോതിഷം ഒരു ആയുധം മാത്രമാണ്. മറ്റുള്ളവരെ ആക്രമിച്ചു കീഴടക്കാനല്ല, സ്വയം പ്രതിരോധിക്കാനാണ് അവരിതിനെ സാമൂഹ്യസേവനമാക്കി വളർത്തുന്നത്. തമോഗുണമുള്ളവരാകട്ടെ ഇതുകൊണ്ടുതന്നെ സമൂഹത്തെയും തന്റെ മനസ്സിനെയും ദുഷിപ്പിക്കുന്നു.

ജ്യോതിഷം നിങ്ങളെങ്ങിനെ കൈകാര്യം ചെയ്യുന്നുവോ അത്രയും വിശുദ്ധിയോടെ അതു നിങ്ങളെയും പാലിക്കും.

ഗ്രഹങ്ങൾ
ശാസ്ത്രവും സത്യവും

സൂര്യനെയോ മറ്റു നക്ഷത്രങ്ങളെയോ സ്വന്തം ഭ്രമണപഥത്തിലൂടെ ചുറ്റിക്കറങ്ങുന്ന വലിയ ഗോളാകൃതിയിലുള്ള വസ്തുക്കളെയാണ് ഗ്രഹങ്ങൾ എന്ന് ജ്യോതിശാസ്ത്രജ്ഞർ പറയുന്നത്. ബുധൻ, ശുക്രൻ, ഭൂമി, ചൊവ്വ, വ്യാഴം, ശനി, യുറാനസ്, നെപ്ട്യൂൺ, പ്ലൂട്ടോ എന്നീ ഒമ്പതു ഗ്രഹങ്ങൾ സൂര്യനെ പ്രദക്ഷിണം വെക്കുന്നു.

ജ്യോതിഷത്തിൽ അനേകം സാങ്കേതികപദങ്ങൾ പ്രയോഗത്തിലുണ്ട്. അതിലൊന്നാണ് ഗ്രഹം. ഗ്രഹങ്ങളുമായി ബന്ധപ്പെടുത്തി വേറെയും ധാരാളം പദങ്ങളുണ്ട്. ജ്യോതിഷം ഗ്രഹങ്ങളെപ്പറ്റി പറയുന്നത് മറ്റൊരു സങ്കല്പത്തിലും അടിസ്ഥാനത്തിലുമാണ്.

സൂര്യൻ (ആദിത്യൻ, രവി), ചന്ദ്രൻ, ചൊവ്വ (കുജൻ), ബുധൻ, വ്യാഴം (ഗുരു), ശുക്രൻ, ശനി, രാഹു, കേതു എന്നിങ്ങനെയാണ് ജ്യോതിഷത്തിലെ നവഗ്രഹങ്ങൾ.

സൗരയൂഥ വ്യവസ്ഥയിൽ ഉൾപ്പെട്ട നവഗ്രഹങ്ങൾ സൂര്യനെ ചുറ്റുന്നവയാണ്. ജ്യോതിഷത്തിലെ ഒമ്പതുഗ്രഹങ്ങളിൽ ഒന്ന് സൂര്യനാണ്. ജ്യോതിശാസ്ത്രം സൂര്യനെ നക്ഷത്രമായാണ് പരിചയപ്പെടുത്തുക. സൂര്യനുൾപ്പെടെ ജ്യോതിഷം കണക്കാക്കാക്കുന്ന ഒമ്പതുഗ്രഹങ്ങളും ഭൂമിയിൽ ജീവിക്കുന്ന മനുഷ്യരിൽ എങ്ങനെ സ്വാധീനം ചെലുത്തുന്നുവെന്നതാണ് ജ്യോതിശാസ്ത്രത്തിന്റെ ഫലഭാഗചിന്ത.

സൗരയൂഥവ്യവസ്ഥയിലെയും ജ്യോതിഷത്തിലെയും ഒമ്പതുവീതം ഗ്രഹങ്ങളുടെ പേരുകളിൽ ബുധൻ, ശുക്രൻ, ചൊവ്വ, വ്യാഴം, ശനി എന്നീ അഞ്ചു ഗ്രഹങ്ങൾ രണ്ടു പട്ടികയിലും ഉൾപ്പെട്ടതായി കാണാം. ജ്യോതിഷത്തെ ഒരു ശാസ്ത്രമെന്ന നിലയിൽ വളർത്തിയെടുത്ത ആചാര്യന്മാരുടെയും ഗണിതശാസ്ത്രവിദ്വാന്മാരുടെയും നിരീക്ഷണങ്ങളും അനുഭവവിശകലനങ്ങളും എത്രത്തോളം സൂക്ഷ്മമാണെന്ന് ആധുനികശാസ്ത്രത്തെ ബോധ്യപ്പെടുത്തുന്ന കാര്യമാണിത്.

സൂര്യനുമായുള്ള ഭൂമിയുടെ ബന്ധവും മറ്റു ഗ്രഹങ്ങൾ തമ്മിലുള്ള

ആകർഷണവികർഷണങ്ങളും ചന്ദ്രന്റെ വൃദ്ധിക്ഷയങ്ങളും മറ്റും കാലാവസ്ഥയെയും വേലിയേറ്റങ്ങളെയും സ്വാധീനിക്കുന്നുവെന്ന് ആധുനികശാസ്ത്രം നിരീക്ഷണപരീക്ഷണങ്ങളിലൂടെ ഇന്ന് അതിസൂക്ഷ്മമായി പഠിക്കുന്നു. എന്നാൽ വെറും നഗ്നനേത്രങ്ങൾ കൊണ്ടുമാത്രം കാണാൻ കഴിയുന്ന പുരാതനകാലത്താണ് മഹാമനീഷികളായ ആചാര്യന്മാർ ഗ്രഹങ്ങളെയും നക്ഷത്രങ്ങളെയും വീക്ഷിച്ചിരുന്നത്.

കൃഷി ആരംഭിക്കാനും വിള കൊയ്യാനും വാസസ്ഥലങ്ങൾ ഒരുക്കാനും പ്രകൃതിക്ഷോഭങ്ങളുണ്ടാകുന്ന കാലങ്ങളിൽ സുരക്ഷിതരാവാനുള്ള മുൻകരുതലുകൾ നടത്താനും സാമൂഹ്യജീവിതത്തിൽ എല്ലാവർക്കും സൗകര്യപൂർവ്വം ഒത്തുചേരാനുള്ള അനുകൂലകാലമേതെന്ന് അറിയാനും ഗ്രഹനിരീക്ഷണങ്ങൾ നടത്തുകയായിരുന്നു പ്രാചീനമനുഷ്യർ. ആവർത്തിക്കപ്പെടുന്ന ഋതുഭേദങ്ങളുടെ കാലവും ഓരോ ഋതുവിലും അനുഭവപ്പെടുന്ന പ്രകൃതിയുടെ സവിശേഷസ്വഭാവങ്ങളും വരുംതലമുറകൾക്കുവേണ്ടി അറിവായി സൂക്ഷിച്ചു കൈമാറി. ജ്യോതിഷം മനുഷ്യ ആവാസവ്യവസ്ഥയുടെ പ്രാഥമിക ശാസ്ത്രങ്ങളിലൊന്നായി മാറിയതും ഇങ്ങനെയാണ്. ഇതു ചരിത്രത്തിന്റെ ഭാഗമാണ്.

നഗ്നനേത്രങ്ങൾ കൊണ്ട് കാണുകയും തിരിച്ചറിയുകയും ചെയ്ത അഞ്ചു ഗ്രഹങ്ങളെയാണ് പ്രാചീനർ താരാഗ്രഹങ്ങൾ എന്നു വിളിച്ചത്. ബുധൻ, ശുക്രൻ, ചൊവ്വ, വ്യാഴം, ശനി എന്നീ ഗ്രഹങ്ങളും സൂര്യചന്ദ്രന്മാരും ഉൾപ്പെട്ടതാണ് സപ്തഗ്രഹങ്ങൾ എന്നു പറയുന്നത്. സൂര്യചന്ദ്രഗ്രഹങ്ങളുമായി ബന്ധപ്പെട്ട ഗ്രഹണത്തിന് കാരണമെന്ന് കരുതുന്ന രാഹുവും കേതുവും ഉൾപ്പെട്ടതാണ് ജ്യോതിഷത്തിലെ നവഗ്രഹങ്ങൾ.

ആകാശത്ത് മിന്നിത്തിളങ്ങുന്നതായി കാണുന്ന നക്ഷത്രങ്ങൾക്കിടയിൽ നിന്നുമാണ് സൂര്യചന്ദ്രന്മാരൊഴികെയുള്ളവയെ കണ്ടെത്തിയതെന്ന കാര്യം ആചാര്യന്മാരുടെ നിരീക്ഷണപാടവത്തിന്റെ തെളിവാണ്.നഗ്നനേത്രങ്ങൾ കൊണ്ട് ഒരാൾക്ക് ആകാശത്ത് നോക്കിയാൽ കാണാവുന്നത് എണ്ണായിരത്തോളം നക്ഷത്രങ്ങളെയാണ്. നമ്മുടെ കണ്ണുകളുടെ ദൃശ്യസീമയിൽ പെടുന്ന നക്ഷത്രങ്ങളാണിവ. അതായത് നമ്മുടെ കണ്ണിനു മുമ്പിൽ ഒരിക്കലും മുഴുവൻ ആകാശവും പ്രത്യക്ഷമാവുന്നില്ല. ദിശ മാറുന്തോറും പുതിയ കാഴ്ചകൾ കണ്ണിനു മുന്നിലെത്തുന്നു. ഈ അവസ്ഥയിലാണ് ചില ഗ്രഹങ്ങളെ നിശ്ചിതസഞ്ചാരഗതിയിൽ തിരിച്ചറിയുകയും പ്രത്യേക പേരിട്ട് വിളിക്കുകയും ചെയ്തത്.

1609 ലാണ് ഗലീലിയോ ദൂരദർശിനി നിർമ്മിച്ച് ഗോളപരീക്ഷണം നടത്താൻ തുടങ്ങിയത്. പുതിയ കാഴ്ചകൾ യൂറോപ്പിലാകമാനം ശാസ്ത്രവീക്ഷണത്തിൽ മാറ്റം വരുത്തി. ഭൂമി പരന്നതാണെന്ന് വിശ്വസിച്ചിരുന്ന

വർ ഗലീലിയോവിനെ കുറ്റവിചാരണയ്ക്ക് വിധേയനാക്കി ശിക്ഷിച്ചു. ഭാരതത്തിലെ ജ്യോതിശാസ്ത്രജ്ഞന്മാർ സൂര്യനും ഭൂമിയും മറ്റു ഗ്രഹങ്ങളും ആകൃതിയിൽ ഉരുണ്ടതാണെന്ന് വേദകാലത്തു തന്നെ തിരിച്ചറിഞ്ഞിരുന്നു. ഗ്രഹങ്ങൾ സ്വയം കറങ്ങുകയും സൂര്യനെ വലംവെക്കുകയും ചയ്യുന്നു. ഭാരതീയ ജ്യോതിശാസ്ത്രജ്ഞന്റെ ഈ കണ്ടെത്തൽ പിൽക്കാലത്ത് ലോകം മുഴുവൻ അംഗീകരിച്ചു. എന്നാൽ മതവിശ്വാസത്തിന്റെ അടിസ്ഥാനത്തിൽ പ്രപഞ്ചസൃഷ്ടിയെപ്പറ്റി ധാരണകൾ വെച്ചു പുലർത്തിയിരുന്നവർ ഇതു സ്വീകരിച്ചില്ല.

ഭാരതീയ ജ്യോതിശാസ്ത്രത്തിന്റെ ആചാര്യന്മാരായ വസിഷ്ഠൻ, പുലസ്ത്യൻ, ആര്യഭടൻ, വരാഹമിഹിരൻ, ബ്രഹ്മഗുപ്തൻ തുടങ്ങി അനേകം പേർ ആകാശഗോളങ്ങളെയും നക്ഷത്രങ്ങളെയും നിരീക്ഷിച്ച് ഭൂമി ഉരുണ്ടതാണെന്നും മറ്റുമുള്ള ശാസ്ത്രീയ തത്വങ്ങൾ അവതരിപ്പിച്ചിട്ടുണ്ട്. എന്നാൽ ആധുനികകാലത്തു പോലും തീവ്രമതവിശ്വാസികൾ ഇതൊന്നും സമ്മതിക്കുന്നില്ല.

ഭാരതീയ ജ്യോതിഷാചാര്യന്മാരിൽ ഏറ്റവും പ്രമുഖനായ ആര്യഭടൻ കേരളീയനാണെന്ന് കരുതപ്പെടുന്നു. ഭാരതീയ ജ്യോതിഷഗ്രന്ഥങ്ങളിൽ കേരളീയാചാര്യന്മാരുടെ രചനകൾ കണ്ടെത്താൻ കഴിയും. സുദീർഘവും സമ്പന്നവുമായ ജ്യോതിശാസ്ത്ര പാരമ്പര്യം കേരളത്തിനും അവകാശപ്പെടാം.

ജ്യോതിശാസ്ത്രം എന്ന് വിശാലമായ അർത്ഥത്തിൽ പറയുമ്പോൾ അതിൽ ഫലപ്രവചനമുൾപ്പെടെയുള്ള കാര്യങ്ങളാണ് ഭാരതീയർ ശാസ്ത്രീയമായി നടത്തിയിരുന്നത്. നക്ഷത്രങ്ങളെയും ഗ്രഹങ്ങളെയും അന്തരീക്ഷത്തെയും പറ്റിയുള്ള പ്രത്യേകശാസ്ത്രശാഖയായി ആധുനിക ജ്യോതിശാസ്ത്രം മാറി. ഫലപ്രചനവും മറ്റും ജ്യോതിഷവിഷയവുമായിത്തീർന്നു. എങ്കിലും ജ്യോതിഷത്തിന്റെ അടിസ്ഥാനപരമായ ഗണിതവും ഗ്രഹനക്ഷത്ര പഠനങ്ങളിലൂടെ ആചാര്യന്മാർ കണ്ടെത്തിയ ശാസ്തീയ ഫലവിശകലനരീതിയും ഇന്നും പ്രസക്തം തന്നെ.

ജ്യോതിഷം അംഗീകരിച്ച സൂര്യചന്ദ്രന്മാരുൾപ്പെടുന്ന ഒമ്പതു ഗ്രഹങ്ങളിൽ നിന്നും പുറപ്പെടുന്ന വിശിഷ്ട ചൈതന്യസ്പന്ദനങ്ങളും രശ്മികളും ഭൂമിയെ സ്വാധീനിക്കുന്നു. ഭൂമിയുമായി ബന്ധപ്പെട്ട ഇരുപത്തേഴ് നക്ഷത്രങ്ങളും ഇതേ സ്വാധീനം ചെലുത്തുന്നു. ഭൂമിയിൽ ജീവിക്കുന്നവരുടെ-മനുഷ്യരുടെ-മേൽ ഗ്രഹങ്ങളും നക്ഷത്രങ്ങളും ഉണർത്തുന്ന ചൈതന്യങ്ങളും സ്പന്ദനങ്ങളും ജീവിതത്തിൽ സൂക്ഷ്മമായി പ്രതിഫലിക്കുന്നു. ജ്യോതിഷം അന്വേഷിക്കുന്നത് ഇത്തരം കാര്യങ്ങളാണ്.

അയ്യായിരത്തിലധികം വർഷത്തെ പാരമ്പര്യമാണ് ഭാരതീയ ജ്യോതി

ഷത്തിനുള്ളത്. വേദാംഗമെന്ന നിലയിൽ ആവിഷ്കൃതമാവുകയും വളരുകയും വികസിക്കുകയും ചെയ്ത ഭാരതീയ ജ്യോതിഷത്തിൽ ആചാര്യസ്ഥാനീയ രായവരുടെ എണ്ണം അനേകമാണ്. അവരുടെ പരീക്ഷണ നിരീക്ഷണങ്ങളിലൂടെയും അനുഭവവിശകലനങ്ങളിലൂടെയും ഫലപ്രവചനങ്ങളിലൂടെയും നേടിയ വിജ്ഞാനസാഗരമാണ് ഭാരതജ്യോതിഷം എന്നു പറയാം.

ഭൂമികേന്ദ്രീകൃതമായ ഗ്രഹവ്യവസ്ഥയാണ് ജ്യോതിഷത്തിനുള്ളതെന്ന് ആധുനികജ്യോതിശാസ്ത്രത്തെ മുൻനിർത്തി പറയുന്നു. കോപ്പർനിക്കസ് (1473-1543) പുതിയ ശാസ്ത്രനിരീക്ഷണത്തിന്റെ അടിസ്ഥാനത്തിൽ സൂര്യന് കേന്ദ്രസ്ഥാനം നൽകിയതോടെ പ്രാചീനഗ്രീക്ക് നിരീക്ഷകനായ ടോളമി (എഡി 127-145) യുടെ ഭൂമികേന്ദ്രീകൃതസിദ്ധാന്തം കാലഹരണപ്പെട്ടു. ഭാരതീയ ജ്യോതിശാസ്ത്രജ്ഞൻ കണ്ടെത്തി വിശദീകരിച്ച സിദ്ധാന്തങ്ങൾ കേവലം ഗോളശാസ്ത്രം എന്ന നിലയിലല്ല, സമ്പൂർണ്ണജീവിതശാസ്ത്രമെന്ന നിലയിലാണ് ഇവിടെ സ്വീകരിക്കപ്പെട്ടത്. ഈ വ്യത്യാസം ശ്രദ്ധിക്കേണ്ടതാണ്.

ജ്യോതിഷം ഒരു ശാസ്ത്രമായി വളർത്തിയെടുത്തു എന്നതാണ് ഭാരതീയാചാര്യന്മാർ ചെയ്ത ഏറ്റവും മഹത്തായ കാര്യം. ഏതു ശാസ്ത്രവും ശരിമാത്രമേ തലമുറകൾക്കു വേണ്ടി കാലങ്ങളിലൂടെ സൂക്ഷിക്കുകയുള്ളൂ. ജ്യോതിഷം ഇന്നും നിലനിൽക്കുന്നതിന്റെ കാരണവും അതുതന്നെയാണ്.

കാലനിർണ്ണയം

'കലാം ലീയതേ ഇതി കാലഃ.' കാലത്തെപ്പറ്റിയുള്ള പ്രസിദ്ധ നിർവ്വചനമാണിത്. കലാ എന്നാൽ ക്ഷണാംശം. ലീ എന്നതിന് ഒട്ടിച്ചേരുക എന്നർത്ഥം. അതായത് കലകളെ സംശ്ലേഷിപ്പിക്കുകയാൽ കാലം. 'കാലയതിഭൂതാനിഇതികാല'-പ്രാണികളെ കാലനം ചെയ്യുന്നതിനാൽ-പിൻതുടരുന്നതിനാൽ-കാലം എന്നും 'കാലഃ കാലയതേഃ ഗതി കർമ്മണഃ-'പോകുന്നത് കാലം-എന്നും നിരുക്തം കാലത്തെ വിശേഷിപ്പിക്കുന്നു.

ഭാരതീയാചാര്യന്മാർ കാലത്തെപ്പറ്റി എത്ര സൂക്ഷ്മമായാണ് ചിന്തിച്ചതെന്ന് അറിയാൻ സമയത്തെപ്പറ്റി നൽകിയ ഈ അളവ് ശ്രദ്ധിക്കുക.

2 പരമാണു	=	1 ദ്വണുകം
3 ദ്വണുകം	=	1 ത്രുടി (ത്ര്യണുകം)
100 ത്രുടി	=	1 താല്പര്യം (ലവം)
30 താല്പര്യം	=	1 നിമിഷം
18 നിമിഷം	=	1 കാഷ്ഠ
30 കാഷ്ഠ	=	1 കല
30 കല	=	1 ക്ഷണം
12 ക്ഷണം	=	1 മുഹൂർത്തം
30 മുഹൂർത്തം	=	1 അഹോരാത്രം

ഇത്രയും സൂക്ഷ്മമായി കാലവിഭജനം നടത്തിയ ഗണിതാചാര്യന്മാരുടെ കാലബോധം ഭൂതം, വർത്തമാനം, ഭാവി എന്നീ കാലസങ്കല്പങ്ങളിലാണ് നില്ക്കുന്നത്.

30 മുഹൂർത്തമാണ് രാവും പകലും ഉൾപ്പെടുന്ന അഹോരാത്രത്തിന്റേത്. പുതിയ സമയഅളവനുസരിച്ച് ഇരുപത്തിനാല് മണിക്കൂർ. ഭാരതീയ ജ്യോതിശാസ്ത്രത്തിലെ മുഖ്യഭാഗമാണ് ബൃഹജ്ജാതകം എന്നറിയപ്പെടുന്ന ഹോരാശാസ്ത്രം. അഹോരാത്രം എന്നതിലെ ആദ്യാക്ഷരവും അന്ത്യാക്ഷരവും വിട്ടുകളഞ്ഞതാണ് ഹോര എന്ന പദം. ജ്യോതിഷത്തിലെ ലഗ്നം, രാശ്യർദ്ധം, മണിക്കൂർ എന്നൊക്കെയാണ് ഹോരക്ക് പ്രയോഗത്തിലുള്ള അർത്ഥങ്ങൾ.

കാലഗണനയുമായി ജ്യോതിശാസ്ത്രത്തിനുള്ള ബന്ധത്തെപ്പറ്റി പൂർണ്ണമായ വ്യക്തതയുണ്ടാകണമെങ്കിൽ അഹോരാത്രത്തിനു ശേഷം മഹാകല്പം വരെയുള്ള കാലയളവുകൾ കൂടി കാണുക.

30 അഹോരാത്രം	=	1 മാസം
2 മാസം	=	1 ഋതു
3 ഋതു	=	1 അയനം
2 അയനം (6 ഋതു)	=	1 മനുഷ്യവർഷം
360 മനുഷ്യവർഷം	=	1 ദേവവർഷം
12000 ദേവവർഷം	=	1 മഹായുഗം
1000 മഹായുഗം	=	1 കല്പം
2 കല്പം	=	1 ബ്രഹ്മദിവസം
30 ബ്രഹ്മദിവസം	=	1 ബ്രഹ്മമാസം
12 ബ്രഹ്മമാസം	=	1 ബ്രഹ്മവർഷം
100 ബ്രഹ്മവർഷം	=	1 മഹാകല്പം

മഹാകല്പമെന്നത് മഹാപ്രളയമാണ്. അപ്പോൾ ബ്രഹ്മാവുൾപ്പെടെ എല്ലാം നശിക്കുന്നു. ഒരു കല്പം എന്നു പറയുന്നത് ബ്രഹ്മാവിന്റെ ഒരു പകലാണ്. പകലിന് ഉദയകല്പമെന്നും രാത്രിക്ക് ക്ഷയകല്പമെന്നും പറയുന്നു. ഇതു രണ്ടും ചേരുമ്പോൾ ഒരു ബ്രഹ്മദിവസമായി. ഇതിനെയാണ് കല്പാന്തം എന്നു പറയുന്നത്. ഒരു ബ്രഹ്മദിനം കഴിഞ്ഞ് മറ്റൊന്ന് ഉദിക്കുന്നു.

ബ്രഹ്മംസങ്കല്പത്തിന് അതീതമായ ഒരു വിഷയമെന്ന നിലയിലാണ് ഭാരതീയതത്വശാസ്ത്രം വ്യാഖ്യാനിക്കാറുള്ളത്. അത് സംഖ്യയാവാം, ഈ ലോകത്തിന്റെയും പ്രപഞ്ചത്തിന്റെയും വലുപ്പമാകാം. സർവ്വസൃഷ്ടിയുടെയും ആദികാരണമാവാം, ആദ്ധ്യാത്മികവിഷയത്തിൽ പരമാത്മാവാകാം.

'അഹംബ്രഹ്മാസ്മി:' എന്ന മഹാവാക്യത്തിലൂടെ ഉപനിഷത്ദർശനം ഈ ലോകത്തിന്റെ പൂർണ്ണാവസ്ഥയിൽ ഒരംശമാണ് താനെന്ന ബോധം എല്ലാവരുടെയും ഉള്ളിലുണ്ടാവണമെന്ന് ധ്വനിപ്പിക്കുന്നു. ഞാൻ ബ്രഹ്മമാണ് എന്നു മാത്രമല്ല തത്വമസി എന്നുകൂടി ഉപനിഷത്ത് പറഞ്ഞിട്ടുണ്ട്. അതു നീതന്നെയെന്ന് ഓർമ്മിപ്പിക്കുന്നു. ഇവിടെയാണ് ഭാരതം ലോകത്തിനു മുന്നിൽ സമർപ്പിച്ച അദ്വൈതം-രണ്ടല്ല എന്നോ രണ്ടില്ല ഒന്നു മാത്രമേയുള്ളൂ എന്നോ അർത്ഥം വിശദീകരിക്കാവുന്ന മഹാതത്വം ഓർമ്മിക്കേണ്ടത്.

കാലപരിമാണത്തിന്റെ അനന്തസംഖ്യകൾക്കിടയിൽ ബ്രഹ്മം ഓർമ്മിക്കപ്പെടുന്നത് ഞാൻ ഈ ബ്രഹ്മത്തിന്റെ ഭാഗമാണ് എന്നു സങ്കല്പിക്കുന്ന മനുഷ്യന്റെ ചിന്തയിൽ കാലബോധമുണർത്തുന്നതിനാണ്. ഇവിടെയാണ് ജ്യോതിശാസ്ത്രം ഒരു പ്രായോഗിക ജീവിതശാസ്ത്രമായിത്തീരുന്നത്.

ജ്യോതിഷം കാലഗണനയുടെ ശാസ്ത്രമാണ്. കാലം ഗ്രഹങ്ങളുമായി ബന്ധപ്പെട്ട കാര്യമാണ്. ഭൂമിയുടെ സ്വയം ഭ്രമണവും സൂര്യനെ പ്രത്യേക സഞ്ചാരപഥത്തിലൂടെ ചുറ്റിത്തിരിഞ്ഞു കൊണ്ടിരിക്കുന്നതും ചന്ദ്രനും മറ്റു ഗ്രഹങ്ങളും ഭൂമിയിൽ ചെലുത്തുന്ന സ്വാധീനവുമൊക്കെയാണ് കാലഭേദത്തിനു കാരണമാവുന്നത്.

ഭാരതീയർ മൂന്നു തരത്തിലാണ് കാലഗണന നടത്തിയിട്ടുള്ളത്. സൂര്യനെ അടിസ്ഥാനമാക്കി സൗരം, ചന്ദ്രനെ അടിസ്ഥാനമാക്കി ചാന്ദ്രം, നക്ഷത്രത്തെ അടിസ്ഥാനമാക്കി നക്ഷത്രം എന്നിങ്ങനെയാണ് അവ പറഞ്ഞു വരുന്നത്.

'ദിവ്യതേജഃ ഇതിദിവസഃ' പ്രകാശിക്കുന്നതു കൊണ്ട് ദിവസം എന്നാണ് നിരുക്തം. പകലിനെ വിശേഷിപ്പിക്കാൻ ഉപയോഗിച്ചിരുന്ന ദിവസം എന്ന പദംതന്നെ ഒരു നാളിനെ വേർതിരിച്ചു പറയാനും പ്രയോജനപ്പെടുത്തി. രാവും പകലും ഉൾപ്പെടുന്നതാണ് ദിവസം.

സൂര്യനെപ്പോലെത്തന്നെ പ്രാധാന്യമർഹിക്കക്കുന്നതാണ് രാത്രിയിൽ പ്രത്യക്ഷപ്പെടുന്ന ചന്ദ്രൻ. വൃദ്ധിക്ഷയങ്ങളോടെയാണെങ്കിലും നിശ്ചിത ഇടവേളകളിൽ പൂർണ്ണരൂപത്തിൽ കാണപ്പെടുന്ന ചന്ദ്രനെയും കാലഗണനയ്ക്ക് ആധാരമായി കരുതി. ചന്ദ്രനോടൊപ്പം തന്നെ ആകാശത്തിൽ കണ്ടുവന്നിരുന്നതും ചന്ദ്രനില്ലാത്ത രാത്രികളിൽ പൂർണ്ണവ്യക്തതയോടെ തിളങ്ങിയിരുന്നവയുമായ നക്ഷത്രങ്ങളും അവയുടെ ആവർത്തന ദർശനത്തിലൂടെ കൃത്യത പാലിക്കുന്നുണ്ടെന്നറിഞ്ഞു.

ഭാരതീയാചാര്യന്മാർ വ്യത്യസ്തദേശങ്ങളിലും കാലങ്ങളിലും ആവിഷ്കരിച്ച കാലഗണനാസിദ്ധാന്തങ്ങളാണ് സൗരം, ചാന്ദ്രം, നക്ഷത്രം എന്നിവ. എന്നാൽ ഇന്ന് പ്രായോഗിക ജീവിതരംഗങ്ങളിൽ സൗരദിനമാണ് സ്വീകരിക്കുന്നത്. മതപരമായ ചടങ്ങുകളിൽ ചാന്ദ്രദിനമാണ് പരിഗണിക്കുന്നത്.

നക്ഷത്രപോലെ തന്നെ ഭാരതത്തിൽ സ്വീകാര്യത കുറഞ്ഞുപോയ രണ്ടുതരം ദിനമാനരീതികളാണ് സാവനം, ബാഹർസ്പത്യം എന്നിവ.

രാവ്, പകൽ, ദിവസം, പക്ഷം, മാസം, ഋതു, അയനം, വർഷം എന്നിങ്ങനെയാണ് പ്രത്യക്ഷത്തിൽ കാലഭേദം അനുഭവപ്പെടുന്നത്. ഇവിടെ സമയത്തിന്റെ സൂക്ഷ്മാംശങ്ങളോ ഗണിതക്രിയകളോ ഒന്നുമില്ല. സൂര്യൻ

ഉദിക്കുമ്പോൾ പകലാവുന്നു. അസ്തമിക്കുമ്പോൾ രാത്രിയാവുന്നു. ഇതിന്റെ ആവർത്തനത്തിലുള്ള പ്രാഥമികശ്രദ്ധയാണ് ദിനബോധത്തിനു കാരണം. പൂർണ്ണചന്ദ്രനെ കാണുന്നു. പിന്നെ വലുപ്പം തോന്നിച്ചുകൊണ്ടു തന്നെ അല്പാല്പം മാഞ്ഞുമാഞ്ഞ് തീരെയില്ലാതാവുന്നു. ശ്രദ്ധയോടെ ഇതു വീക്ഷിച്ചവർക്ക് ഇവിടെയും പാക്ഷിക ആവർത്തനം ബോധ്യപ്പെട്ടു. ഒരു പൗർണ്ണമിയും ഒരു അമാവാസിയും ചേർന്നത് ഒരു മാസം.

ആകാശത്ത് സൂര്യന്റെ സഞ്ചാരദിശ ശ്രദ്ധിച്ചവരും ഒരു കാര്യം മനസ്സിലാക്കി. നട്ടുച്ചനേരത്ത് തലക്കു മുകളിൽ കാണപ്പെട്ട സൂര്യന്റെ സഞ്ചാരം എല്ലാ ദിവസവും ഉദയസമയത്ത് കിഴക്കു നിന്നും തുടങ്ങി പടിഞ്ഞാറെത്തി അസ്തമിക്കുന്നു. എന്നാൽ ചില കാലങ്ങളിൽ സൂര്യൻ ഒരു വശത്തേക്കു നീങ്ങിയാണ് സഞ്ചരിക്കുന്നത്. പിന്നീട് വിപരീതവശത്തേക്കു നീങ്ങിയും സഞ്ചരിക്കുന്നു. ഈ ദിശാമാറ്റത്തിനനുസരിച്ച് പകൽ കൂടുകയും കുറയുകയും ചെയ്യുന്നു. കാലാവസ്ഥയിലും വ്യത്യാസങ്ങളുണ്ടാവുന്നു. ഇതിനെയാണ് ഋതു എന്നു പറഞ്ഞത്. സൂര്യന്റെ അയനഭേദങ്ങളെ നിരീക്ഷിച്ചവർക്ക് ഉത്തരായനവും ദക്ഷിണായനവും വേർതിരിച്ചു കാണാൻ കഴിഞ്ഞു. ഒരു വർഷത്തിൽ രണ്ട് അയനങ്ങൾ.

മനുഷ്യൻ സമയബോധത്തിന്റെ സൂക്ഷ്മതലങ്ങളിലെത്തിയത് അനുഭവവിശകലനത്തിന്റെയും സൂക്ഷ്മനിരീക്ഷണത്തിന്റെയും പാഠങ്ങൾ തലമുറകളിലൂടെ കൈമാറിയിട്ടാണ്. നഗ്നനേത്രങ്ങൾ കൊണ്ട് ആകാശത്തു ചരിക്കുന്ന നക്ഷത്രങ്ങളെയും ഗ്രഹങ്ങളെയും നോക്കിയാണ് സമയത്തെ കീഴടക്കിയത്.

ഒരു മഹായുഗത്തിൽ ഗ്രഹങ്ങൾ പൂർത്തിയാക്കുന്ന പരിക്രമണങ്ങളുടെ എണ്ണം.

ഗ്രഹം	പരിക്രമണങ്ങളുടെ എണ്ണം
സൂര്യൻ	43,20,000
ചന്ദ്രൻ	5,77,53,336
ചൊവ്വ	22,96,824
ബുധൻ	1,79,37,000
വ്യാഴം	3,64,220
ശുക്രൻ	70,22,388
ശനി	1,46,564 (മഹാഭാസ്കരീയം)

43,20,000 വർഷമാണ് ഒരു മഹായുഗം. 10,80,000 വർഷങ്ങൾ വീതമുള്ള 4 യുഗങ്ങൾ ചേർന്നതാണ് ഒരു മഹായുഗം.

ആധുനികസൂര്യസിദ്ധാന്തത്തിൽ മഹായുഗത്തെ നാലു യുഗങ്ങളാക്കി

വിഭജിച്ചിരിക്കുന്നത് 4:3:2:1 എന്ന നിലയിലാണ്. ഇതനുസരിച്ച് കൃതയുഗം 12,96,000 വർഷവും ദ്വാപരയുഗം 8,64,000 വർഷവും കലിയുഗം 4,32,000 വർഷവുമാണ്.

കലിയുഗം ആരംഭിച്ചത് ക്യ മു 3102 ഫിബ്രവരി 18 വെള്ളിയാഴ്ചയാണെന്ന് കണക്കാക്കിയിരിക്കുന്നു.

കാല(സമയ)ഗണന മറ്റൊരു പട്ടിക

രണ്ടു താമരയിലകൾ ചേർത്തുവെച്ച് അതിൽ ഒരു നേർത്ത സൂചി കുത്തിക്കയറ്റുമ്പോൾ അതു തുളച്ചു കടക്കാൻ വേണ്ട സമയമാണ് അല്പകാലം.

30 അല്പകാലം	= 1 തുടി
30 തുടി	= 1 കല
30 കല	= 1 മാത്ര
4 മാത്ര	= 1 ഗുർവക്ഷരം
10 ഗുർവക്ഷരം	= 1 വീർപ്പ്
6 വീർപ്പ്	= 1 വിനാഴിക
60 വിനാഴിക	= 1 നാഴിക(21/2 വിനാഴിക 1 മിനുട്ട്)
60 നാഴിക	= 1 ദിവസം(21/2 നാഴിക 1 മണിക്കൂർ)

കണ്ണ് ഒന്നു തുറന്ന് അടയാൻ വേണ്ട ഏറ്റവും ചുരുങ്ങിയ സമയമാണ് കാഷ്ഠം. ഇമച്ചു മിഴികൂടിയ കാലം കാലഗണനപ്പട്ടിക മറ്റൊരു തരത്തിലുള്ളത് കാണുക.

30 കാഷ്ഠം	= 1 കല
30 കല	= 1 മുഹൂർത്തം
30 മുഹൂർത്തം	= 1 ദിവസം
15 ദിവസം	= 1 പക്ഷം
2 പക്ഷം	= 1 മാസം
2 മാസം	= 1 ഋതു
3 ഋതു	= 1 അയനം
2 അയനം	= 1 വർഷം

ആഴ്ചയുടെ പേരുകളായി അറിയപ്പെടുന്നത് ഗ്രഹനാമങ്ങളാണ്. ഞായർ(സൂര്യൻ), തിങ്കൾ(ചന്ദ്രൻ), ചൊവ്വ(കുജൻ), ബുധൻ, വ്യാഴം(ഗുരു), വെള്ളി(ശുക്രൻ), ശനി എന്നിവ. ഇന്ന് സർവ്വസാധാരണമായി ഉപയോ

ഗിക്കുന്ന ആഴ്ചപ്പേരുകൾ പ്രാചീനഭാരതീയർ ഉപയോഗിച്ചിരുന്നില്ല. ദിവസങ്ങളെ സൂചിപ്പിക്കാൻ ചന്ദ്രനുമായി ബന്ധപ്പെടുത്തി ശുക്ലപക്ഷത്തെയും കൃഷ്ണപക്ഷത്തെയും തിഥികളാണ് പറഞ്ഞിരുന്നത്. ശുക്ല ത്രിതീയ കൃഷ്ണചതുർത്ഥി, എന്നു പറഞ്ഞാൽ അത് ആഴ്ചപ്പേരുകളുടെയും ദിവസത്തിന്റെയും സൂചനയായി കണക്കാക്കുന്നു. ബാബിലോണിയയിലെ കാൽദിയയിലാണ് ഗ്രഹനാമങ്ങൾ ആദ്യമായും ആഴ്ചപ്പേരുകളായി സ്വീകരിക്കപ്പെട്ടത് എന്നാണ് ഒരു വാദം. എന്നാൽ ഭാരതീയ ജ്യോതിശാസ്ത്രം ഇത് പൂർണ്ണമായും അംഗീകരിക്കുന്നില്ല. മാത്രമല്ല തിഥി നാമങ്ങളിലൂടെയുള്ള ദിനസൂചനയാണ് കുറേക്കൂടി ശാസ്ത്രീയവും കൃത്യവും കാലബന്ധമുള്ളതുമെന്ന കാര്യം ശാസ്ത്രലോകം അംഗീകരിച്ചിട്ടുണ്ട്.

ഏഴ് ദിവസങ്ങളുള്ള ആഴ്ചകൾ എന്ന സങ്കല്പത്തിനു കാരണം കണ്ണുകൊണ്ടു കാണാവുന്ന ഏഴു ഗ്രഹങ്ങൾ ഓരോ ദിവസത്തെയും ആളുന്നു-നിയന്ത്രിക്കുന്നു-എന്ന ചിന്തയാണ്.

ജ്യോതിഷകാലനിർണ്ണയം

ജ്യോതിഷസംബന്ധമായ കാലനിർണ്ണയത്തിന് മറ്റൊരു രീതിയാണ് സ്വീകരിച്ചിട്ടുള്ളത്.

ക്ഷേത്രപരിമാണം

60 തല്പര	1 വികല (ഒരു മിലി)
60 മിലി	1 കല (ഒരു ഇലി)
60 ഇലി	1 ഭാഗ (ഒരു ഡിഗ്രി)
30 ഭാഗ	1 രാശി
12 രാശി	1 രാശിചക്രം (ഗണം 360 ഡിഗ്രി)

സമയപരിമാണം

60 ഗുർവക്ഷരം	1 വിനാഴിക
21/2 വിനാഴിക	1 മിനുട്ട്
60 വിനാഴിക	1 നാഴിക
21/2 നാഴിക	1 മണിക്കൂർ
60 നാഴിക	1 ദിവസം
24 മണിക്കൂർ	1 ദിവസം
24 മിനുട്ട്	1 നാഴിക

(വിഷ്ണുഭാഗവത തൃതീയസ്കന്ധം ഭാരതത്തിലെ കാലഗണനാ പട്ടികയെപ്പറ്റി പറയുന്നന്നുണ്ട്)

ഗ്രിഗോറിയൻ (ഇംഗ്ലീഷ്) വർഷത്തിൽ നിന്ന് 825 കുറച്ചാൽ കൊല്ല വർഷം കിട്ടും. നിലവിലുള്ള കൊല്ലവർഷസംഖ്യയോടൊപ്പം 825 കൂട്ടിയാൽ ക്രിസ്തുവർഷവും 747 കൂട്ടിയാൽ ശതാബ്ദവും 3926 കൂട്ടിയാൽ കലിവർഷവും കിട്ടും.

വൽസരങ്ങൾ അഞ്ചു തരത്തിൽ

സൗരവർഷം	365 1/4 ദിവസം
ചാന്ദ്രവർഷം	354 ദിവസം
നാക്ഷത്രവർഷം	324 ദിവസം
സാവനവർഷം	360 ദിവസം
ബാർഹസ്പത്യം	361 ദിവസം

സൗരവർഷമാണ് സാധാരണയായി ഉപയോഗിക്കുന്നത്.

യുഗപരിധി

4,32000 വർഷം	കലിയുഗം
8,64000 വർഷം	ദ്വാപരയുഗം
1296000 വർഷം	ത്രേതായുഗം
1728000 വർഷം	കൃതയുഗം
4320000 വർഷം	1 ചതുർയുഗം
71 ചതുർയുഗം	1 മന്വന്തരം
(306720000 വർഷം	1 മന്വന്തരം)
14 മന്വന്തരം	1 കല്പം

കൃതയുഗവും ത്രേതായുഗവും ദ്വാപരയുഗവും കഴിഞ്ഞ് കലിയുഗമാണിത്. ഇപ്പോൾ കലിയുഗത്തിൽ 5000- ത്തിലധികം വർഷങ്ങൾ കഴിഞ്ഞിരിക്കുന്നു.

ഗ്രഹഫലങ്ങൾ

ജനനം മുതൽ ഒരു വ്യക്തിയെന്ന നിലയിൽ ഒരാളുടെ സ്വഭാവം, ശരീരപ്രകൃതി, ബുദ്ധിശക്തി, മാതൃപിതൃസഖ്യങ്ങൾ, സഹോദരബന്ധങ്ങൾ, കർമ്മതാല്പര്യങ്ങൾ, ധർമ്മബോധം തുടങ്ങി ജീവിതത്തിന്റെ സമസ്ത മേഖലകളെയും ബന്ധങ്ങളെയും പറ്റി ജ്യോതിഷം ആലോചിക്കുന്നു. ഗ്രഹങ്ങളുടെ അവസ്ഥാഭേദങ്ങളും സഞ്ചാരവുമാണ് ഇതറിയുന്നതിനുള്ള ഉപാധിയായി ജ്യോതിഷം മുന്നോട്ടു വെക്കുന്നത്.

ജ്യോതിഷത്തിൽ ഭാവത്തെ പുഷ്ടിപ്പെടുത്തുന്ന ഗ്രഹസ്വാധീനത്തെയാണ് കാരകത്വം എന്നു പറയുക. ജ്യോതിഷം അംഗീകരിച്ചിട്ടുള്ള സൂര്യൻ, ചന്ദ്രൻ, കുജൻ, ബുധൻ, വ്യാഴം, ശുക്രൻ, ശനി, രാഹു, കേതു എന്നീ ഒമ്പതു ഗ്രഹങ്ങൾ പുറപ്പെടുവിക്കുന്ന സ്പന്ദങ്ങളും ചൈതന്യങ്ങളും ആകർഷണവികർഷണങ്ങളും ഉൾപ്പെടെയുള്ള ശക്തികൾ പരസ്പരം സ്വാധീനിക്കുന്നു. ഭൂമിയിൽ ജീവിക്കുന്ന എല്ലാ ജീവികളിലും ഈ ഗ്രഹബലങ്ങൾ ബാധകമാണെങ്കിലും ത്രികാലബോധവും ചിന്തയും വിവേകവും, ഗുണദോഷനിരൂപണത്തിന്റെ അടിസ്ഥാനത്തിൽ പുതിയ കർമ്മപദ്ധതികളും മാർഗ്ഗങ്ങളും ആവിഷ്കരിക്കാനും കണ്ടെത്താനുമുള്ള വിശേഷബുദ്ധിയും മനുഷ്യനു മാത്രമേയുള്ളൂ. അതുകൊണ്ടാണ് മനുഷ്യൻ ഗ്രഹങ്ങളെ അടിസ്ഥാനമാക്കി ഫലഭാഗചിന്ത വികസിപ്പിച്ചത്.

ഗ്രഹങ്ങളുമായി ബന്ധപ്പെടുത്തി ദിക്കുകളെപ്പറ്റി പറഞ്ഞിട്ടുണ്ട്. സൂര്യൻ-കിഴക്ക്, ശുക്രൻ-തെക്കു കിഴക്ക്, കുജൻ-തെക്ക്, രാഹു-തെക്കു പടിഞ്ഞാറ്, ശനി-പടിഞ്ഞാറ്, ചന്ദ്രൻ-വടക്കു പടിഞ്ഞാറ്, ബുധൻ-വടക്ക്, വ്യാഴം-വടക്കു കിഴക്ക് എന്നിങ്ങനെയാണ് ദിക്കുകൾ സങ്കല്പിച്ചിട്ടുള്ളത്.

ജീവിതത്തിലെ പ്രധാന കാര്യങ്ങൾക്ക് ഗ്രഹങ്ങളുടെ സ്വാധീനമുള്ള ദിക്കുകളെ ആശ്രയിക്കാവുന്നതാണ്. അനുകൂല ദിക്കുകളിലുള്ള താമസസ്ഥലം, ജോലിസ്ഥലം, ബന്ധുത്വം, കന്യകാസ്വീകരണം, സഞ്ചാരം തുടങ്ങിയ അനേകകാര്യങ്ങൾക്ക് ഗുണാനുഭവം ഉണ്ടാകാൻ അനുകൂല ദിക്കുകൾ സഹായിക്കും എന്നാണ് ആചാര്യന്മാർ പറഞ്ഞിട്ടുള്ളത്.

ഗ്രഹങ്ങളും ഫലങ്ങളും

ഗ്രഹങ്ങളുടെ ബലം, അനുകൂലസ്ഥിതി എന്നിവക്കനുസരിച്ച് ഗുണ ഫലങ്ങൾ ലഭിക്കും. ബലക്കുറവിനനുസരിച്ച് ദോഷഫലങ്ങൾ ഉണ്ടാവാനും ഇടയുണ്ട്. എന്നാൽ മറ്റു ഗ്രഹങ്ങളുടെ അനുകൂലദൃഷ്ടിയുണ്ടായാൽ ദോഷങ്ങൾ അതുവഴി പരിഹരിക്കപ്പെടും. ഗ്രഹങ്ങളുടെ ദൃഷ്ടി എന്നു പറയുന്നത് ഈ അനുഭവത്തെയാണ്.

ഗ്രഹങ്ങളുടെ പ്രകൃതിയും സ്വഭാവവും പരിഗണിച്ചു വേണം വ്യക്തികളുടെ ഗുണദോഷനിരൂപണം നടത്താൻ എന്നുള്ളത് ജാതകചിന്തയിലെ പ്രാഥമിക പരിഗണനാവിഷയമാണ്. അതിനാൽ ഗ്രഹങ്ങളുടെ വിശേഷങ്ങൾ എന്തെന്ന് അറിയുക.

സൂര്യൻ

സൂര്യന് പ്രാബല്യമുള്ളപ്പോൾ ജനിച്ചവർക്ക് വലിയ നെറ്റി, അല്പം കഷണ്ടി, ചുരുണ്ട് ഉള്ളു കുറഞ്ഞ തലമുടി, സാമാന്യം വെളുത്ത നിറം എന്നിവയാണ് ലക്ഷണം. നേതൃപാടവവും ആജ്ഞാശക്തിയും ഭരണശേഷിയും ഉണ്ടായിരിക്കും. ബുദ്ധിസാമർത്ഥ്യവും പ്രത്യുല്പന്നമതിത്വവുമുള്ള ഇവരുടെ മുഖം ഗൗരവപൂർണ്ണമായിരിക്കും. എന്നാൽ തങ്ങളെ ആശ്രയിക്കുന്നവരെയും അവശരെയും സഹായിക്കുന്നവരുമാണ്. ആരോഗ്യമുള്ള ശരീരമാണെങ്കിലും അധികം പൊക്കമുണ്ടാവുകയില്ല. നിറമുള്ള വസ്ത്രങ്ങളോട് താല്പര്യമുള്ള ഇവർ സദാ ഉത്സാഹികളായിരിക്കും.

ചന്ദ്രൻ

മനുഷ്യരുടെ സ്വഭാവത്തിൽ ചന്ദ്രൻ ഗണ്യമായ സ്വാധീനം ചെലുത്തുന്നുണ്ടെന്ന് ആധുനിക ഗവേഷണ പഠനങ്ങൾ വ്യക്തമാക്കുന്നു. നല്ല നിലാവുള്ള രാത്രികളിൽ മനുഷ്യമനസ്സിനെ ഇളക്കാനുള്ള ശക്തി ചന്ദ്രനുണ്ടത്രേ. നിലാവ് മറ്റു ജീവജാലങ്ങളിലും ഉത്സാഹമുണ്ടാക്കുന്നതായി കണ്ടെത്തിയിട്ടുണ്ട്. ഇവർ തീരുമാനങ്ങൾ ഇടയ്ക്കിടെ മാറ്റിക്കൊണ്ടിരിക്കും. അധികം തടിക്കാത്തതെങ്കിലും ആരോഗ്യമുള്ള ശരീരം, നല്ല ഉയരം, വെളുപ്പു നിറം, നീണ്ട മുഖം എന്നിവയാണ് ലക്ഷണം.

അറിവു നേടി ലോകപരിചയം ആർജ്ജിച്ചിട്ടുണ്ടെങ്കിലും ലജ്ജാശീലരായിരിക്കും. സുഖജീവിതത്തിലും വ്യക്തിപരമായ താല്പര്യസംരക്ഷണത്തിലും, പല നിറങ്ങളിലുള്ള വസ്ത്രധാരണത്തിലും ശ്രദ്ധിക്കുന്നു. സഹായം ആവശ്യമുള്ളവരോടും സമൂഹത്തിലെ ഗുരുജനങ്ങളോടും ദയയും സ്നേഹവും ആദരവും കാണിക്കും.

ചൊവ്വ (കുജൻ)

ചുകപ്പു നിറമുള്ളതു കൊണ്ടാണ് കുജനെ ചൊവ്വ എന്നു പറയുന്നത്. കർക്കശസ്വഭാവക്കാരനാണ്. ആർക്കും കീഴടങ്ങുന്നവനല്ല. മത്സരങ്ങളിൽ വിജയപ്രതീക്ഷയോടെ പിന്മാറാതെ നിൽക്കുകയും വീണ്ടു ശ്രമിച്ചു കൊണ്ടിരിക്കുകയും ചെയ്യും. ഉത്സാഹശീലവും അധ്വാനസന്നദ്ധതയും ഉണ്ടാകും. നേതൃത്വപരമായ ശേഷിയുള്ളതിനാൽ ആളുകളെ സംഘടിപ്പിക്കാനും അവരെ നയിക്കാനും കഴിയും. പെട്ടെന്നു കോപിക്കുന്ന സ്വഭാവമായതിനാൽ മുൻപിൻ നോക്കാതെ സാഹസങ്ങൾ പ്രവർത്തിക്കും. പിന്നീട് അതേപ്പറ്റി ഓർത്ത് പശ്ചാത്തപിക്കും. പെട്ടെന്ന് തീരുമാനങ്ങളെടുക്കുകയും അത് നടപ്പാക്കുകയും ചെയ്യുന്നു. കർമ്മധീരത എല്ലാ രംഗങ്ങളിലും കാണിക്കും. എന്നാൽ ശത്രുക്കളോട് ക്ഷമിക്കാൻ കഴിയില്ല. യുവത്വത്തിന്റെ ഉത്സാഹം എന്നും നിലനിർത്തുന്നവൻ, ആയുധങ്ങൾ ഉപയോഗിക്കാൻ കഴിവും അറിവുമുള്ളവൻ എന്നീ നിലകളിലും ശ്രദ്ധിക്കപ്പെടുന്നു. തീക്ഷ്ണമായ നോട്ടവും ഗൗരവഭാവവുമുള്ള മിതഭാഷിയായിരിക്കും.

ബുധൻ

അധികം ഉയരമില്ലാത്ത ഉറച്ച ശരീരം. ഇരുനിറം. പൂർണ്ണതയും അഴകുമുള്ള ശാരീരികാവയവങ്ങൾ, സുന്ദരമായ കണ്ണുകൾ, പ്രസരിപ്പും അതേ അവസരം സൗമ്യതയും തോന്നിക്കുന്ന ഭാവം. കൂടുതൽ അറിവു നേടാൻ യത്നിക്കുകയും എല്ലാറ്റിനെപ്പറ്റിയും യുക്തിയുക്തമായി ചിന്തിക്കുകയും ചെയ്യും. ധീരമായി അഭിപ്രായപ്രകടനം നടത്തും. കലാവാസനയുണ്ടാകും. കാര്യങ്ങൾ മറ്റുള്ളവരെക്കൂടി അറിയിക്കാൻ താല്പര്യവും കഴിവുമുള്ള ഇവർ ജീവിതത്തിലും തൊഴിലിലും അതിനു സാധ്യതയുള്ള രംഗങ്ങൾ തിരഞ്ഞെടുക്കുന്നു. സുഖജീവിതത്തിലും അലങ്കാരവസ്തുക്കളിലും പച്ചനിറത്തിലും താല്പര്യം കൂടും.

വ്യാഴം

ഗൗരവസ്വഭാവക്കാരായിരിക്കും. വലിയ നെറ്റിയും തടിച്ച ശരീരവും ഒത്ത പൊക്കവുമുള്ള ഇവർ ഭരണരംഗങ്ങളിൽ ശോഭിക്കുന്നു. ആജ്ഞാശക്തിയുള്ളതിനാൽ മറ്റുള്ളവരെക്കൊണ്ട് കാര്യങ്ങൾ ചെയ്യിക്കാനും പ്രാപ്തരാണ്. യാഥാസ്ഥിതിക മനോഭാവക്കാരായ ഇവർ ആചാരാനുഷ്ഠാനങ്ങൾ അതേപടി നടത്താനാണ് ശ്രമിക്കുക. സത്യസന്ധരും സദാചാരനിഷ്ഠരുമായ ഇവർ മറ്റുള്ളവർക്ക് മാതൃകയും യോഗ്യമായ ഉപദേ

ശങ്ങൾ നൽകാൻ താല്പര്യമുള്ളവരുമാണ്. ആഭരണങ്ങൾ ധരിക്കാനും സമ്പാദിക്കാനും താല്പര്യമുള്ളവരാണ്.നിറത്തിൽ മഞ്ഞയാണ് ഇഷ്ടം. സഞ്ചരിക്കാൻ താല്പര്യം ഏറെയില്ലാത്ത ഇവർ വ്യക്തിപരമായ ശീലങ്ങളിൽ നിർബന്ധബുദ്ധിക്കാരല്ല. സംസാരത്തിൽ മിതത്വവും സംസ്കാരവും സൂക്ഷിക്കുന്നു. പരദ്രോഹത്തെപ്പറ്റി ചിന്തിക്കുകയില്ല.

ശുക്രൻ

ആരോഗ്യമുള്ള ശരീരം. കറുത്തിരുണ്ട തലമുടി. വെളുത്ത നിറമുള്ളതോ ആകർഷകമായ കറുപ്പുനിറമുള്ളതോ ആയ ദേഹം സുന്ദരമായിരിക്കും. ഭൗതികസുഖങ്ങൾ ആവുംവിധം അനുഭവിക്കണമെന്ന ചിന്തയുള്ളതിനാൽ ആസ്വാദ്യമായ എല്ലാറ്റിനോടും അമിത താല്പര്യം കാണിക്കും. കലകളിലും സംഗീതത്തിലും കഴിവുള്ള ഇവർ അത് മറ്റുള്ളവരുടെ മുന്നിൽ അവതരിപ്പിക്കാനും ഉത്സാഹിക്കും. മറ്റുള്ളവരുടെ കാര്യങ്ങളിൽ അനുഭാവപൂർവ്വം ഇടപെടുന്ന ഇവർ അന്യരെ ദ്രോഹിക്കാനോ വിഷമിപ്പിക്കാനോ ശ്രമിക്കുകയില്ല. നിറപ്പകിട്ടുള്ള വസ്ത്രങ്ങൾ, രുചികരമായ ഭക്ഷണം, പൂർണ്ണസൗകര്യമുള്ള ഭവനം ഇവ ഇവർക്ക് ആഹ്ലാദം നൽകുന്നു.

ശനി

മിതമായ തടിയും അല്പം പൊക്കവും ഉള്ള ശരീരം. ഞരമ്പുകൾ കാണത്തക്ക വിധമുള്ള കൈകാലുകൾ. അലസഭാവം നിറഞ്ഞതും കുഴികളിൽ നിൽക്കുന്നതുമായ കണ്ണുകൾ. മാർദ്ദവമില്ലാത്ത തലമുടി. ഏത് ജോലിയും ചെയ്യാൻ സന്നദ്ധരാവുന്ന ഇവർ ത്യാഗശീലരുമാണ്. എന്നാൽ തനിക്ക് ശരിയല്ലെന്ന തോന്നലുണ്ടായാൽ നിർബന്ധബുദ്ധി കാണിക്കും. കർക്കശമായി പെരുമാറുകയും സംസാരിക്കുകയും ചെയ്യും. ദയ, സ്നേഹം എന്നിവ വേണ്ട അവസരത്തിൽ പ്രദർശിപ്പിക്കാത്തതിനാൽ ഒറ്റപ്പെട്ടു നിൽക്കേണ്ടി വരുന്ന ഇവർക്ക് ഇഷ്ടനിറം കറുപ്പാണ്.

സൗരയൂഥത്തിലെ ബുധൻ, ശുക്രൻ, ചൊവ്വ, വ്യാഴം, ശനി എന്നീ ഗ്രഹങ്ങളെപ്പറ്റിയാണ് ഭാരതീയ ജ്യോതിശാസ്ത്രജ്ഞന്മാർ പണ്ടേ പറഞ്ഞിട്ടുള്ളത്. നഗ്നനേത്രങ്ങൾ കൊണ്ട് കാണാൻ കഴിഞ്ഞ ഗ്രഹങ്ങളാണിവ. യുറാനസ്, നെപ്ട്യൂൺ, പ്ലൂട്ടോ എന്നിവയെ ഭൂതക്കണ്ണാടിയുടെ കണ്ടുപിടുത്തത്തിന് ശേഷമാണ് തിരിച്ചറിഞ്ഞത്. എന്നാൽ ഭാരതീയാചാര്യന്മാർ സൂര്യനെയും ചന്ദ്രനെയും ഫലജ്യോതിഷത്തിലെ ഗ്രഹങ്ങളായി കരുതി. ഭൂമിയിൽ ജീവിക്കുന്ന ഏതൊരു മനുഷ്യനും സൂര്യന്റെയും ചന്ദ്രന്റെയും പ്രഭാവം അടുത്തറിയുന്നു.

രാഹു, കേതു എന്നിവയെ തമോഗ്രഹം എന്നാണ് പറയുന്നത്. ഗ്രഹണമുണ്ടാക്കുന്ന ഗ്രഹങ്ങളാണ്. രണ്ടും പാപഗ്രഹങ്ങളുമാണ്. സൂര്യചന്ദ്രന്മാരെ പൂർണ്ണമായോ ഭാഗികമായോ മറയ്ക്കുന്ന ഛായാഗ്രഹങ്ങളെന്ന നിലയിൽ ജ്യോതിഷത്തിൽ ഇവയെപ്പറ്റി വിശദീകരിക്കുന്നു.

രാഹുകേതുക്കളും ഗ്രഹണവും

ഛായാഗ്രഹങ്ങൾ എന്നും പാപഗ്രഹങ്ങൾ എന്നും ജ്യോതിഷത്തിൽ പരാമർശിക്കപ്പെടുന്ന രാഹുകേതുക്കളുടെ സ്ഥാനം ശനിക്കും വ്യാഴത്തിനും മധ്യേയാണ്.

രാഹുകേതുക്കൾ രണ്ടു ഗ്രഹങ്ങൾ എന്ന നിലയിലാണ് പരിഗണിക്കുന്നതെങ്കിലും അവയുടെ സഞ്ചാരപഥങ്ങൾ ഒന്നാണ്. സൂര്യപ്രകാശത്തിൽ അവ പ്രതിഫലനം സൃഷ്ടിക്കുന്നില്ല. ഭൂമിയുടെ ഭ്രമണപഥത്തെയും ചന്ദ്രന്റെ ഭ്രമണപഥത്തെയും തമ്മിൽ ബന്ധപ്പെടുത്തുന്ന രണ്ടു ബിന്ദുക്കളാണ് രാഹുകേതുക്കൾ. വസ്തുതാപരമായി അവ മറ്റു ഗ്രഹങ്ങളെപ്പോലെ പിണ്ഡഗ്രഹമല്ല.

ഗ്രഹണസമയത്താണ് ജ്യോതിശാസ്ത്രജ്ഞന്മാർ ഈ ബിന്ദുക്കളുടെ പ്രഭാവം വിശദീകരിക്കുക. അമാവാസിയിലോ പൗർണ്ണമിയിലോ ഈ ബിന്ദുക്കൾ സൂര്യചന്ദ്രന്മാർ സഞ്ചരിക്കുന്ന സ്ഥാനത്തു വരുമ്പോഴാണ് ഗ്രഹണം സംഭവിക്കുന്നത്. സൂര്യഗ്രഹണത്തിൽ ചന്ദ്രൻ സൂര്യന്റെയും ഭൂമിയുടെയും ഇടയിൽ വരുന്നു. ചന്ദ്രഗ്രഹണത്തിൽ ഭൂമി സൂര്യന്റെയും ചന്ദ്രന്റെയും ഇടയിൽ വരുന്നു. ചന്ദ്രഗ്രഹണസമയം പരമാവധി 104 മിനുട്ട് (1മണിക്കൂർ 44 മിനുട്ട്) വരെയാണ്. ഭൂമിയുടെ നിഴൽ വലുതായതു കൊണ്ടാണ് സമയം കൂടുന്നത്. സൂര്യഗ്രഹണത്തിന്റേത് 7 മിനുട്ട് 31 സെക്കന്റുമാണ്.

പൗർണ്ണമിയിൽ സൂര്യചന്ദ്രന്മാരുടെ സ്ഫുടങ്ങൾ തമ്മിൽ 180 ഡിഗ്രി വ്യത്യാസമുണ്ടായിരിക്കും. സൂര്യനും ചന്ദ്രനും രാഹുകേതുക്കൾക്ക് സമീപം വന്നെങ്കിൽ മാത്രമേ ഭൂമിയുടെ നിഴൽ ചന്ദ്രനിൽ പതിക്കുകയുള്ളൂ. സൂര്യപഥവും ചന്ദ്രപഥവും തമ്മിൽ 5 ഡിഗ്രിയിലധികം ചെരിവുള്ളതിനാൽ സഞ്ചാരത്തിനിടയിൽ നേർരേഖയിൽ വരാൻ സാധാരണനിലയിൽ സാധ്യത കുറവാണ്.

സൂര്യൻ രാഹുവിലും ചന്ദ്രൻ കേതുവിലും ഭൂമി നടുവിലുമായി വരുമ്പോൾ ഭൂമി സൂര്യപ്രകാശം ചന്ദ്രനിലെത്തുന്നത് തടയും. അപ്പോൾ പൗർണ്ണമിനാളിൽ നടക്കുന്ന ഗ്രഹണം ഭൂമിയുടെ നിഴൽ ചന്ദ്രനിൽ പതിക്കുന്നതാണ്. സൂര്യൻ കേതുവിലും ചന്ദ്രൻ രാഹുവിലും എത്തുമ്പോഴേക്കും ഇതുതന്നെ സംഭവിക്കുന്നു.

സൂര്യനും ചന്ദ്രനും ഒരേ സമയം രാഹുവിൽ എത്തുമ്പോൾ സൂര്യന്റെ മുമ്പിൽ ഭൂമിയിൽ നിന്നുള്ള കാഴ്ച മറച്ചു കൊണ്ട് ചന്ദ്രൻ തടസ്സമായി നിൽക്കും. അപ്പോൾ സൂര്യനെ കാണാനാവുകയില്ല. ഇതാണ് സൂര്യഗ്ര ഹണമായി അനുഭവപ്പെടുന്നത്.

ഗ്രഹണങ്ങൾക്ക് കാരണമാകുന്നതു കൊണ്ടാണ് രാഹുകേതുക്കളെ തമോഗ്രഹങ്ങൾ എന്ന് ഭാരതീയ ജ്യോതിഷാചാര്യന്മാരായ ആര്യഭടനും മറ്റും വിശേഷിപ്പിച്ചത്. രാഹുകേതുക്കൾ ഒരു രാശിയിൽ 1½ വർഷം ഉണ്ടാകും. 18.6 വർഷം കൊണ്ടാണ് അവ ഭൂമിയെ ഒരു തവണ ചുറ്റി വരുന്നത്. ഗ്രഹങ്ങളുടെ സഞ്ചാരം പടിഞ്ഞാറു നിന്ന് കിഴക്കോട്ടാണ്. (വക്രഗതി യുള്ളപ്പോൾ ഒഴികെ) രാഹുകേതുക്കൾ എപ്പോഴും ചുറ്റുന്നത് എതിർദി ശയിലാണ്.

ഫലനിർണ്ണയത്തിന് ഗ്രഹങ്ങളെ ആധാരമാക്കിയ ആചാര്യന്മാർ രാഹു കേതുക്കളുടെ സ്വാധീനം കണ്ടറിഞ്ഞാണ് അനുഭവവിശകലനം നടത്തി യിരിക്കുന്നത്. അതുകൊണ്ടാണ് അവയെയും ഫലഭാഗ ജ്യോതിഷത്തിൽ ഗ്രഹങ്ങളെന്ന നിലയിൽ പരിഗണിക്കുന്നത്.

ഗ്രഹങ്ങളും ദേവതമാരും

ഗ്രഹങ്ങളെ ദൈവസങ്കല്പവുമായി കൂട്ടിയിണക്കിയാണ് പറഞ്ഞുവരുന്നത്. ദൈവവിശ്വാസത്തിന്റെയും ആരാധനയുടെയും അനുഷ്ഠാനപരമായ നിലയിൽ എല്ലാ ഗ്രഹങ്ങളെയും ഒരേ നിലയിൽ കാണുന്നില്ല. ലോകത്തിൽ ഏതാണ്ട് എല്ലാ സംസ്കാര ജീവിത മണ്ഡലങ്ങളിലും സൂര്യനെ ദൈവമായി സങ്കല്പിച്ച് ആരാധിക്കുന്നുണ്ട്. ഒപ്പം തന്നെ ചന്ദ്രനെയും വിവിധ ദേശങ്ങളിൽ ഭക്തിപൂർവ്വം ആരാധിക്കുന്നുണ്ട്.

പകലും രാത്രിയും സൂര്യചന്ദ്രന്മാർ മനുഷ്യനെ എത്രത്തോളം സഹായിക്കുന്നുവെന്ന് പ്രത്യേകം വിശദീകരിക്കേണ്ടതില്ല. നിശ്ചിത അളവിലുള്ള ചൂടിന്റെയും സൂര്യപ്രകാശത്തിന്റെയും ദാനമാണ് ഭൂമിയിലെ ജീവപ്രതിഭാസവും അതിന്റെ നിലനില്പുമെന്ന് ഇന്ന് ശാസ്ത്രം വിശദീകരിക്കുന്നു.

മനുഷ്യന്റെ ജീവിതത്തെ അനുഗ്രഹിച്ച എല്ലാ പ്രകൃതിശക്തികളോടും മറ്റൊരു തരത്തിൽ പറഞ്ഞാൽ ഭൂമി, ആകാശം, വെള്ളം, വായു, അഗ്നി എന്നീ പഞ്ചഭൂതങ്ങളോടും മനുഷ്യൻ ആരംഭകാലം മുതൽ ഭക്തിപൂർവ്വമാണ് പെറുമാറിയിട്ടുള്ളത്. ദൈവിശ്വാസത്തിന്റെ തുടക്കമൊണിത്. അതേ ചിന്ത തന്നെയാണ് ഗ്രഹങ്ങളെയും നക്ഷത്രങ്ങളെയും ദേവപദവിയിലേക്കുയർത്താൻ പ്രേരണ നൽകിയത്.

സൂര്യൻ

വേദങ്ങളിലെല്ലാം സൂര്യന് ദേവസ്ഥാനം നൽകിയിട്ടുണ്ട്. വേദാംഗമായ ജ്യോതിശാസ്ത്രവും സൂര്യനെ പ്രധാന ദേവനായി കരുതുന്നു. ഋഗ്വേദത്തിൽ മൂന്നു വിധത്തിലുള്ള അഗ്നികളിൽ ഒന്നാണ് സൂര്യൻ എന്ന് വർണ്ണിച്ചിരിക്കുന്നു. ഇരുളകറ്റി പകലാക്കുന്നതു കൊണ്ട് സവിതാവെന്നും കിരണങ്ങളാൽ പ്രകാശിപ്പിക്കുന്നതു കൊണ്ട് ഭർഗ്ഗൻ എന്നും ഭൂമിയെ പുഷ്ടിപ്പെടുത്തുന്നതിനാൽ പൂഷാവെന്നും രശ്മികളാൽ മൂന്നു ലോകങ്ങളെയും അളക്കുന്നതിനാൽ വിഷ്ണുവെന്നും രാത്രിയിൽ കിരണങ്ങൾ ഒതുക്കി വെക്കുന്നതിനാൽ കേശിയെന്നും ലോകം പുകഴ്ത്തുന്നതിനാൽ

വൈശ്വാനൻ എന്നും ഉജ്ജ്വല പ്രകാശത്താൽ വാനിലേക്ക് കയറിപ്പോകുന്നതിനാൽ വൃഷാകപി എന്നും സൂര്യനെ പ്രകീർത്തിക്കുന്നു.

നീ വിജയിയാണ്, എല്ലാം കാണുന്നവനാണ്, പ്രകാശത്തെ സൃഷ്ടിക്കുന്നവനാണ്, എല്ലാ ലോകങ്ങളെയും പ്രകാശിപ്പിക്കുന്നവനാണ് എന്നാണ് യജുർവ്വേദത്തിലെ സൂര്യവന്ദനം. ആദിത്യന്മാരേ വേദന ഇല്ലാതാക്കുക. വൈരാഗ്യബുദ്ധിയുള്ള ശത്രുക്കളെ ഓടിക്കുക. ദുർബുദ്ധികളെ നശിപ്പിക്കുക. ഞങ്ങളെ ആപത്തുകളിൽ നിന്ന് രക്ഷിക്കുക. സാമവേദത്തിലെ ഒരു മന്ത്രസാരമാണിത്.

സൂര്യവംശരാജാവാണ് ശ്രീരാമൻ. ലോകത്തിന്റെ പലഭാഗങ്ങളിലും സൂര്യനുമായി ബന്ധപ്പെടുത്തി രാജവംശങ്ങളുടെ ഉല്പത്തി കഥകൾ പ്രചാരത്തിലുണ്ട്. സൂര്യനുമായി ബന്ധപ്പെട്ട പുരാണേതിഹാസകഥകൾ എല്ലാ രാജ്യങ്ങളിലും പ്രചാരത്തിലുണ്ട്.

ചന്ദ്രൻ

പാലാഴി മഥനത്തിൽ ലഭിച്ച അനേകം അമൂല്യവസ്തുക്കളിലൊന്നാണ് ചന്ദ്രൻ എന്നാണ് ഒരു കഥ. അത്രിമഹർഷിയുടെ പുത്രനായി അനസൂയയിൽ ജനിച്ച മകനാണ് ചന്ദ്രൻ എന്നും പറഞ്ഞു വരുന്നു. ദേവഗുരുവായ ബൃഹസ്പതിയുടെ ഭാര്യയായ താരാദേവി ചന്ദ്രനെ തേടിപ്പോയി കൂടെ താമസിച്ച കഥ ചന്ദ്രനെ പ്രണയത്തിന്റെ ദേവനാക്കുന്നു.

ദക്ഷപുത്രിമാരായ ഇരുപത്തിഏഴുപേരാണ് ചന്ദ്രന്റെ പത്നിമാരെന്ന് ദേവീഭാഗവതം പറയുന്നു. ഈ ഇരുപത്തിഏഴുപേരാണ് നക്ഷത്രങ്ങളായി അറിയപ്പെടുന്നത്. അശ്വതി മുതൽ രേവതി വരെയുള്ള ഇരുപത്തേഴു ഭാര്യമാരോടൊന്നിച്ച് ചന്ദ്രൻ മഹാമേരുവിനെ പ്രദക്ഷിണം ചെയ്യുന്നുവെന്നാണ് മഹാഭാരതത്തിൽ (വനപർവ്വം 163-33) വർണ്ണിക്കുന്നത്.

ചൊവ്വ (കുജൻ)

ജ്യോതിഷത്തിൽ ഏറെ ചർച്ച ചെയ്യപ്പെടുന്ന ഗ്രഹനാമമാണ് ചൊവ്വ എന്നറിയപ്പെടുന്ന കുജൻ. ദേവഗണത്തിൽ പെട്ട കുജൻ പോരാളിയാണ്. ശക്തിയെന്നാണ് കുജന്റെ ആയുധത്തിന്റെ പേര്. ചൊവ്വ റോമൻ പുരാണത്തിലും യുദ്ധദേവനാണ്. പേര് മാർസ് (Mars)ദേവൻ.

ബുധൻ

ബൃഹസ്പതിയുടെ ഭാര്യ താരാദേവിയിൽ ചന്ദ്രനു ജനിച്ച പുത്രനാണ് ബുധൻ. മകൻ തന്റേതാണെന്ന് ബൃഹസ്പതി അവകാശമുന്നയിച്ചെ

ങ്കിലും താര ചന്ദ്രന്റെ പേരു പറഞ്ഞതിനാൽ തർക്കം ഒഴിവായി. സുദ്യുമ്നൻ എന്ന രാജാവ് സ്ത്രീയായി മാറി കുമാരി വനത്തിൽ വന്നു. ഇള എന്ന പേരോടു കൂടി ജിവിച്ചു. ഇളയോടു പ്രണയം തോന്നിയ ബുധൻ അവളെ ഭാര്യയായി സ്വീകരിച്ചു. ആ ബന്ധത്തിലുണ്ടായ പുത്രനാണ് പുരാണപ്രസിദ്ധനായ പുരൂരവസ്സ്.

ബുധഗ്രഹവുമായി ബന്ധപ്പെടുത്തിയാണ് റോമൻ ദേവനായ മെർക്കുറി (Mercury)യുടെ പേര് പറയാറുള്ളത്. ഈ ദേവനു തുല്യനായി ഗ്രീക്ക് പുരാണത്തിലുള്ളത് ദേവന്മാരുടെ സന്ദേശവാഹകനായ ഹെർമിസാണ്. ബി.സി. 495 നു റോമിൽ മെർക്കുറി ദേവന്റെ ദേവാലയം പണിതു. മാതാവായ മെയ്മാദേവിയോടൊപ്പം മെർക്കുറിയെയും ആരാധിച്ചു വരുന്നു.

മലയാള മാസം	**ചാന്ദ്രമാസം**	**സൗരമാസം**	**ഗ്രിഗോറിയൻ**
മേടം	ചൈത്രം-വൈശാഖം	മധു-മാധവം	ഏപ്രിൽ-മെയ്
ഇടവം	വൈശാഖം-ജ്യേഷ്ഠം	മാധവം-ശുക്രൻ	മെയ്-ജൂൺ
മിഥുനം	ജ്യേഷ്ഠം-ആഷാഢം	ശുക്രൻ-ശുചി	ജൂൺ-ജൂലൈ
കർക്കിടകം	ആഷാഢം-ശ്രാവണം	ശുചി-നഭം	ജൂലൈ-ആഗ
ചിങ്ങം	ശ്രാവണം-ഭദ്രവാദം	നഭം-നഭസ്യം	ആഗ-സപ്തം
കന്നി	ഭദ്രവാദം-അശ്വിനം	നഭസ്യം-ഐഷം	സപ്തം-ഒക്ടോ
തുലാം	അശ്വിനം-കാർത്തിക	ഐഷം-ഊർജ്ജം	ഒക്ടോ-നവം
വൃശ്ചികം	കാർത്തിക-മാർഗ്ഗശീർഷം	ഊർജ്ജം-സഹം	നവം-ഡിസം
ധനു	മാർഗ്ഗശീർഷം-പൗഷം	സഹം-സഹസ്യം	ഡിസം-ജനു
മകരം	പൗഷം-മാഘം	സഹസ്യം-തപം	ജനു-ഫിബ്ര
കുംഭം	മാഘം-ഫാൽഗുനം	തപം-തപസ്യം	ഫിബ്ര-മാർച്ച്
മീനം	ഫാൽഗുനം-ചൈത്രം	തപസ്യം-മധു	മാർച്ച്-ഏപ്രിൽ

ഭാവം

ഉദയം (ലഗ്നം) മുതലുള്ള ഓരോ രാശിക്കും പൊതുവായി പറയുന്ന പേരാണ് ഭാവം. അവസ്ഥ എന്നു സാമാന്യാർത്ഥം. ജനനം മുതൽ മരണം വരെ മനുഷ്യർ അനുഭവിക്കുന്ന ഓരോ വിഷയങ്ങളെയാണ് ജ്യോതിഷം ഭാവങ്ങൾ എന്ന് വ്യവഹരിക്കുന്നത്.

ജാതകത്തിൽ ലഗ്നം മുതൽ അടയാളപ്പെടുത്തിയിട്ടുള്ള ഭാവങ്ങൾ ലഗ്നവുമായി ബന്ധപ്പെടുന്നു. എന്നാൽ ലഗ്നവും ഭാവവും ഒന്നല്ല. ജാതകചിന്തയിൽ ഭാവചക്രം നിർമ്മിക്കുന്നു. ഓരോ ഭാവത്തിന്റെയും സ്ഫുടങ്ങൾ തയ്യാറാക്കുന്നത് ഭാവദൈർഘ്യം 30 ഡിഗ്രി എന്നു കണക്കാക്കിയാണ്.

ഭാവകാരകത്വം

ലഗ്നത്തിനു സൂര്യനും രണ്ടാം ഭാവത്തിനു വ്യാഴവും മൂന്നാം ഭാവത്തിനു കുജനും നാലാം ഭാവത്തിനു ബുധനും ചന്ദ്രനും, അഞ്ചാം ഭാവത്തിനു വ്യാഴവും ആറാം ഭാവത്തിനു ശനിയും കുജനും, ഏഴാം ഭാവത്തിനു ശുക്രനും, എട്ടാം ഭാവത്തിനു ശനിയും, ഒമ്പതാം ഭാവത്തിനു ഗുരുവും (വ്യാഴം) സൂര്യനും, പത്താം ഭാവത്തിനു സൂര്യൻ, ബുധൻ, ശനി ഇവരും, പതിനൊന്നാം ഭാവത്തിനു ഗുരുവും 12-ാം ഭാവത്തിനു ശനിയും കാരകത്വമുള്ളവയാണ്.

ശുഭാശുഭഭാവങ്ങൾ

ഒന്ന്, അഞ്ച്, ഒമ്പത്, എന്നീ ഭാവങ്ങൾ ത്രികോണങ്ങളും ഒന്ന്, നാല്, ഏഴ്, പത്ത് എന്നിവ കേന്ദ്രങ്ങളുമാണ്. ഇവിടെ നിൽക്കുന്ന ഗ്രഹങ്ങൾക്ക് നല്ല ഫലങ്ങളാണ്. മൂന്ന്, ആറ്, പതിനൊന്ന് എന്നിവയും ആറ്, എട്ട്, പന്ത്രണ്ട് എന്നിവയും നന്നല്ല.

ശുഭഗ്രഹങ്ങൾദൃഷ്ടി ചെയ്യുന്ന ഭാവങ്ങളും ആ ഭാവത്തിൽ നിൽക്കുന്ന ഗ്രഹങ്ങളും ഗുണഫലം നൽകും. പാപഗ്രഹങ്ങൾ കഷ്ടാനുഭവങ്ങൾ നൽകും.

ഭാവഫല ചിന്താവിഷയങ്ങൾ

ഒന്നാം ഭാവം- ലഗ്നം, ആത്മസ്ഥാനം

ശരീരഘടന, നിറം, ആകൃതി, ആരോഗ്യം, വലിപ്പം, പൊക്കം, സൗന്ദര്യം, ശരീരശക്തി, ആയുർദൈർഘ്യം, ആത്മപ്രഭാവം, സ്വഭാവം, സ്ഥിതിമഹത്വം, കീർത്തി, ദുഷ്കീർത്തി, ജ്ഞാനം, അജ്ഞാനം, ശുഭാശുഭങ്ങൾ, ബാല്യം, യൗവനം, രോഗാവസ്ഥകൾ, സുഖദുഃഖങ്ങൾ, വിജയപരാജയങ്ങൾ, വീടുവിട്ടു കഴിയൽ.

രണ്ടാം ഭാവം- ധനസ്ഥാനം, വിദ്യാസ്ഥാനം, കുടുംബസ്ഥാനം

വിദ്യ, ധനം, കുടുംബം, വാക്ക്, സത്യദീക്ഷ, ഭോജനതാല്പര്യം, പൂർവ്വസമ്പത്ത്, നിധിനിക്ഷേപം, സ്വർണ്ണം, ദാനശീലം, ക്രയവിക്രയം, അഭിവൃദ്ധി, അറിവ്, പാത്രങ്ങൾ, വസ്ത്രങ്ങൾ, ശരീരത്തിന്റെ വലതുഭാഗം, ബന്ധുക്കൾ, ശത്രുക്കൾ

മൂന്നാം ഭാവം- സഹോദരസ്ഥാനം, വിക്രയസ്ഥാനം

ധൈര്യം, ശൗര്യം, സ്വരമാധുര്യം, സഹോദരൻ, സൈന്യസേവനം, ആഭരണം, ഭൃത്യരും ആശ്രിതരും, സാഹസികത, ദുർബുദ്ധി, സഹനശ്കതി, സ്വാർത്ഥത, സാമർത്ഥ്യം, കളി, യാത്ര, ദീർഘായുസ്സ്, തൊഴിൽ, ചെവി, കലാപരമായ നൈപുണ്യം.

നാലാം ഭാവം- മാതൃസ്ഥാനം, ഗൃഹസ്ഥാനം, സുഖസ്ഥാനം.

മാതാവ്, ഗൃഹം, ബന്ധുക്കൾ, അമ്മാവൻ, അനന്തരവൻ, വാഹനം, വിദ്യാഭ്യാസം, ഭൂമിലാഭം, സമ്പത്ത്, ശയ്യോപകരണങ്ങൾ, അമ്മയുടെ ആയുസ്സ്, പിതൃസമ്പത്ത്, സഹപ്രവർത്തകർ, വാഹനം, സുഖം, ആനന്ദം, മനോഗുണം, സാഹസം, ആത്മീയസുഖം.

അഞ്ചാം ഭാവം- പുത്രസ്ഥാനം, മന്ത്രസ്ഥാനം, മനഃസ്ഥാനം.

സന്താനങ്ങൾ, ഗർഭസ്ഥിതി, പിതാവ്, മനഃസന്തോഷം, വിവേകം, ധാരണാശക്തി, ബുദ്ധിശക്തി, വൈഭവം, ഉദ്യോഗലബ്ധി, കാര്യവിചാരപ്രാപ്തി, പ്രത്യുല്പന്നമതിത്വം, ആത്മവിദ്യ, പഠനം, പാണ്ഡിത്യം, ആതിഥ്യം, ഗൂഢവിദ്യ, വംശവൃദ്ധി, കലാതാല്പര്യം.

ആറാം ഭാവം- ശത്രുസ്ഥാനം, രോഗസ്ഥാനം.

സാഹസപ്രവൃത്തികൾ, പിതാവിന്റെ ധനം സമാഹരിക്കുക എന്നിവയാണ് ആറാം ഭാവത്തിലെ, അനുകൂലഘടകങ്ങൾ. ശത്രുക്കൾ, കാര്യവിഘ്നം, കടം, രോഗം, ഭയം, വ്യാധികൾ, മനോദുഃഖം, തുടങ്ങിയവയാണ് ആറാം ഭാവം കൊണ്ട് ചിന്തിക്കേണ്ടത്.പരാശ്രയം, ദ്രവ്യനാശം, ഉപദ്രവം, നൈരാശ്യം, മനോവിചാരം തുടങ്ങിയ വിപരീതഫലങ്ങളാണ് സൂചി

പ്പിക്കുന്നതെങ്കിലും ആറിൽ പാപഗ്രഹസ്ഥിതി ഉണ്ടായാൽ എല്ലാറ്റിൽ നിന്നും ഗുണപരമായ മാറ്റം പ്രതീക്ഷിക്കാം. ശത്രുവിനെ നേരിടാനുള്ള ശക്തിയും രോഗമുക്തിയും ക്ലേശപരിഹാരവും ഉണ്ടാവും.

ഏഴാം ഭാവം- ഭാര്യാസ്ഥാനം, നിവൃത്തിസ്ഥാനം.

വിവാഹം, ദാമ്പത്യബന്ധവും സുഖവും, കാമവികാരം, ഭാര്യ, ഭർത്താവ്, അഭിലാഷങ്ങൾ, ക്രയവിക്രയം, കാര്യസാധ്യം, ശീലഗുണം, ഔദാര്യം, ബഹുമാനം, പരസ്പരവിശ്വാസം, സഞ്ചാരം, പുത്രഗുണം, ഇവയെ ഏഴാംഭാവം കൊണ്ട് ചിന്തിക്കണം. ഭാര്യാഭർതൃഗൃഹങ്ങൾ, കിടപ്പുമുറി, ശൃംഗാരാഭിമുഖ്യം, ദമ്പതിമാരുടെ ശരീരം, സ്ഥാനലാഭം, പെരുമാറ്റം, സ്ത്രീകലഹം, ദാമ്പത്യകലഹം, മത്സരം, യാത്ര, മാർഗ്ഗഭ്രംശം, പ്രേമം, പങ്കാളി.

എട്ടാം ഭാവം- ആയുർസ്ഥാനം, അരിഷ്ടസ്ഥാനം.

ആയുസ്സ്, അരിഷ്ടത(കഷ്ടത, ദൗർഭാഗ്യം, ദാരിദ്ര്യം), രോഗം, കടം, ആപത്ത്, അപവാദം, നാശം, മനോവ്യാധികൾ, വിഘ്നങ്ങൾ, ദാസത്വം, വൈധവ്യം, മരണം, മരണവുമായി ബന്ധപ്പെട്ട കാര്യങ്ങൾ, പരാജയം, ശിക്ഷ, ജയപരാജയങ്ങൾ, ശത്രുഭയം, സ്ഥാനഹാനി, വീഴ്ച തുടങ്ങിയവ എട്ടാം ഭാവം കൊണ്ടു ചിന്തിക്കുന്നു.

ഒമ്പതാം ഭാവം- ഭാഗ്യസ്ഥാനം, പിതൃസ്ഥാനം.

ഭാഗ്യം, പൂർവ്വസുകൃതം, പിതാവ്, പുത്രൻ, പൗത്രൻ, സൽക്കർമ്മം, ഗുരു, ശുഭത്വം, ശ്രേഷ്ഠന്മാരുമായുള്ള സമ്പർക്കം, ഔഷധഫലം, കുലീനത്വം, ദാനധർമ്മങ്ങൾ, സൗശീല്യം, ഐശ്വര്യം, ധർമ്മബന്ധുത്വം, ഗ്രന്ഥരചന, ചിത്തശുദ്ധി, ഗുരു, ഗുരുത്വം, പുണ്യം, ദാനം, സ്നേഹം, മനഃശാന്തി, അനുഗ്രഹം, ആദരമനോഭാവം, യാത്ര, നിയമഭക്തി തുടങ്ങിയവ.

പത്താം ഭാവം- കർമ്മസ്ഥാനം.

തൊഴിൽ, ഉദ്യോഗം, ജയം, സൽക്കീർത്തി, ബഹുമാനം, നേതൃഗുണം, മേധാവിത്വം, അന്തസ്സ്, ആജ്ഞാശക്തി, വിജ്ഞാനം, കർമ്മകുശലത, ധനലാഭം, പദവി, പ്രഭുത്വം, അംഗീകാരം, സത്കാരം, മനശ്ശക്തി, ശില്പചാതുര്യം, യാത്ര, ആത്മത്യാഗം, പുണ്യകർമ്മം, ജോലിയിൽ നേട്ടം, ഉയർച്ച.

പതിനൊന്നാം ഭാവം- ലാഭസ്ഥാനം

സമ്പാദ്യം, ലാഭം, ആദരവ്, കീർത്തി, ജ്യേഷ്ഠസഹോദരങ്ങൾ, ഐശ്വര്യം, അഭീഷ്ടസിദ്ധി, പഠനനേട്ടം, ഗുപ്തലാഭം, തൊട്ടതെല്ലാം പൊന്നാക്കാനുള്ള കഴിവ്, സുഹൃത്തുക്കൾ, കുടുംബസുഖം, മക്കൾ, ജീവിതസാഫല്യം.

പന്ത്രണ്ടാം ഭാവം- വ്യയസ്ഥാനം, നാശസ്ഥാനം.

വ്യയം, നാശം, സഞ്ചാരം, ദുഃഖം, വിദേശവാസം, ദാരിദ്ര്യം, ധനനഷ്ടം, സ്ഥാനഭ്രംശം, അധികച്ചെലവ്, അധികാരക്ഷയം, മനക്ലേശം, വിഭവക്ഷയം, വിത്തക്ഷയം, വാദവിവാദം, പാപാചരണം, പരദേശയാത്ര എന്നിവയാണ് പന്ത്രണ്ടാം ഭാവം കൊണ്ടു ചിന്തിക്കേണ്ടത്.

ഭാവകാരകത്വം.

ഒരാൾ ജനിക്കുന്ന രാശിയാണ് ലഗ്നം. അത് ജാതകത്തിലെ ഒന്നാം ഭാവം. തുടർന്ന് രണ്ടാം ഭാവം മുതൽ തുടങ്ങി പന്ത്രണ്ടാം ഭാവം വരെയുണ്ട്. ഓരോ ഭാവത്തിനും പ്രത്യേകവിഷയങ്ങൾ കല്പിച്ചിട്ടുണ്ട്.

ഭാഗം	കാരകൻ	കാരകത്വം	ഭാവനാമങ്ങൾ
ലഗ്നം	സൂര്യൻ	ശരീരകാരകൻ	ആത്മസ്ഥാനം
രണ്ടാംഭാവം	വ്യാഴം	ധനകാരകൻ	ധനസ്ഥാനം, വിദ്യാസ്ഥാനം, കുടുംബസ്ഥാനം
മൂന്നാംഭാവം	കുജൻ	സഹോദരൻ കാരകൻ	വിക്രയസ്ഥാനം,സഹോദരസ്ഥാനം
നാലാംഭാവം	ചന്ദ്രൻ,ബുധൻ	മാതൃകാരകൻ	മാതൃ,വാഹന,ഗൃഹ,സുഖസ്ഥാനം
അഞ്ചാംഭാവം	വ്യാഴം	പുത്രകാരകൻ	പുത്ര,മന്ത്ര,മനസ്ഥാനം
ആറാംഭാവം	ശനി, കു.	ശത്രുകാരകൻ	ശത്രുസ്ഥാനം,രോഗസ്ഥാനം
ഏഴാംഭാവം	ശുക്രൻ	കളത്രകാരകൻ	ഭാര്യാസ്ഥാനം,നിവൃത്തിസ്ഥാനം
എട്ടാംഭാവം	ശനി	ആയുർകാരകൻ	ആയുർസ്ഥാനം,അരിഷ്ടസ്ഥാനം
ഒൻപതാം ഭാവം	സൂര്യൻ, വ്യാഴം	ഭാഗ്യകാരകൻ	ഭാഗ്യസ്ഥാനം,പിതൃസ്ഥാനം
പത്താംഭാവം	സൂര്യൻ ബുധൻ , ശനി	കർമ്മകാരകൻ	കർമ്മസ്ഥാനം
പതിനൊന്നാം ഭാവം	വ്യാഴം	ലാഭകാരകൻ	ലാഭസ്ഥാനം
പന്ത്രണ്ടാം ഭാവം	ശനി	വ്യയകാരകൻ	വ്യയസ്ഥാനം,നാശസ്ഥാനം

കരണം

എന്തെങ്കിലും ഒരു ക്രിയ ചെയ്യുന്നിടത്ത് കർത്താവിന് ഏറ്റവും ഉപകാരപ്രദമായ കാരകം(ഉപകരണം) ആണ് കരണം. ഒരു തിഥിയിൽ രണ്ടു കരണങ്ങളുണ്ടാവും. പകൽ കരണം, രാത്രികരണം എന്ന് അവ അറിയപ്പെടുന്നു. കറുത്തപക്ഷത്തിലും വെളുത്തപക്ഷത്തിലും ഇത് വ്യത്യാസപ്പെട്ടു കൊണ്ടിരിക്കും. സ്ഥിരകരണം, ചരകരണം എന്നിങ്ങനെ ഇവ രണ്ടു വിധത്തിലുണ്ട്. ആകെ 11

നാല് സ്ഥിരകരണങ്ങൾ- പുള്ള് കരണം, നാല്ക്കാലി(ചതുഷ്പാത്) കരണം, പാമ്പു കരണം, പുഴുക്കരണം.

ഏഴ് ചരകരണങ്ങൾ- സിംഹക്കരണം, പുലിക്കരണം, പന്നിക്കരം, കഴുതക്കരണം, ആനക്കരണം, സുരഭി(പശു)കരണം, വിഷ്ടി(നിഷ്ഫല) കരണം.

കരണങ്ങൾ				
	വെളുത്തപക്ഷം		കറുത്തപക്ഷം	
തിഥി	പൂർവ്വാർദ്ധം	ഉത്തരാർദ്ധം	പൂർവ്വാർദ്ധം	ഉത്തരാർദ്ധം
പ്രഥമ	പുഴു	സിംഹം	പുലി	പന്നി
ദ്വിതീയ	പുലി	പന്നി	കഴുത	ആന
തൃതീയ	കഴുത	ആന	പശു	വിഷ്ടി
ചതുർത്ഥി	പശു	വിഷ്ടി	സിംഹം	പുലി
പഞ്ചമി	സിംഹം	പുലി	പന്നി	കഴുത
ഷഷ്ഠി	പന്നി	കഴുത	ആന	പശു
സപ്തമി	ആന	പശു	വിഷ്ടി	സിംഹം
അഷ്ടമി	വിഷ്ടി	സിംഹം	പുലി	പന്നി
നവമി	പുലി	പന്നി	കഴുത	ആന
ദശമി	കഴുത	ആന	പശു	വിഷ്ടി
ഏകാദശി	പശു	വിഷ്ടി	സിംഹം	പുലി
ദ്വാദശി	സിംഹം	പുലി	പന്നി	കഴുത
ത്രയോദശി	പന്നി	കഴുത	ആന	പശു
ചതുർദശി	ആന	പശു	വിഷ്ടി	പുള്ള്
വാവ്	വിഷ്ടി	സിംഹം	നാല്ക്കാലി	പാമ്പ്

കരണഫലം

സ്ഥിരകരണങ്ങളായ പുള്ള്, നാല്ക്കാലി, പാമ്പ്, പുഴു എന്നീ കരണങ്ങളും ചരകരണമായ വിഷ്ടിയും ശുഭകർമ്മങ്ങൾക്ക് വർജ്യമാണ്. വെളുത്ത പക്ഷമോ കറുത്ത പക്ഷമോ എന്നും രാത്രിയോ പകലോ എന്നും നിശ്ചയിച്ച് കരണഫലം അറിയാം.

കരണജന്മഫലങ്ങൾ

1. ആനക്കരണം:- ബലവാൻ, സുന്ദരൻ, പ്രസിദ്ധൻ, ഭക്ഷണപ്രിയൻ, വൈരാഗ്യബുദ്ധി, ചഞ്ചലൻ.
2. കഴുതക്കരണം:- അന്യാശ്രയി, സുഖതല്പരൻ, സഞ്ചാരി, അലസൻ, ജോലിയും ജോലിസ്ഥലവും മാറിക്കൊണ്ടിരിക്കും, കഠിനാധ്വാനി.
3. നാല്ക്കാലി കരണം:- ശാസ്ത്രവിജ്ഞാനാദി തല്പരൻ, സമർത്ഥൻ, ബുദ്ധിമാൻ, സംസാരപ്രിയൻ, സമ്പന്നൻ.
4. പന്നിക്കരണം:- യശസ്സും സമ്പത്തുമുണ്ടാകും. എന്നാൽ അവ ശ്രദ്ധയോടെ സൂക്ഷിക്കണം. സുഖദുഃഖസമ്മിശ്രാനുഭവങ്ങൾ, ധീരചിത്തൻ.
5. പാമ്പ് കരണം:- വിദ്യനേടി പ്രസിദ്ധനാകും. ബുദ്ധിമാൻ, സ്വതന്ത്രജീവിതം, മുൻകോപി.
6. പുലിക്കരണം:- തേജസ്വി, സ്വതന്ത്രൻ, സ്വന്തം കാര്യം ശ്രദ്ധയോടെ നിർവ്വഹിക്കും. ബന്ധുബലം കുറവ്.
7. പുള്ള്കരണം:- പുഞ്ജക്കരണം എന്നു കൂടി പേരുണ്ട്. ഉത്സാഹി, ധനാസക്തിയില്ലായ്മ ഉള്ളതു കൊണ്ട് തൃപ്തി. വിശകലന സമർത്ഥൻ.
8. പുഴുക്കരണം:- ബലവാൻ, അനുഭവസുഖം കുറവ്, പരോപകാരി, മൗനി.
9. വിഷ്ടികരണം:- ജോലിയിൽ നിന്നും അതൃപ്തി. ജോലിയും സ്ഥലവും മാറും. കഠിനജോലികൾ ചെയ്യും.
10. സിംഹക്കരണം:- സാഹസികൻ, ബുദ്ധിമാൻ, പ്രസിദ്ധൻ, നേതൃഗുണമുള്ളവൻ, സഞ്ചാരി.
11. സുരഭി(പശു)ക്കരണം:- സുഖപ്രിയൻ, കാമശീലൻ, അലസൻ, കലഹശീലൻ.

നക്ഷത്രങ്ങൾ

ആകാശത്തു കാണുന്ന അനേകായിരം നക്ഷത്രങ്ങളിൽ ഇരുപത്തിയേഴ് നക്ഷത്രങ്ങളെയാണ് ജ്യോതിശാസ്ത്രത്തിന്റെ അടിസ്ഥാനമായി സ്വീകരിച്ചിട്ടുള്ളത്. ജന്മനക്ഷത്രങ്ങൾ എന്നറിയപ്പെടുന്ന ഇവയിൽ ഒറ്റ നക്ഷത്രങ്ങളുണ്ട്, താരാഗണങ്ങളുമുണ്ട്. എന്നാൽ പല നക്ഷത്രങ്ങളും കൂടിച്ചേർന്നുണ്ടായ രൂപത്തെ അടിസ്ഥാനമാക്കിയാണ് താരാഗണത്തിന് പേരു നൽകിയിരിക്കുന്നത്.

ജന്മനക്ഷത്രങ്ങളായി പരിഗണിക്കുന്ന ഇരുപത്തിയേഴ് നക്ഷത്രങ്ങളിൽ തിരുവാതിര, മകം, ചിത്തിര, ചോതി, എന്നിവ മാത്രമാണ് ഒറ്റനക്ഷത്രങ്ങളായി നിൽക്കുന്നത് എന്നത്രേ ആധുനിക ജ്യോതിശാസ്ത്രം വ്യക്തമാക്കുന്നത്.

ചന്ദ്രനുമായി ബന്ധപ്പെടുത്തിയാണ് ജന്മനക്ഷത്രം നിശ്ചയിക്കുന്നത്. സൂര്യോദയത്തിന് ചന്ദ്രസ്ഫുടം ഗണിച്ചാൽ ജന്മനക്ഷത്രത്തിൽ ചെല്ലാനുള്ള കലകൾ 80 ൽ കുറയാതെ ഉണ്ടായിരുന്നാൽ ആ ദിവസം തന്നെ പിറന്നാളായി കണക്കാക്കണം. ഉദയാൽപരം നക്ഷത്രത്തിന്റെ മൂന്നിൽ കുറവായിരുന്നാൽ പിറന്നാൾ-ജന്മനക്ഷത്രം-തലേന്നാളായിരിക്കും. ഒരു മാസത്തിന്റെ ആദിയിലും അന്ത്യത്തിലുമായി രണ്ടു ജന്മനക്ഷത്രങ്ങൾ വന്നാൽ ഒടുവിലുള്ള ദിവസമാണ് ആണ്ടുപിറന്നാൾ എന്നു കാണണം. എന്നാൽ അടുത്ത മാസത്തെ സൂര്യസംക്രമം ആ ജന്മനക്ഷത്രത്തിലാണ് വരുന്നതെങ്കിൽ ആദ്യം വരുന്ന ദിവസമാണ് പിറന്നാൾ ദിനമായി എടുക്കേണ്ടത്.

ജന്മനക്ഷത്രങ്ങളായി കണക്കാക്കുന്നവയിൽ എട്ടു നക്ഷത്രങ്ങളെ മാത്രമേ ചന്ദ്രൻ ഗ്രഹണം ചെയ്യുന്നുള്ളൂ.

നക്ഷത്രങ്ങൾ വിവിധഭാഷാനാമങ്ങളും രൂപവും

മലയാളം	**സംസ്കൃതം**	**ഗണരൂപം**
1. അശ്വതി	അശ്വനി	അശ്വമുഖാകൃതി
2. ഭരണി	ഭരണി	അടുപ്പ്
3. കാർത്തിക	കൃത്തിക	കൈവട്ടക
4. രോഹിണി	രോഹിണിഃ	ഒറ്റാൽ/കാഹളം
5. മകീര്യം	മൃഗശിരസ്സ്	മാൻതല
6. തിരുവാതിര	ആർദ്ര	തീക്കട്ട/രത്നം
7. പുണർതം	പുനർവ്വസു	തോണി
8. പൂയം	പുഷ്യം	വാൽക്കണ്ണാടി
9. ആയില്യം	ആശ്ലേഷഃ	സർപ്പത്തല/ചക്രം
10. മകം	മഖാ	നുകം
11. പൂരം	പൂർവ്വഫാൽഗുനി	തൊട്ടിൽക്കാൽ/കണ്ണ്
12. ഉത്രം	ഉത്തരഫാൽഗുനി	കട്ടിൽക്കാൽ
13. അത്തം	ഹസ്തഃ	ആവനാഴി
14. ചിത്തിര	ചിത്രാ	ചിരവ/മുത്ത്
15. ചോതി	സ്വാതി	പൊൻകട്ട
16. വിശാഖം	വിശാഖഃ	വട്ടക്കിണർ/തോരണവാതിൽ
17. അനിഴം	അനുരാധ	വട്ടവില്ല്/ഓലക്കുട
18. തൃക്കേട്ട	ജ്യേഷ്ഠ	കുണ്ഡലം/കുന്തം
19. മൂലം	മൂലാ	കാഹളം
20. പൂരാടം	പൂർവ്വആഷാഢം	മുറം
21. ഉത്രാടം	ഉത്തരആഷാഢം	നാല്ക്കവല
22. തിരുവോണം	ശ്രാവണം	മുഴക്കോൽ
23. അവിട്ടം	ധനിഷ്ഠ	ആട്ടിൻതല
24. ചതയം	ശതഭിഷജ്	വൃത്തം/പുഷ്പം
25. പൂരുരുട്ടാതി	പൂർവ്വഭാദ്രപഥം	കട്ടിൽക്കാൽ
26. ഉത്രട്ടാതി	ഉത്തരഭാദ്രപഥം	കട്ടിൽക്കാൽ
27. രേവതി	രേവതി	മിഴാവ്

23 അവിട്ടം സംസ്കൃതപദം ശ്രവിഷ്ട എന്നും. 25 പൂർവ്വപ്രോഷ്ഠപദം എന്നും, 26 ഉത്തര പ്രോഷ്ടപദം എന്നും ചില ഗ്രന്ഥങ്ങളിൽ കാണുന്നുണ്ട്.

നക്ഷത്രവിശേഷങ്ങൾ

നക്ഷത്രം	ദശാനാഥൻ	വൃക്ഷം	മൃഗം
1. അശ്വതി	കേതു	കാഞ്ഞിരം	കുതിര
2. ഭരണി	ശുക്രൻ	നെല്ലി	ആന
3. കാർത്തിക	രവി	അത്തി	ആട്
4. രോഹിണി	ചന്ദ്രൻ	ഞാവൽ	നൽപാമ്പ്
5. മകീര്യം	ചൊവ്വ	കരിങ്ങാലി	പാമ്പ്
6. തിരുവാതിര	രാഹു	കരിമരം	നായ
7. പുണർതം	വ്യാഴം	മുള	പൂച്ച
8. പൂയം	ശനി	അരയാൽ	ആട്
9. ആയില്യം	ബുധൻ	നാഗമരം	കരിമ്പൂച്ച
10. മകം	കേതു	പേരാൽ	എലി
11. പൂരം	ശുക്രൻ	പ്ലാശ്	ചുണ്ടെലി
12. ഉത്രം	രവി	ഇത്തി	ഒട്ടകം
13. അത്തം	ചന്ദ്രൻ	അമ്പഴം	പോത്ത്
14. ചിത്തിര	ചൊവ്വ	കൂവളം	ആൾപ്പുലി
15. ചോതി	രാഹു	നീർമരുത്	പോത്ത്
16. വിശാഖം	വ്യാഴം	തളിര്	സിംഹം
17. അനിഴം	ശനി	ഇലഞ്ഞി	മാൻ
18. തൃക്കേട്ട	ബുധൻ	വെട്ടി	മാൻ
19. മൂലം	കേതു	പയിൻ	നായ
20. പൂരാടം	ശുക്രൻ	വഞ്ഞി	കുരങ്ങ്
21. ഉത്രാടം	ആദിത്യൻ	പ്ലാവ്	കാള
22. തിരുവോണം	ചന്ദ്രൻ	എരുക്ക്	കുരങ്ങ്
23. അവിട്ടം	കുജൻ	വഹ്നി	സിംഹം
24. ചതയം	രാഹു	കടമ്പ്	കുതിര
25. പൂരുരുട്ടാതി	വ്യാഴം	തേന്മാവ്	നരൻ
26. ഉത്രട്ടാതി	ശനി	കരിമ്പന	പശു
27. രേവതി	ബുധൻ	ഇരിപ്പ	ആന

പേജ് 65 ൽ തുടരുന്നു

പേജ് 64 ൽ നിന്നുള്ള തുടർച്ച...

പക്ഷി	ഗോത്രം	വർണ്ണം	ഭൂതം
1. പുള്ള്	മരീചി	ബ്രാഹ്മണൻ	പൃഥ്വി
2. പുള്ള്	വസിഷ്ഠൻ	ക്ഷത്രിയൻ	പൃഥ്വി
3. പുള്ള്	അംഗിരസ്സ്	വൈഷ്ണവൻ	പൃഥ്വി
4. പുള്ള്	അത്രി	ശൂദ്രൻ	പൃഥ്വി
5. പുള്ള്	പുലഹൻ	ശൂദ്രൻ	പൃഥ്വി
6. ചകോരം	പുലഹൻ	വൈഷ്ണവൻ	ജലം
7. ചെമ്പോത്ത്	ക്രതുഋഷി	വൈഷ്ണവൻ	ജലം
8. ചെമ്പോത്ത്	മരീചി	ബ്രാഹ്മണൻ	ജലം
9. ചെമ്പോത്ത്	വസിഷ്ഠൻ	ബ്രാഹ്മണൻ	ജലം
10. ചകോരം	മഹർഷി	ശൂദ്രൻ	ജലം
11. ചകോരം	അത്രി	വൈഷ്ണവൻ	ജലം
12. കാക്ക	പുലസ്ത്യൻ	പ്രതിലോമ	അഗ്നി
13. കാക്ക	പുലഹൻ	ബ്രാഹ്മണൻ	അഗ്നി
14. കാക്ക	ക്രതു	ക്ഷത്രിയൻ	അഗ്നി
15. കാക്ക	മരീചി	ക്ഷത്രിയൻ	അഗ്നി
16. കാക്ക	വസിഷ്ഠൻ	ബ്രാഹ്മണൻ	അഗ്നി
17. കാക്ക	വസിഷ്ഠൻ	അനുലോമം	അഗ്നി
18. കോഴി	അത്രി	ക്ഷത്രിയൻ	വായു
19. കോഴി	പുലഹൻ	വൈഷ്ണവൻ	വായു
20. കോഴി	പുലഹൻ	ശൂദ്രൻ	വായു
21. കോഴി	അത്രി	കൃതിശൂദ്രൻ	വായു
22. കോഴി	മരീചി	വൈഷ്ണവൻ	വായു
23. മയിൽ	വസിഷ്ഠൻ	ക്ഷത്രിയൻ	ആകാശാ
24. മയിൽ	അംഗിരസ്സ്	ബ്രാഹ്മണൻ	ആകാശം
25. മയിൽ	അത്രി	ബ്രാഹ്മണൻ	ആകാശം
26. മയിൽ	പുലഹൻ	ക്ഷത്രിയൻ	ആകാശം
27. മയിൽ	പുലഹൻ	വൈഷ്ണവൻ	ആകാശം

പേജ് 66 ൽ തുടരുന്നു

യോനി	ഗണം	ദേവത	ചേർന്നിരിക്കുന്ന നക്ഷത്രസംഖ്യ
1. പുരുഷൻ	ദേവൻ	അശ്വനിദേവന്മാർ	മൂന്ന്
2. പുരുഷൻ	മനുഷ്യൻ	യമൻ	മൂന്ന്
3. സ്ത്രീ	അസുരൻ	അഗ്നി	സമൂഹം
4. സ്ത്രീ	മനുഷ്യൻ	ബ്രഹ്മാവ്	നാല്പത്തിരണ്ട്
5. സ്ത്രീ	ദേവൻ	ചന്ദ്രൻ	മൂന്ന്
6. സ്ത്രീ	മനുഷ്യൻ	ശിവൻ	ഒന്ന്
7. സ്ത്രീ	ദേവൻ	അദിതി	ആറ്
8. പുരുഷൻ	ദേവൻ	ബൃഹസ്പതി	എട്ട്
9. പുരുഷൻ	അസുരൻ	സർപ്പം	നാല്
10. പുരുഷൻ	അസുരൻ	പിതൃക്കൾ	നാല്
11. സ്ത്രീ	മനുഷ്യൻ	ആര്യമാവ്	നാല്
12. പുരുഷൻ	മനുഷ്യൻ	ശിവൻ	നാല്
13. സ്ത്രീ	ദേവൻ	ആദിത്യൻ	അഞ്ച്
14. സ്ത്രീ	അസുരൻ	ത്വഷ്ടാവ്	ആറ്
15. പുരുഷൻ	ദേവൻ	വായു	സമൂഹം
16. പുരുഷൻ	അസുരൻ	ഇന്ദ്രാഗ്നി	ഒൻപത്
17. സ്ത്രീ	ദേവൻ	മിത്രൻ	ഒൻപത്
18. പുരുഷൻ	അസുരൻ	ഇന്ദ്രൻ	രണ്ട്
19. പുരുഷൻ	അസുരൻ	നിരൃതി	നാല്
20. പുരുഷൻ	മനുഷ്യൻ	ജലം	നാല്
21. പുരുഷൻ	മനുഷ്യൻ	വിശ്വദേവകൾ	സമൂഹം
22. പുരുഷൻ	ദേവൻ	വിഷ്ണു	മൂന്ന്
23. സ്ത്രീ	അസുരൻ	വസുക്കൾ	ആറ്
24. സ്ത്രീ	അസുരൻ	വരുണൻ	ആറ്
25. പുരുഷൻ	മനുഷ്യൻ	അജൈകപാത്	നാല്
26. സ്ത്രീ	മനുഷ്യൻ	അഹിർബുധ്നി	രണ്ട്
27. സ്ത്രീ	ദേവൻ	പൂഷാവ്	മുപ്പത്തിരണ്ട്

രാശി

ജ്യോതിഷത്തിലെ അടിസ്ഥാനസങ്കേതങ്ങളിലൊന്നാണ് രാശി. നവഗ്രഹങ്ങളുടെ സഞ്ചാരവീഥിയായ ആകാശത്തെ പന്ത്രണ്ടു ഭാഗങ്ങളാക്കി അവയ്ക്ക് രാശി എന്നു പേരു നൽകുന്നു. ഭൂമിക്കു ചുറ്റുമായി ഭൂമദ്ധ്യരേഖയ്ക്ക് സമാന്തരമായി അന്തരീക്ഷത്തിൽ നിൽക്കുന്ന ഒരു വൃത്തം സങ്കല്പിക്കുന്നു. ഇതിലാണ് പന്ത്രണ്ടു രാശികളും ഉൾപ്പെടുന്നത്. രാശികൾ നിൽക്കുന്ന വൃത്തത്തെയാണ് രാശിചക്രം എന്നു പറയുന്നത്.

ഭാരതീയാചാര്യന്മാർ സൗകര്യത്തിനു വേണ്ടി രാശിചക്രത്തെ പന്ത്രണ്ടു ഖണ്ഡങ്ങളുള്ള ചതുരക്കള്ളികളാക്കി തിരിച്ചിരിക്കുന്നു. മദ്ധ്യഭാഗം ഒഴിഞ്ഞു കിടക്കും. രാശിചക്രം വൃത്താകൃതിയിൽ തന്നെ രേഖപ്പെടുത്തിയാണ് മറ്റുള്ളവർ ഉപയോഗിച്ചിരുന്നത്.

ഭൂമദ്ധ്യരേഖയ്ക്കു സമാന്തരമായി സങ്കല്പിക്കുന്ന രേഖയെ ക്രാന്തിവൃത്തം എന്നാണ് ശാസ്ത്രലോകം വിളിക്കുന്നത്. ഈ വൃത്ത പരിധിയിൽ സൂര്യനെ കാണുന്നതിന്റെ അടിസ്ഥാനത്തിലാണ് ദിവസങ്ങളെ ഭാഗിക്കുന്നത്. ഒരു ദിവസം ഒരു ഡിഗ്രി വീതം നക്ഷത്ര മണ്ഡലത്തിലൂടെ സൂര്യൻ കിഴക്കോട്ട് നീങ്ങിപ്പോകുന്നു. സൂര്യന്റെ പശ്ചാത്തലത്തിൽ കാണപ്പെടുന്ന നക്ഷത്രങ്ങൾ മാറുന്നതിലൂടെയാണ് ഭൂമിയിൽ നിന്നും ഈ ദിശാമാറ്റം തിരിച്ചറിയുന്നത്. ഒരു മാസം കൊണ്ട് (മുപ്പതു ദിവസം കൊണ്ട്) 30 ഡിഗ്രി മാറുന്നു. ക്രാന്തിവൃത്തത്തിലെ 360 ഡിഗ്രിയെ 30 കൊണ്ട് ഹരിച്ചു കിട്ടുന്നതാണ് 12 രാശികൾ. ഒരു രാശിയുടെ കാലപരിധിയാണ് ഒരു മാസം എന്ന് കണക്കാക്കുന്നത്.

പാശ്ചാത്യരീതിയനുസരിച്ച് മാസത്തിന്റെ ദിവസങ്ങൾ നിശ്ചിതങ്ങളാണ്. നാലു വർഷത്തിലൊരിക്കൽ മാത്രം ഫിബ്രവരി മാസത്തിന് ഒരു ദിവസം അധികം വരും. എന്നാൽ ഭാരതീയ ജ്യോതിഷം രാശിയുടെ അടിസ്ഥാനത്തിൽ ഗണിച്ച് മാസം കണക്കാക്കുന്നതി

നാൽ ഓരോ മാസത്തിന്റെയും ദിവസങ്ങളുടെ എണ്ണത്തിൽ ചെറിയ വ്യത്യാസമുണ്ടാകുന്നു. സൂര്യനുമായി ബന്ധപ്പെടുത്തിയുള്ള ഗണിതസമ്പ്രദായത്തിൽ ഒരു രാശിയിൽ നിന്നും മറ്റൊരു രാശിയിലേക്കുള്ള മാറ്റത്തെയാണ് സംക്രമം എന്നു പറയുന്നത്. സൂക്ഷ്മമായി സൂര്യൻ നിൽക്കുന്ന രാശി ഏതെന്ന് ഇതു മൂലം പറയാൻ കഴിയുന്നു.

മേടം(മേഷം), ഇടവം(ഋഷഭം), മിഥുനം(ഇരട്ട), കർക്കിടകം(ഞണ്ട്), ചിങ്ങം(സിംഹം), കന്നി(കന്യക), തുലാം(തുലാസ്), വൃശ്ചികം(തേൾ), ധനു(ധനുസ്സ്-വില്ല്), മകരം(മുതല), കുംഭം(കുടം), മീനം (മത്സ്യം) എന്നിങ്ങനെയാണ് പന്ത്രണ്ടു രാശികൾ.

ഓരോ രാശിയിലുമുള്ള നക്ഷത്രസ്ഥിതിയും അവ തമ്മിലുള്ള ബന്ധവും സങ്കല്പിച്ച് കിട്ടുന്ന രൂപങ്ങൾക്കനുസരിച്ചാണ് രാശികൾക്ക് പേരു നൽകിയിട്ടുള്ളത്. സൂര്യൻ 12 മാസം കൊണ്ട് 12 രാശികളിലൂടെ സഞ്ചരിക്കുന്നു. ഒരു രാശിയിൽ സൂര്യൻ ഒരു മാസക്കാലമുണ്ടാകും. എന്നാൽ ചില മാസങ്ങളിൽ ഭൂമി സൂര്യനുമായി അടുത്തും അകലെയുമാവും. മാസത്തിലെ ദിവസവ്യത്യാസത്തിനുള്ള കാരണം ഇതാണ്. ഭൂമി സൂര്യനിൽ നിന്നും അടുത്തും അകലെയുമായി വരത്തക്കവിധം ദീർഘവൃത്തത്തിലൂടെയാണ് സഞ്ചരിക്കുന്നത്.

സൂര്യനും ചന്ദ്രനും ഏതാണ്ട് ഒരേ പഥത്തിലൂടെ സഞ്ചരിക്കുന്ന 12 രാശികളിലാണ് 27 നക്ഷത്രങ്ങളും സ്ഥിതി ചെയ്യുന്നത്. ഒരു രാശിയുടെ സമയദൈർഘ്യം $2\frac{1}{2}$നാഴികയാണ്. ഇതാണ് രാശിക്കൂറ് എന്നു പറയുന്നത്.

	രാശിക്കൂറ്	സ്വരൂപം	രാശ്യാധിപൻ	നക്ഷത്രങ്ങൾ
മേടം	മേടക്കൂറ്	മേഷം(ആട്)	കുജൻ	അശ്വതി,ഭരണി, കാർത്തിക കാൽ
ഇടവം	ഇടവക്കൂറ്	ഋഷഭം(കാള)	ശുക്രൻ	കാർത്തികമുക്കാൽ, രോഹിണി, മകയിരംഅര
മിഥുനം	മിഥുനക്കൂറ്	ചേർന്നിരിക്കുന്ന സ്ത്രീ പുരുഷന്മാർ	ബുധൻ	മകയിരം അര, തിരുവാതിര, പുണർതം മുക്കാൽ
കർക്കിടകം	കർക്കിടകക്കൂറ്	ഞണ്ട്	ചന്ദ്രൻ	പുണർതം കാൽ, പൂയ്യം, ആയില്യം

	രാശിക്കൂറ്	സ്വരൂപം	രാശ്യാധിപൻ	നക്ഷത്രങ്ങൾ
ചിങ്ങം	ചിങ്ങക്കൂറ്	സിംഹം	സൂര്യൻ	മകം,പൂരം, ഉത്രം കാൽ
കന്നി	കന്നിക്കൂറ്	കന്യക	ബുധൻ	ഉത്രം മുക്കാൽ,അത്തം, ചിത്തിര അര
തുലാം	തുലാക്കൂറ്	ത്രാസ്	ശുക്രൻ	ചിത്തിരഅര, ചോതി, വിശാഖം മുക്കാൽ
വൃശ്ചികം	വൃശ്ചികക്കൂറ്	തേൾ	കുജൻ	വിശാഖം കാൽ,അനിഴം, കേട്ട
ധനു	ധനുക്കൂറ്	വില്ലു ധരിച്ചവൻ	വ്യാഴം	മൂലം പൂരാടം, ഉത്രാടം കാൽ
മകരം	മകരക്കൂറ്	മുതല	ശനി	ഉത്രാടം മുക്കാൽ, തിരുവോണം, അവിട്ടം അര
കുംഭം	കുംഭക്കൂറ്	കുംഭം	ശനി	അവിട്ടം അര, ചതയം, പൂരുട്ടാതി മുക്കാൽ
മീനം	മീനക്കൂറ്	മത്സ്യം	വ്യാഴം	പൂരുട്ടാതി കാൽ, ഉത്രട്ടാതി, രേവതി

രാശിവിഭാഗങ്ങൾ

1. രാശികളെ അവയുടെ സ്വഭാവമനുസരിച്ച് മൂന്നായി പറയുന്നു.

ചരരാശികൾ	സ്ഥിരരാശികൾ	ഉഭയരാശികൾ
മേടം	ഇടവം	മിഥുനം
കർക്കിടകം	ചിങ്ങം	കന്നി
തുലാം	വൃശ്ചികം	ധനു
മകരം	കുംഭം	മീനം

ചരരാശികളേക്കാൾ ശക്തി സ്ഥിരരാശികൾക്കും സ്ഥിരരാശികളേക്കാൾ ശക്തി ഉഭയരാശികൾക്കുമാണ്. ആയതിനാൽ ചരരാശി ഗ്രഹങ്ങളേക്കാൾ സ്ഥിരരാശിയിൽ നിൽക്കുന്നവർക്കും ഉഭയാരാശിയിൽ നിൽക്കുന്നവർക്കും ക്രമത്തിൽ ബലം അധികമായിരിക്കും.

ചരരാശിയിൽ ജനിക്കുന്നവർ സഞ്ചാരശീലരും സ്ഥിരരാശിയിൽ ജനിക്കുന്നവർ വീടും നാടും വിട്ടുപോകാൻ മടിയുള്ളവരുമായിരിക്കും. ഉഭയരാശി ഈ രണ്ടു സ്വഭാവവും ഒരേ സമയം നിലനിർത്തും.

2. ഓജരാശികൾ :

മേടം മുതൽ ഒന്നിടവിട്ട രാശികളാണ് ഓജരാശികൾ. മേടം,മിഥുനം, ചിങ്ങം, തുലാം, ധനു, കുംഭം എന്നിവ. ഒറ്റ രാശികളെന്നും പുരുഷരാശികളെന്നും ഇവയ്ക്ക് വിശേഷനാമങ്ങളുണ്ട്.

ഓജരാശികളിൽ ജനിക്കുന്നവർ പ്രസന്നശീലരായിരിക്കും. വിഷമരാശികളിൽ ഉൾപ്പെടുന്നവയാണ് ഈ രാശികൾ.

3. യുഗ്മരാശികൾ :

ഇടവം മുതലുള്ള ഒന്നിടവിട്ട രാശികളെയാണ് യുഗ്മരാശികൾ (സ്ത്രീരാശികൾ) എന്നു പറയുന്നത്. ഇടവം, കർക്കിടകം, കന്നി, വൃശ്ചികം, മകരം, മീനം എന്നിവ. യുഗ്മരാശികളിൽ ജനിച്ചവർക്ക് ഓജരാശികളിലുള്ളവരേക്കാൾ ചുറുചുറുക്കും പ്രസന്നതയും കുറവായിരിക്കും. എന്നാൽ ബലവാനായ ഒരു ശുഭഗ്രഹം ഇതിൽ നില്ക്കുന്നുവെങ്കിൽ ഇവരുടെ സ്വഭാവത്തിലും രീതികളിലും മാറ്റമുണ്ടാകും. ഈ രാശികൾ തന്നെയാണ് സമരാശികളിലും ഉൾപ്പെടുന്നത്.

4. അദൃശ്യരാശികൾ :

ലഗ്നം മുതൽ ഉള്ള ആറു രാശികളെയാണ് അദൃശ്യരാശികൾ എന്നു പറയുന്നത്.

5. ദൃശ്യരാശികൾ :

ഏഴ് മുതൽ പന്ത്രണ്ട് വരെയുള്ള രാശികൾ.

6. നപുംസകരാശികൾ :

നപുംസകങ്ങളായ ശനി, ബുധൻ, കേതു എന്നിവക്ക് യുഗ്മരാശിയിലും ഓജരാശിയിലും സമബലമായിരിക്കും.

7. ശീർഷോദയരാശികൾ : മിഥുനം, ചിങ്ങം, കന്നി, തുലാം, വൃശ്ചികം, കുംഭം എന്നിവ.

8. പൃഷ്ടോദയരാശികൾ :

മേടം, ഇടവം, കർക്കിടകം, ധനു, മകരം.

9. ദിനരാശികൾ :

ചിങ്ങം, കന്നി, തുലാം, വഷ്ചികം, കുംഭം, മീനം.

10. നിശാരാശികൾ :

മേടം, ഇടവം, മിഥുനം, കർക്കിടകം, ധനു, മകരം.

11. ജലാശ്രയരാശികൾ :

കർക്കിടകം, വൃശ്ചികം, മീനം, മകരം.

രാശിവിശേഷങ്ങൾ

രാശി	ദിക്ക്	നിറം	ആധിപത്യം വഹിക്കുന്ന ശരീരാവയവം
മേടം	കിഴക്ക്	ചുവപ്പ്	ശിരസ്സ്
ഇടവം	തെക്ക്	വെളുപ്പ്	മുഖം
മിഥുനം	പടിഞ്ഞാറ്	കിളിപ്പച്ച	മാർവ്വിടം
കർക്കിടകം	വടക്ക്	മങ്ങിയ ചുവപ്പ്	ഹൃദയം
ചിങ്ങം	കിഴക്ക്	കറുപ്പ് കലർന്ന വെളുപ്പ്	വയറ്
കന്നി	തെക്ക്	പലനിറങ്ങൾ	അരക്കെട്ട്
തുലാം	പടിഞ്ഞാറ്	കറുപ്പ്	വസ്തിപ്രദേശം
വൃശ്ചികം	വടക്ക്	സ്വർണ്ണനിറം	ജനനേന്ദ്രിയം
ധനു	കിഴക്ക്	പിംഗളനിറം	തുടകൾ
മകരം	തെക്ക്	ചിത്രവർണ്ണം	കാൽമുട്ടുകൾ
കുംഭം	പടിഞ്ഞാറ്	മങ്ങിയ ചുവപ്പ്	മുഴംകാലുകൾ
മീനം	വടക്ക്	വെളുപ്പ്	പാദങ്ങൾ

ഗ്രഹങ്ങളുടെ വിശേഷങ്ങൾ

ഗ്രഹം	ഋതു	ഭൂതകാരകത്വം	ദേഹകാരകത്വം	വസ്ത്രം
സൂര്യൻ	എല്ലാ ഋതുവും	അഗ്നി	അസ്ഥി	ചുകന്ന പട്ട്
ചന്ദ്രൻ	വർഷം	ജലം	രക്തം	വെളുത്ത പട്ട്
കുജൻ	ഗ്രീഷ്മം	അഗ്നി	മജ്ജ	ചുകന്ന പട്ട്
ബുധൻ	ശരത്	ഭൂമി	ത്വക്ക്	പച്ചപ്പട്ട്
വ്യാഴം	ഹേമന്തം	ആകാശം	മാംസം	പീതവസ്ത്രം
ശുക്രൻ	വസന്തം	ജലം	ശുക്ലം	നേർത്ത വെളുത്ത പട്ട്
ശനി	ശിശിരം	വായു	സ്നായു	നീലപ്പട്ട്

ഗ്രഹരത്നങ്ങളും ദേവതകളും

ഗ്രഹം	രത്നം	ദേവത	സ്ഥാനം
സൂര്യൻ	മാണിക്യം	രുദ്രൻ	ദേവാലയം
ചന്ദ്രൻ	മുത്ത്	ലക്ഷ്മി	ജലാശയം
ചൊവ്വ	പവിഴം	ഭദ്ര, ഷൺമുഖൻ	അടുക്കള
ബുധൻ	മരതകം	വിഷ്ണു	കളിസ്ഥലം
വ്യാഴം	പുഷ്യരാഗം	ബ്രഹ്മാവ്	ഭണ്ഡാരം
ശുക്രൻ	വജ്രം	ഇന്ദ്രാണി	ശയന സ്ഥലം
ശനി	ഇന്ദ്രനീലം	യമൻ	നിന്ദ്യസ്ഥലം
രാഹു	ഗോമേദകം	സർപ്പം	സർപ്പക്കാവ്
കേതു	വൈഡൂര്യം	മായ	യക്ഷോവസതി

ഗ്രഹങ്ങളുടെ നിറം, സ്ത്രീപുരുഷത്വം

ഗ്രഹം	നിറം	സ്ത്രീ പുരുഷത്വം
സൂര്യൻ	ചുവപ്പ്	പുരുഷൻ
ചന്ദ്രൻ	നല്ല വെളുപ്പ്	സ്ത്രീ
കുജൻ	ചുവപ്പു കലർന്ന വെള്ള	പുരുഷൻ
ബുധൻ	ഇരുനിറം	നപുംസകത്വം, സ്ത്രീപക്ഷം
വ്യാഴം	ശുദ്ധവെള്ള	പുരുഷൻ
ശുക്രൻ	മിനുത്ത കറുപ്പ്	സ്ത്രീ
ശനി	കരിങ്കറുപ്പ്	നപുംസകത്വം, പുരുഷപക്ഷം

ഗ്രഹങ്ങളുടെ മൂലക്ഷേത്രങ്ങളും ഉച്ചനീചങ്ങളും

ഗ്രഹം	സ്വക്ഷേത്രം	മൂലക്ഷേത്രം	ഉച്ചരാശി	നീചരാശി
സൂര്യൻ	ചിങ്ങം	ചിങ്ങം	മേടം	തുലാം
ചന്ദ്രൻ	കർക്കിടകം	ഇടവം	ഇടവം	വൃശ്ചികം
കുജൻ	മേടം,വൃശ്ചികം	മേടം	മകരം	കർക്കിടകം
ബുധൻ	മിഥുനം	കന്നി	കന്നി	മീനം
വ്യാഴം	ധനു,മീനം	ധനു	കർക്കിടകം	മകരം
ശുക്രൻ	ഇടവം,തുലാം	തുലാം	മീനം	കന്നി
ശനി	മകരം,കുംഭം	കുംഭം	തുലാം	മേടം

- ഉച്ചരാശിയിൽ നില്ക്കുമ്പോഴാണ് ഒരു ഗ്രഹത്തിന് ഏറ്റവും അധികം ബലം
- ഒരു ഗ്രഹം ഉച്ചരാശിയിലായാൽ ധനം, പ്രശസ്തി, ബഹുമാനം, സന്താനങ്ങൾ, വാഹനലാഭം തുടങ്ങിയ ശുഭഫലങ്ങൾ.
- സ്വക്ഷേത്രം, മൂലക്ഷേത്രം എന്നിവിടങ്ങളിൽ ഗ്രഹം നിന്നാൽ ഫലങ്ങൾ -ധനം, പ്രശസ്തി, സ്ഥാനമാനങ്ങൾ-
- ഗ്രഹം നീചരാശിയിൽ നിന്നാൽ ശുഭഫലം കുറഞ്ഞിരിക്കും.

ഗ്രഹങ്ങളുടെ ബന്ധുശത്രുത്വം

ഗ്രഹം	ബന്ധുക്കൾ	ശത്രുക്കൾ	സമന്മാർ
സൂര്യൻ	ചന്ദ്രൻ,കുജൻ,വ്യാഴം	ശനി,ശുക്രൻ	ബുധൻ
ചന്ദ്രൻ	സൂര്യൻ, ബുധൻ	ശത്രുവില്ല	കുജൻ ,വ്യാഴം, ശുക്രൻ തുടങ്ങി എല്ലാവരും
കുജൻ	വ്യാഴം,സൂര്യൻ,ചന്ദ്രൻ	ബുധൻ	ശനി,ശുക്രൻ
ബുധൻ	സൂര്യൻ,ശുക്രൻ	ചന്ദ്രൻ	കുജൻ,വ്യാഴം, ശനി
വ്യാഴം	സൂര്യൻ,ചന്ദ്രൻ,കുജൻ	ബുധൻ,ശുക്രൻ	ശനി
ശുക്രൻ	ബുധൻ,ശനി	സൂര്യൻ,ചന്ദ്രൻ	കുജൻ,വ്യാഴം
ശനി	ബുധൻ,ശുക്രൻ	സൂര്യൻ,ചന്ദ്രൻ	വ്യാഴം

- സൂര്യന് 6-ാം ഭാവത്തിൽ നില്ക്കുന്ന ശനിയും 7 ലെ ചൊവ്വയും 9 ലെ വ്യാഴവും 11 ലെ ശുക്രനും ബന്ധുവാണ്.

● സ്വാഭാവികബന്ധുവിന് ഒരു താല്ക്കാലികബന്ധു കൂടി ഗ്രഹയോഗത്തിലൂടെ ഉണ്ടായാൽ അതിബന്ധുത്വം എന്നും ശത്രുഗ്രഹത്തിന് മറ്റൊന്നിന്റെ സഹായം കൂടിയുണ്ടായാൽ അതിശത്രുത്വം എന്നും പറയുന്നു. ജനനസമയത്ത് ഒരു ഗ്രഹം മറ്റൊരു ഗ്രഹത്തിന്റെ 2,3,4,10,11,12 എന്നീ ഭാവങ്ങളിൽ നിന്നാൽ തല്ക്കാലബന്ധു. 1,5,6,7,8,9 എന്നീ ഭാവങ്ങളിലായാൽ തല്ക്കാലശത്രു

ഗ്രഹരത്നങ്ങളും ദേവതകളും

ദിക്ക്	ഗ്രഹം	ഗുണം	ജാതി	ചേഷ്ടാബലം
കിഴക്ക്	സൂര്യൻ	സത്വഗുണം	ക്ഷത്രിയ	ഉത്തരായനകാലത്ത് പൗർണ്ണമിനാളിൽ
വടക്ക് പടിഞ്ഞാറ്	ചന്ദ്രൻ	സത്വഗുണം	വൈശ്യ	ഉത്തരായനകാലത്ത്
തെക്ക്	കുജൻ	തമോഗുണം	ക്ഷത്രിയ	ചന്ദ്രനോടു കൂടി
വടക്ക്	ബുധൻ	രജോഗുണം	വൈശ്യ	നിൽക്കുമ്പോഴും
വടക്ക്കിഴക്ക്	വ്യാഴം	സത്വഗുണം	ബ്രാഹ്മണ	വക്രത്തിലും.
തെക്ക്കിഴക്ക്	ശുക്രൻ	രജോഗുണം	ബ്രാഹ്മണ	
പടിഞ്ഞാറ്	ശനി	തമോഗുണം	ശൂദ്ര	
തെക്ക്പടിഞ്ഞാറ്	രാഹു	-	ഭ്രഷ്ട	
	കേതു	-	-	

● ചന്ദ്രനു പക്ഷബലമാണ് പ്രധാനം.

● ചന്ദ്രനൊഴിച്ചുള്ള ഗ്രഹങ്ങൾക്ക് സ്ഥാനബലമാണ് മുഖ്യം. നില്ക്കുന്ന രാശിയെ അടിസ്ഥാനമാക്കി കണക്കാക്കുന്ന ബലമാണ് സ്ഥാനബലം.

ഭാരതീയ ജ്യോതിഷം

മനുഷ്യന്റെ ജനനസമയത്തെ ഗ്രഹനില അടിസ്ഥാനമാക്കി ഭൂത വർത്തമാനഭാവി കാലങ്ങളിലുള്ള ജീവിതാനുഭവങ്ങൾ പ്രവചിക്കുന്ന ശാസ്ത്രശാഖയാണ് ജ്യോതിഷം. കാലഗണനക്കും ഫലപ്രവചനത്തിനും ആധാരമായിട്ടുള്ള സാങ്കേതികവിദ്യയെ ജ്യോതിഷം എന്നു പറയുന്നു.

വേദകാലത്ത് ഭാരതീയ ജ്യോതിഷം വികാസം നേടിയതായി ചരിത്രം വ്യക്തമാക്കുന്നു. ഉപവേദപഞ്ചകം എന്ന പേരിൽ പ്രസിദ്ധമായ ശാസ്ത്ര ശാഖകളാണ് ആയുർവേദം, ധനുർവേദം, ഗാന്ധർവവേദം, സ്ഥാപത്യവേദം, ജ്യോതിഷം എന്നിവ. വൈദ്യശാസ്ത്രശാഖയായ ആയുർവേദം ഋഗ്വേദത്തോടും ആയുധവിദ്യ വിവരിക്കുന്ന ധനുർവേദം യജുർവേദത്തോടും സംഗീതശാസ്ത്രമായ ഗാന്ധർവവേദം സാമവേദത്തോടും ശില്പശാസ്ത്രമായ സ്ഥാപത്യവേദം അഥർവ്വവേദത്തോടും ബന്ധപ്പെട്ടതാണ്. ജ്യോതിഷമാകട്ടെ സമയനിശ്ചയ പ്രാമാണ്യത്താൽ നാലു വേദങ്ങളുമായി ഒരുപോലെ ബന്ധപ്പെട്ടു നില്ക്കുന്നു.

നാലു വേദങ്ങൾക്കും ഓരോ ഗ്രഹത്തെ അധിപന്മാരായി നിശ്ചയിച്ചിട്ടുണ്ട്. വ്യാഴമാണ് ഋഗ്വേദാധിപൻ. യജുർവേദത്തിനു ശുക്രനും, സാമവേദത്തിന് ചൊവ്വയും, അഥർവവേദത്തിന് ബുധനുമാണ് അധിപന്മാർ.

വേദാംഗഷൾകം എന്ന നിലയിൽ വേദങ്ങളുമായി ബന്ധപ്പെട്ട ആറു കാര്യങ്ങൾ വേറെ പറഞ്ഞിട്ടുണ്ട്. അതിലും ജ്യോതിഷം ഒരു ഘടകമാണ്. ശിക്ഷ, കല്പം, വ്യാകരണം, നിരുക്തം, ഛന്ദസ്സ്, ജ്യോതിഷം എന്നിവയാണ് വേദങ്ങളുടെ ആറ് അവയവങ്ങൾ.

ശിക്ഷ വേദവാക്യങ്ങളിലെ ഘടകപദങ്ങൾക്കും ആനുപൂർവ്വികതയ്ക്കും അക്ഷരസ്ഫുടതയ്ക്കും കേടുവരാതെ ശരിയാംവണ്ണം ഉച്ചരിക്കാൻ വശമാക്കുന്ന പാഠ്യക്രമമാണ്. വേദഭാഷയുടെ ഉച്ചാരണനിയമങ്ങളാണ് പ്രതിപാദിക്കുന്നത്. വേദത്തിന്റെ നാസികയാണ് ശിക്ഷ.

കല്പം യാഗാഗ്നി ഒരുക്കുന്നതുൾപ്പെടെയുള്ള വൈദികക്രിയകളുടെ കർമ്മനിർവ്വഹണക്രമങ്ങളെയും ചടങ്ങുകളെയും വിവരിക്കുന്ന ശാസ്ത്രമാണ്. ഇതിനെ വേദത്തിന്റെ ഹസ്തം എന്നു പറയുന്നു.

വ്യാകരണം വേദത്തിലെ പദങ്ങളുടെ വ്യുല്പത്തി, പ്രകരണാനുസാരം

തുടങ്ങിയവ വിവരിക്കുന്നു. വേദത്തിന്റെ മുഖമാണ് വ്യാകരണം എന്നാണ് സങ്കല്പം.

നിരുക്തം വൈദികപദങ്ങളുടെ ധാത്വർത്ഥം നിർവ്വചിക്കുന്നു. പദങ്ങളുടെ നിരുക്തി അഥവാ ആശയനിർവ്വചനം, മന്ത്രങ്ങളുടെ അർത്ഥചിന്ത എന്നിവ പ്രതിപാദിക്കുന്ന നിരുക്തം വേദത്തിന്റെ ചെവികളാണെന്നു കരുതപ്പെടുന്നു.

വേദത്തിന്റെ വൃത്തശാസ്ത്രമാണ് പാദങ്ങൾ എന്നു സങ്കല്പിക്കുന്ന ഛന്ദസ്സിനുള്ളത്. മന്ത്രങ്ങളുടെ അക്ഷരവിന്യാസമാണ് ഇതിൽ പ്രതിപാദിക്കുന്നത്.

ജ്യോതിഷം വൈദികകർമ്മങ്ങൾ അനുഷ്ഠിക്കുന്നതിനു പറ്റിയ മുഹൂർത്തനിർണ്ണയം നടത്തുന്നു. യാഗാദിക്രിയകൾക്കും ജീവിതത്തിലെ പ്രധാന കർമ്മാനുഷ്ഠാനുങ്ങൾക്കും ശുഭാശുഭമുഹൂർത്തനിർണ്ണയം നടത്തുന്നതിനാണ് ജ്യോതിഷം പ്രയോജനപ്പെടുത്തിയിരുന്നത്. നല്ല സമയത്ത് കാര്യങ്ങൾ നിർവ്വഹിക്കുകയെന്നത് പണ്ടേയുള്ള രീതിയാണ്. ജ്യോതിഷത്തെ വേദത്തിന്റെ കണ്ണ് എന്നാണ് വിശേഷിപ്പിക്കുന്നത്.

'നീയതേഅനേനഇതിനേത്രം'നീ എന്നാൽ നയിക്കുക. ഇതിനാൽ നയിക്കപ്പെടുന്നതു കൊണ്ട് നേത്രം എന്നാണ് അർത്ഥവിശദീകരണം. ജ്യോതിഷം എല്ലാറ്റിനെയും നേർവഴിയിലേക്ക് നയിക്കുന്നു കൊണ്ടുപോകുന്നു എന്ന് വേദാംഗസ്ഥാനനിർണ്ണയം കൊണ്ട് വ്യക്തമാക്കിയിരിക്കുന്നു. ഭാരതീയർ ജ്യോതിഷത്തിനു നൽകിയ പ്രാധാന്യമെന്തെന്നാണ് ഇത് നമ്മെ ബോധ്യപ്പെടുത്തുന്നത്.

ജ്യോതിഷത്തെ പ്രമാണഭാഗം, ഫലഭാഗം എന്നിങ്ങനെ രണ്ടായി തിരിച്ചിട്ടുണ്ട്. ഗ്രഹങ്ങളുടെ ഗതിവേഗങ്ങളെ അടിസ്ഥാനമാക്കി പഞ്ചാംഗം മുതാലയവ ഗണിക്കാൻ സഹായകമാവുന്ന ഗണിതസ്കന്ധമാണ് പ്രമാണഭാഗം എന്നറിയപ്പെടുന്നത്.

ഗണിതത്തിന് ജ്യോതിഷം എന്നു തന്നെയാണ് ആചാര്യന്മാർ അർത്ഥം പറഞ്ഞിട്ടുള്ളത്. ജ്യോതിശ്ശാസ്ത്രത്തിന്റെ ക്രിയാഭാഗമാണ് ഗണിതം. പ്രസിദ്ധമായ ജ്യോതിഷഗ്രന്ഥത്തിന് ഗണിതസാരം എന്ന് പേരു നൽകിയത് ഇതുകൊണ്ടാണ്. ഭാരതീയാചാര്യന്മാർ ജ്യോതിഷത്തെ സമഗ്രമായ ഒരു ശാസ്ത്രശാഖയെന്ന നിലയിലാണ് കണ്ടിരുന്നത്.

ആധുനികവ്യവഹാരത്തിൽ ജ്യോതിശാസ്ത്രത്തെ(astronomy)യും ജ്യോതിഷ(astrology)ത്തെയും രണ്ടു വിഭാഗമെന്ന നിലയിലാണ് പരാമർശിക്കാറുള്ളത്. എന്നാൽ പ്രാചീനകാലത്ത് ജ്യോതിഷത്തിൽ ഷഡംഗം എന്ന പ്രയോഗത്തിൽ ഇതെല്ലാം ഉൾപ്പെട്ടിരുന്നു.

ജൗതിഷപഞ്ചാംഗവും രാശിയും ചേർന്നതിനാണ് ഷഡംഗം എന്നു

പറയുന്നത്. നക്ഷത്രം, തിഥി, വാരം, യോഗം, കരണം ഇവ അഞ്ചും രേഖപ്പെടുത്തിയിട്ടുള്ളതാണ് ജൗതിഷപഞ്ചാംഗം. മേടം, ഇടവം, മിഥുനം, കർക്കിടകം, ചിങ്ങം, കന്നി, തുലാം, വൃശ്ചികം, ധനു, മകരം, കുംഭം, മീനം എന്നിങ്ങനെ പന്ത്രണ്ടുരാശികൾ. ഇത്രയും വിശദമായ നിലയിൽ ജ്യോതിശാസ്ത്രനിരീക്ഷണവും പഠനവും നടത്തിയിരുന്നു.

ജ്യോതിഷത്തിലെ ഷഡംഗം എന്ന കല്പന, ജാതകം, ഗോളം, നിമിത്തം, പ്രശ്നം, മുഹൂർത്തം, ഗണിതം എന്നിവയെ അടിസ്ഥാനമാക്കിയുള്ളതാണ്.

ജാതകം ജനനസമയത്തെ ഗ്രഹനിലയെ ആശ്രയിച്ച് എഴുതുന്ന ജീവിതഫലമാണ്. ഭാവിയിൽ അനുഭവപ്പെടുന്ന ഗുണദോഷഫലങ്ങൾ ഗണിക്കുവാൻ ഇത് സഹായിക്കുന്നു. ജന്മപത്രിക എന്നും അറിയപ്പെടുന്നു.

ഗോളം(ഗോളകം) ഗണിതസ്കന്ധത്തിൽ ഒരു വിഭാഗമാണ്. സംഹിതാസ്കന്ധം, ഹോരാസ്കന്ധം, എന്നിവയാണ് ജ്യോതിഷത്തിലെ മറ്റു രണ്ടു ഭാഗങ്ങൾ. കണക്കുകൾ അടങ്ങിയ ക്രിയാഭാഗത്തെയാണ് ഗണിതസ്കന്ധം എന്നു പറയുന്നത്. ഗോളാകൃതിയിലുള്ള സൂര്യചന്ദ്രന്മാരുടെയും മറ്റു ഗ്രഹങ്ങളുടെയും കാര്യങ്ങൾ ഇവിടെ പ്രതിപാദിക്കുന്നു.

നിമിത്തം-ഫലനിർദ്ദേശത്തിൽ അപ്പപ്പോഴുണ്ടാകുന്ന സംഭവങ്ങളെ അടിസ്ഥാനമാക്കി സൂചിപ്പിക്കുന്ന ഫലങ്ങളാണിത്. ജ്യോതിഷിയെ നിമിത്തജ്ഞൻ എന്നു വിശേഷിപ്പിക്കാറുണ്ട്. ശുഭാശുഭലക്ഷണം അറിയുന്ന ആൾ എന്ന നിലയിലാണ് ഈ പേരുണ്ടായത്.

പ്രശ്നം-ഭാവിഫലത്തെക്കുറിച്ചുള്ള അന്വേഷണമാണ് പ്രശ്നവിചാരത്തിൽ നടക്കുന്നത്. നാളെ എന്ത് എന്നത് ചിന്തിക്കുന്നവർക്ക് വ്യക്തമായ ഒരുത്തരവും കിട്ടാറില്ല. അതുകൊണ്ടു തന്നെയാണ് ലോകത്തെല്ലായിടത്തും മനുഷ്യൻ ഭാവികാര്യങ്ങളറിയാനുള്ള ആകാംക്ഷയോടെ അന്വേഷണങ്ങൾ ആരംഭിച്ചത്. ഭാരതീയ ജ്യോതിഷാചാര്യന്മാർ ജനനസമയത്തെ ഗ്രഹനിലയെയും പിന്നീടുള്ള അതിന്റെ സഞ്ചാരഫലങ്ങളെയും ബന്ധപ്പെടുത്തി ഓരോരുത്തരുടെയും ജീവിതത്തിലുണ്ടാവുന്ന അനുഭവങ്ങൾ പ്രവചിക്കുന്നു.

മുഹൂർത്തം-ശുഭസമയനിശ്ചയത്തിനായാണ് മുഹൂർത്ത പരിശോധന നടത്തുന്നത്. രണ്ടു നാഴിക എന്നത് നാല്പത്തെട്ടു മിനുട്ട് സമയമാണ്. ഇതാണ് ഒരു മുഹൂർത്തം എന്ന് ജ്യോതിഷത്തിൽ വ്യക്തമാക്കുന്ന കാലം. പകലും രാത്രിയുമുൾപ്പെടെ ഒരു ദിവസത്തിൽ അറുപത് നാഴികയുണ്ട്. ഇതിന് മുപ്പത് മുഹൂർത്തങ്ങളുള്ളതിൽ ശുഭമുഹൂർത്തമേത് എന്ന് ഗണിക്കുന്നു. ഈ നല്ല നേരത്തു വേണം നല്ല കാര്യങ്ങൾ നിർവ്വഹിക്കാൻ എന്നതാണ് ഭാരതീയരീതി.

ഗണിതം-ജ്യോതിഷത്തിലെ ക്രിയാവിഭാഗത്തെ പൊതുവിൽ ഈ പേരിലറിയുന്നു. മാത്ര, സംഖ്യ, പരിമാണം മുതലായവ സംബന്ധിച്ച ശാസ്ത്രമാണ് ഗണിതം. ജ്യോതിഷത്തിന്റെ ഫലപ്രവചനത്തെ സഹായിക്കുന്നത് ഗണിതക്രിയകളാണ്.

ജ്യോതിഷത്തിലെ പ്രമാണഭാഗം പോലെ തന്നെ പ്രധാനമാണ് ഫലഭാഗം. ഷഡംഗത്തിൽ ഉൾപ്പെടുന്ന ഗോളം(ഗോളകം) എന്ന ഭാഗത്ത് പരാമർശിച്ച സംഹിത, ഹോര എന്നിവയാണ് ഫലഭാഗത്തെ പ്രധാനസ്കന്ധങ്ങൾ.

സംഹിതയ്ക്ക് സ്മൃതി എന്ന് അർത്ഥം പറഞ്ഞിരിക്കുന്നത് യോജിച്ചതും നിശ്ചയിക്കപ്പെട്ടതുമായ രചന എന്ന നിലയിലാണ്. സംഹിതാസ്കന്ധത്തിൽ ആദിത്യാദിഗ്രഹങ്ങളുടെയും ഓരോ രാശിസ്ഥിതികളെയും നക്ഷത്രസ്ഥിതികളെയും പറ്റി പറഞ്ഞിരിക്കുന്നു. ധൂമകേതുക്കൾ, അഗസ്ത്യപ്രഭ, സപ്തർഷിപ്രഭ മുതലായവ കൊണ്ട് രാജ്യത്തിനും ജനങ്ങൾക്കും ഉണ്ടാകുന്ന സദ്ഫലങ്ങളെയും ദോഷഫലങ്ങളെയും എടുത്തു കാണിക്കുന്നു. കാലാവസ്ഥാവ്യതിയാനങ്ങൾ, അതിവൃഷ്ടി, അനാവൃഷ്ടി, ഭൂകമ്പം, കൊടുങ്കാറ്റ്, പകർച്ചവ്യാധികൾ എന്നിവയും സസ്യധാന്യാദികളുടെ വൃദ്ധിക്ഷയങ്ങളും ഭക്ഷണസുഭിക്ഷതയും ദുർഭിക്ഷതയും വിവരിക്കുന്നു.

ജീവജാലങ്ങളുടെ ലക്ഷണങ്ങൾ സംഹിതയിൽ പറഞ്ഞിരിക്കുന്നു. സ്ത്രീപുരുഷലക്ഷണം, ഗോലക്ഷണം, അശ്വലക്ഷണം, ഗജലക്ഷണം തുടങ്ങിയവയോടൊപ്പം പക്ഷികളുടെ ലക്ഷണവും പറയപ്പെട്ടിട്ടുണ്ട്. ധനകാര്യങ്ങളിലും ശ്രദ്ധവെക്കുന്നു. നവരത്നലക്ഷണങ്ങൾ സ്വർണ്ണം, വെള്ളി തുടങ്ങിയവയുമായി ബന്ധപ്പെട്ട ഫലങ്ങൾ എന്നിവയും സംഹിതാസ്കന്ധത്തിൽ സൂചിപ്പിച്ചിട്ടുണ്ട്.

ജ്യോതിശാസ്ത്രത്തിലെ മുഖ്യഭാഗങ്ങളിലൊന്നാണ് ഹോര. അഹോരാത്രം എന്നതിലെ ആദ്യാക്ഷരവും അന്ത്യാക്ഷരവും ലോപിച്ചുണ്ടായ പദമാണ് ഹോര. ഒരു ദിവസത്തിന്റെ ഇരുപത്തിനാലു മണിക്കൂറിൽ ഒരു മണിക്കൂർ എന്ന അർത്ഥത്തിലും ഹോര എന്ന പ്രയോഗം ജ്യോതിഷികൾക്കിടയിൽ നിലവിലുണ്ട്.

ജാതകഫലത്തെ പൊതുവിൽ ഹോര എന്നു തന്നെ പറയുന്നു. ജാതകം, പ്രശ്നം, മുഹൂർത്തം എന്നീ മൂന്നു വിഭാഗങ്ങളടങ്ങിയതാണ് ഹോരാസ്കന്ധം. പ്രമാണഭാഗത്തെപ്പറ്റി പറയുമ്പോൾ ഷഡംഗസൂചനയിൽ ജാതകം, പ്രശ്നം, മുഹൂർത്തങ്ങൾ എന്നിവയെപ്പറ്റി പറഞ്ഞിട്ടുണ്ട്.

ഫലഭാഗത്തിൽ ഹോരാസ്കന്ധത്തിൽ ജാതകത്തെപ്പറ്റി കുറേക്കൂടി

വിശദമായി പ്രതിപാദിച്ചിട്ടുണ്ട്. ജനനസമയത്തെ ഗ്രഹനിലകളെയും ഉദയലഗ്നത്തെയും ആധാരമാക്കിയാണ് ഫലപ്രവചനം നടത്തുന്നത്.

ഒരു വ്യക്തിയുടെ ജീവിതത്തിൽ ജനനംമുതൽ മരണം വരെയുണ്ടാകുന്ന എല്ലാ അനുഭവങ്ങളും ജാതകത്തിൽ ശുഭാശുഭഫലങ്ങളെന്ന നിലയിൽ കാണുന്നു. ബാലാരിഷ്ടതകൾ, ആയുർദായം, കർമ്മജീവിതം, രാജയോഗങ്ങൾ, അനിഷ്ടയോഗങ്ങൾ, ദശാന്തർദശകൾ, രാശിശീലഭാവഫലങ്ങൾ, ചാന്ദ്രയോഗങ്ങൾ, നാഭസയോഗങ്ങൾ, എന്നിവ വ്യക്തിയുടെ ജീവിതത്തെ നിർവ്വചിക്കുന്നു. സ്ത്രീപുരുഷവ്യത്യാസമില്ലാതെ ഫലപ്രവചനം നടത്താൻ സഹായകമായ ശാസ്ത്രസാങ്കേതികസമീപനമാണിവിടെയുള്ളത്.

ജാതകം വ്യക്തിയുടെ ജീവിതാനുഭവങ്ങളെ വെളിപ്പെടുത്തുമ്പോൾ പ്രശ്നം വ്യക്തി നേരിടുന്ന നല്ലതും ചീത്തയുമായ പ്രശ്നങ്ങളുടെ പരിഹാരം തേടുന്നു.

പുനർജന്മത്തിലും ആത്മാവിലും വിശ്വസിച്ചിരുന്ന പൗരാണികജനതയുടെ ഫലപ്രവചനശാസ്ത്രമെന്ന നിലയിൽ ജ്യോതിഷം ദാർശനികമായും പ്രായോഗികമായും പുലർത്തുന്ന ചില നിഷ്ഠകളുണ്ട്. അതിന്റെ അടിസ്ഥാനത്തിൽ ഹോരാസ്കന്ധത്തിലെ പ്രശ്നവിഭാഗം പൂർവ്വജന്മകൃതകർമ്മഫലങ്ങളെപ്പറ്റി ചിന്തിച്ചിട്ടുണ്ട്. ആഭിചാരം, ദൃഷ്ടിദോഷം, ദേവതാശാപങ്ങൾ, പ്രേതബാധ, സർപ്പകോപം, കൈവിഷം തുടങ്ങിയ അനർത്ഥങ്ങൾ ഫലഭാഗത്തിൽ പരാമർശവിഷയമായതിന്റെ കാരണമിതാണ്.

ആധുനികകാലത്തും സാഹചര്യത്തിലും ഇത്തരം പ്രശ്നങ്ങൾ നീതിബോധത്തോടെയും ധർമ്മയുക്തിയോടെയും ചിന്തിക്കേണ്ടതുണ്ട്. രാജയോഗഫലങ്ങൾ ജനാധിപത്യവ്യവസ്ഥയിലെ ഭരണാധികാരിയിൽ കണ്ടെത്തുന്ന കാലബോധവും വീക്ഷണവും സ്വീകാര്യമായത് ശ്രദ്ധിക്കുക.

മനുഷ്യജീവിതത്തിലെ അനേകകാര്യങ്ങൾ നിർവ്വഹിക്കാൻ ശുഭയോഗ്യമായ കാലവിശേഷങ്ങൾ കണ്ടെത്തുകയാണ് മുഹൂർത്ത നിശ്ചയത്തിലൂടെ ചെയ്യുന്നത്. വ്യക്തിജീവിതത്തിലും സമൂഹജീവിതത്തിലും നിഷിദ്ധകാലങ്ങളിൽ കർമ്മം ചെയ്യരുതെന്ന് കരുതുന്നു.

ജാതകകർമ്മം, നാമകരണം, ചോറൂണ്, കാതുകുത്ത്, വിദ്യാരംഭം, ഉപനയനം, വിവാഹം, ഗർഭാദാനം(സംയോഗം), സീമന്തം, പുംസവനം മുതലായ കർമ്മങ്ങൾ സ്ത്രീപുരുഷജീവിതത്തിൽ നടത്തുന്നു. ക്രയവിക്രയങ്ങൾ, വിത്തുവിതയ്ക്കൽ, ഗൃഹപ്രവേശം, വ്യാപാരാരംഭം, യാത്ര തുടങ്ങി അനേകകാര്യങ്ങൾ കുടുംബത്തിലും സമൂഹത്തിലും ബന്ധപ്പെട്ടു നടത്തുന്നു. ഇവയ്ക്കെല്ലാം നല്ലവേളകൾ കണ്ടെത്തുന്നതിന് മുഹൂർത്ത ചിന്ത സഹായിക്കുന്നു.

ജ്യോതിഷവിഭാഗദ്വയങ്ങളായ പ്രമാണഭാഗവും ഫലഭാഗവും കൂടാതെ പ്രവർത്തിതം എന്നൊരു ഭാഗം കൂടി ചില ആചാര്യന്മാർ പറഞ്ഞിട്ടുണ്ട്. ഇതിനെ ജ്യോതിഷവിഭാഗത്രയം എന്നറിയുന്നു. പ്രവർത്തിതം എന്നാൽ പ്രവൃത്തിപഥത്തിലെത്തുന്നത് എന്നർത്ഥം. സാധാരണനിലയിൽ ഫല ഭാഗത്തിന്റെ അനുബന്ധമായാണ് അതിന്റെ നിർവ്വഹണത്തെ കണക്കാക്കുന്നത്.

ഭാരതീയ ജ്യോതിഷാചാര്യന്മാരുടെ പേരുകൾ ഇവിടെ എണ്ണിപ്പറയേണ്ടതില്ല. പുരാണപുരുഷന്മാരും മുനികളും പണ്ഡിതന്മാരുമെല്ലാം ഈ കൂട്ടത്തിലുണ്ട്. പരാശരൻ, കശ്യപൻ, നാരദൻ, വസിഷ്ഠൻ, ഗാർഗൻ, ഭൃഗു, പുലീശൻ, ബാദരായണൻ തുടങ്ങിയ പേരുകൾ സ്മരണീയം. ബൃഹത്സംഹിത എഴുതിയ വരാഹമിഹിരൻ, വരാഹവ്യാഖ്യാതാവായ ഉൽപാദൻ എന്നിവർ ആചാരപരമ്പരയെപ്പറ്റി സൂചന നൽകുന്നു.ഒരു ആചാര്യന്റെ ശിഷ്യഗണങ്ങളിൽ പ്രമുഖരായവരെ അതേ ആചാര്യന്റെ പേരിൽത്തന്നെ പാരമ്പര്യമുറയനുസരിച്ച് വിളിച്ചുവരാറുണ്ടെന്നതും ഓർക്കേണ്ടതാണ്.

ഓരോ ജ്യോതിഷതത്ത്വചിന്തയിലും ഇന്നു കാണുന്ന വൈവിധ്യവും വൈപുല്യവും ഫലപ്രവചനത്തിലുള്ള കൃത്യതയും അനേകം ആചാര്യന്മാരുടെ മനനനിരീക്ഷണങ്ങളുടെയും അനുഭവവിശകലനങ്ങളുടെയും ഫലമാണ്. വെള്ളമുണ്ടാകുന്നതിന് ഓക്സിജനും ഹൈഡ്രജനും നിശ്ചിത അനുപാതത്തിൽ സംയോജിക്കണം എന്നുള്ള ഭൗതികശാസ്ത്രസിദ്ധാന്തം നിശ്ചിതസൂത്രവാക്യത്തിൽ ഒതുക്കുന്നതു പോലെ ജ്യോതിഷ സിദ്ധാന്തം പ്രമാണവും ഫലഭാഗവുമായി ഒതുക്കി പറഞ്ഞ മഹാചാര്യന്മാരെ നമിക്കുന്നു.

ഇന്ന് ജ്യോതിഷം ഒരു ശാസ്ത്രമെന്ന നിലയിൽ സമർത്ഥമായി കൈകാര്യം ചെയ്യുന്ന പണ്ഡിതന്മാരും അത് അംഗീകരിക്കുന്ന ജനങ്ങളും തമ്മിൽ ദൃഢമായ ബന്ധമാണുള്ളത്. അതുകൊണ്ടു തന്നെ ജ്യോതിഷികളുടെ ഉത്തരവാദിത്വവും സാമൂഹ്യപ്രതിബദ്ധതയും വർദ്ധിച്ചിരിക്കുന്നു.

ജ്യോതിഷം ഒരു പ്രവചന കലയെന്ന നിലയിലല്ല, മനശ്ശാസ്ത്ര വിഷയമെന്ന നിലയിൽ കൈകാര്യം ചെയ്യേണ്ടതുണ്ട്. വ്യക്തികളെ അനുഭാവപൂർവ്വം പ്രശ്നചിന്തയിലേക്ക് നയിക്കേണ്ട ബാധ്യത വേദത്തിന്റെ ജ്ഞാനത്തിന്റെ കണ്ണായി ജ്യോതിഷത്തെ അംഗീകരിക്കുന്നവർക്കുണ്ട്. അവർക്കുള്ള ഏറ്റവും പ്രയോജനകരമായ ഒരു കൈപ്പുസ്തകമെന്ന നിലയിൽ ഈ ഗ്രന്ഥം പ്രയോജനപ്പെടുമെന്ന് കരുതുന്നു. അതിനു വേണ്ടി അചാര്യാനുഗ്രഹമുണ്ടാവണമെന്ന് പ്രാർത്ഥിക്കുന്നു.

	വ്യാസം	ചൂട്	അകലം	പ്രായം	ഉപ ഗ്രഹം	പ്രദക്ഷിണകാലം
സൂര്യൻ	1384000	270°C	-	5 ബില്യൻ	-	-
ബുധൻ	4849.6		57.6ദശലക്ഷം		-	88 ദിവസം (വേഗത 176000 KM)
ശുക്രൻ	12032		107.52		-	225 ദിവസം
ഭൂമി	12739.2		148.8		1	365 ദിവസം
ചൊവ്വ	6755.2		225.6		-	686 ദിവസം
വ്യാഴം	141968		772.8		16	11.9 വർഷം
ശനി	119296		1417.6		21	29.5 വർഷം
യുറാനസ്	52096		2352.8		15	84 വർഷം
നെപ്ട്യൂൺ	49500		450 ദശലക്ഷം		8	164.8 വർഷം
പ്ലൂട്ടോ	3040		5865.6		-	248 വർഷം

ജ്യോതിശ്ശാസ്ത്ര ഗ്രഹങ്ങൾ

ജ്യോതിഷവും ജ്യോതിശാസ്ത്രവും ഭാരതത്തിലും മറ്റെല്ലാ സംസ്കാരകേന്ദ്രങ്ങളിലും ഒരേ വഴിയിലൂടെയാണ് വളർന്നു വികസിച്ചത്. ഒരു പരിധി വരെ ഇവ രണ്ടും തമ്മിലുള്ള വ്യത്യാസം സാധാരണ ജനങ്ങൾ പരിഗണിച്ചിരുന്നില്ല. കാലഗണനയിലും മുഹൂർത്ത നിശ്ചയത്തിലും പൂർണ്ണമായി ആശ്രയിച്ചിരുന്ന ഗണിതപദ്ധതിയെ ആശ്രയിക്കുകയും വിശ്വസിക്കുകയും ചെയ്തിരുന്നവർ ജീവിതാനുഭവപ്രവചനത്തിനും ഇതേ സാങ്കേതിക ശാസ്ത്രത്തെത്തന്നെ ആധാരമാക്കി.

നിത്യജീവിതവുമായി ഏറ്റവും അടുത്ത ബന്ധമുള്ള ഒരു ശാസ്ത്രശാഖയെന്ന നിലയിൽ ജ്യോതിഷത്തെ സ്വീകരിച്ചവർക്ക്, പ്രവചനങ്ങളിലെ കൃത്യതയും യുക്തിയും ബോധ്യമാവും വിധം ജ്യോതിഷം പ്രമാണങ്ങളിലും പ്രയോഗരീതികളിലും സമ്പന്നമായിരുന്നു.ഭൗതികശാസ്ത്രവിജ്ഞാനരംഗത്തുണ്ടായ പുതിയ വീക്ഷണഗതികൾ പ്രപഞ്ചവീക്ഷണത്തെ മാറ്റിമറിക്കുന്നതായിരുന്നു.സ്വാഭാവികമായും ജ്യോതിഷം സംബന്ധിച്ച വിശ്വാസത്തെയും അത് ബാധിച്ചു. എങ്കിലും ഒരു ശാസ്ത്രമെന്ന നിലയിൽ ജ്യോതിഷം നിലനിൽക്കുന്നു.

സങ്കല്പിക്കാവുന്നതിനുമപ്പുറമുള്ള പ്രപഞ്ചവിസ്തൃതിയാണ് ബ്രഹ്മം. ഇതിൽ എല്ലാം ഉൾപ്പെടുന്നു. ആദിയവസാനങ്ങളെപ്പറ്റി ചിന്തിച്ച് ഉത്തരം കണ്ടെത്തനാവാത്ത ദൃശ്യവിസ്മയമാണ് പ്രപഞ്ചം. ജ്വലിച്ച് ഊർജ്ജം പ്രസരിപ്പിക്കുന്ന അനേകായിരം നക്ഷത്രങ്ങളും അവയെ ചുറ്റുന്ന ഗ്രഹങ്ങളും ഉപഗ്രഹങ്ങളും അടങ്ങുന്ന പ്രകാശസഞ്ചയത്തെയാണ് ഗാലക്സി (Galaxy) ആകാശഗംഗ എന്നു വിശേഷിപ്പിക്കുന്നത്. ആകാശത്തിലൂടെ ഒഴുകുന്ന സ്വർഗ്ഗനദി എന്ന കാവ്യാത്മക സങ്കല്പമാണ് ആകാശഗംഗ.

സൂര്യനും ഭൂമിയുമുൾപ്പെട്ട നമ്മുടെ ഗാലക്സിയെ ക്ഷീരപഥം (Milkyway) എന്നു പറയുന്നു. നമ്മുടെ ഏറ്റവും അടുത്തു നിൽക്കുന്ന ആകാശഗംഗയുടെ പേര് ആൻട്രോമിഡ (Andromeda) എന്നാണ്. നമ്മുടെ ആകാശഗംഗയ്ക്ക് പുരാണവുമായി ബന്ധം കല്പിക്കുന്നതു പോലെ ആൻട്രോമിഡക്ക് ഗ്രീക്ക് പുരാണത്തിലെ കഥകളുമായാണ് ബന്ധം. സുന്ദ

രിയായ ആൻട്രോമിഡ പെഴ്സിയസ്സിന്റെ ഭാര്യയായിരുന്നു. മരണശേഷം അവൾ നക്ഷത്രവ്യൂഹമായി മാറി എന്നാണ് കഥ. ഇതുപോലുള്ള അനേക ഗാലക്സികൾ ഉൾക്കൊള്ളുന്നതാണ് പ്രപഞ്ചം.

സൂര്യനെ ചുറ്റുന്ന ഗ്രഹങ്ങളും ഉപഗ്രഹങ്ങളും ഉൾപ്പെടുന്ന വ്യൂഹത്തെയാണ് സൗരയൂഥം എന്നു പറയുന്നത്. ബുധൻ, ശുക്രൻ, ഭൂമി, ചൊവ്വ, വ്യാഴം, ശനി, യുറാനസ്, നെപ്ട്യൂൺ, പ്ലൂട്ടോ എന്നിങ്ങനെയാണ് ജ്യോതിശാസ്ത്രത്തിലെ നവഗ്രഹങ്ങൾ. ഈ ഒമ്പത് ഗ്രഹങ്ങൾക്ക് എല്ലാം കൂടി മുപ്പത്തിനാല് ഉപഗ്രഹങ്ങളുണ്ട്. ഭൂമിയുടെ ഉപഗ്രഹമാണ് ചന്ദ്രൻ. ബുധനും ശുക്രനും ഒഴിച്ച് മറ്റെല്ലാ സൗരഗ്രഹങ്ങൾക്കും ഉപഗ്രഹങ്ങളുണ്ട്. വലുപ്പത്തിലും ഘടനയിലും വളരെയധികം വ്യത്യാസങ്ങളുള്ളവയാണ് ഉപഗ്രഹങ്ങൾ. ഇതിനുപുറമെയാണ് ആധുനികശാസ്ത്രത്തിന്റെയും സാങ്കേതികവിദ്യയുടെയും സഹായത്തോടെ മനുഷ്യനിർമ്മിതമായ ഉപഗ്രഹങ്ങൾ ഭൂമി, ശുക്രൻ, ചൊവ്വ, വ്യാഴം എന്നിവയുടെയും സൂര്യന്റെയും ചന്ദ്രന്റെയും ഭ്രമണപഥങ്ങളിൽ ചുറ്റിത്തിരിയുന്നത്.

സൗരയൂഥത്തെപ്പറ്റിയുള്ള അടിസ്ഥാനബോധം ഒരു ജ്യോതിഷിയുടെ വീക്ഷണത്തെയും വ്യക്തിത്വത്തെയും സ്വാധീനിക്കുന്നു. ആചാര്യന്മാർ സൂര്യനെയും മറ്റു ഗ്രഹങ്ങളെയും പറ്റി പറഞ്ഞതെന്താണെന്ന് മനസ്സിലാക്കുന്നതും നന്ന്.

സൂര്യൻ

വിശ്വരൂപം ഹരിണം ജാതവേദസം
പരായണം ജ്യോതിരേകം തപന്തം
സഹസ്രരശ്മിഃ ശതധാവവർത്തമനഃ
പ്രാണഃ പ്രജാനാമുദയത്യേഷസൂര്യഃ

പ്രപഞ്ചം മുഴുവൻ നിറഞ്ഞിരിക്കുകയാൽ വിശ്വരൂപനെന്നും സർവ്വത്ര വ്യാപിക്കുന്ന രശ്മികളുള്ളവനെന്നും സർവ്വസാക്ഷിയാകയാൽ എല്ലാം അറിയുന്നവനെന്നും ജീവദാതാവാകയാൽ എല്ലാ പ്രാണികൾക്കും ആശ്രയമായിട്ടുള്ളവനെന്നും ജ്യോതിസ്വരൂപനായ പുരുഷന്റെ സൃഷ്ടിക്കു കാരണഭൂതനെന്നും പ്രാണസ്വരൂപനായ സൂര്യനെ ബ്രഹ്മജ്ഞാനികൾ അറിയുന്നു.

ഈ സൂര്യമന്ത്രം മഹത്വകീർത്തനമാണ്. സൂര്യഃസരതേ (സരിക്കുന്നവൻ സൂര്യൻ) സരതി ആകാശേസൂര്യഃ (ആകാശത്ത് സഞ്ചരിക്കുന്നവൻ സൂര്യൻ) സൂര്യഃസുവതേഃ പ്രേരണാർത്ഥാത് (പ്രേരിപ്പിക്കുന്നവൻ സൂര്യൻ) സുവതിപ്രേരയതികർമ്മണി ലോകം ഇതിസൂര്യഃ (ലോകത്തെ

കർമ്മത്തിനു പ്രേരിപ്പിക്കുന്നതു കൊണ്ട് സൂര്യൻ) സൂര്യശബ്ദത്തിനു നൽകിയ ഈ അർത്ഥവിശദീകരണങ്ങൾ ജ്യോതിഷപ്രമാണങ്ങളെയും വീക്ഷണത്തെയും സാധൂകരിക്കുന്നതാണ്.

സൂര്യനുണ്ടായത് ഏതാണ്ട് 460 കോടിവർഷങ്ങൾക്കു മുമ്പാണെന്ന് ആധുനികശാസ്ത്രം കണക്കാക്കുന്നു. എന്നാൽ ഇത് പൂർണ്ണമായും അംഗീകരിക്കാൻ പലരും തയ്യാറല്ല. സാന്ദ്രമായ വാതകപൊടിപടലങ്ങളിൽ നിന്നാണ് സൂര്യനുണ്ടായത് എന്നാണ് ഒരു സിദ്ധാന്തം. അങ്ങനെയുണ്ടായ സൂര്യന്റെ ചുറ്റിലും അവശിഷ്ടപദാർത്ഥങ്ങളുടെ ഒരു ബൃഹത്വലയമുണ്ടാവുകയും ഈ വലയം പലതായി പിരിഞ്ഞ് ക്രമേണ തണുത്തുറഞ്ഞ് സൂര്യനെ ചുറ്റുന്ന ഗ്രഹങ്ങളായിത്തീരുകയും ചെയ്തു. ഗ്രഹോല്പത്തിയെപ്പറ്റിയുള്ള മറ്റൊരു നിഗമനം സൂര്യനിൽ നടന്ന വൻസ്ഫോടനത്തെ തുടർന്ന് തെറിച്ചുപോയ ഭാഗങ്ങൾ സൂര്യന്റെ ആകർഷണവലയത്തിൽ അകപ്പെട്ട് പ്രദക്ഷിണംവെയ്ക്കുന്നുവെന്നാണ്.

ഭാരതീയപുരാണങ്ങളിലെ ദേവീദേവന്മാരുടെയും മുനികളുടെയും മറ്റും പേരുകളുമായി ബന്ധപ്പെടുത്തിയാണ് ഗ്രഹങ്ങളെപ്പറ്റി പറഞ്ഞിരുന്നത്. അതേപോലെ പ്രാചീനഗ്രീക്ക് റോമൻ ദേവതമാരുടെ പേരുകളിലാണ് അവർ ഗ്രഹങ്ങളെ പരിചയപ്പെടുത്തിയിരുന്നത്.

സൂര്യദേവനെ പലതരത്തിലും ഭാരതീയർ ആരാധിക്കുന്നു. ഈജിപ്തിലും യൂറോപ്പിലും ഇറാനിയൻ പ്രദേശങ്ങളിലും ഗ്രീസ്സിലും റോമിലും ജപ്പാനിലും സൂര്യാരാധന പ്രധാനമായിരുന്നു. സൂര്യൻ ജനങ്ങളുടെ മനസ്സിൽ വിശ്വാസമൂർത്തിയായി.

തിളങ്ങുന്ന വാതകങ്ങളുടെ ഗോളമായ സൂര്യന് 8,64,950 മൈൽ (1,392 മില്യൻ കി.മീ.) വ്യാസമുണ്ട്. സൂര്യന് ഭൂമിയുടെ 3,30,000 മടങ്ങ് പിണ്ഡമുണ്ട്.സൗരയൂഥവ്യൂഹത്തിലെ പിണ്ഡത്തിന്റെ 99% വും ഇതുതന്നെ. സൂര്യകേന്ദ്രത്തിലെ താപനില 2,70,00,000 ഡിഗ്രി ഫാറൺ ഫീറ്റ് (1,50,00,000 ഡിഗ്രി സെന്റിഗ്രേഡ്) ആണ്. സൂര്യോപരിതലത്തിൽ 10,000^{0}F (6,0000 ^{0}C) ആണ് താപനില. സൂര്യൻ ഓരോ നിമിഷവും 5 മില്യൺ ടൺ ദ്രവ്യത്തെ ഊർജ്ജമാക്കി മാറ്റുന്നു. ഇത് ന്യൂട്രിനോകളെയും (വൈദ്യുതചാർജ്ജ് ഇല്ലാത്തതോ വളരെ കുറഞ്ഞതോ ആയ പരമാണു കരണങ്ങൾ) സൗരവികിരണത്തെയും സൃഷ്ടിക്കുന്നു. ഇതു കാരണമാണ് സോളാർസെല്ലുകളിൽ നിന്നും വൈദ്യുതി സൃഷ്ടിക്കാൻ കഴിയുന്നത്. ഭൗമാന്തരീക്ഷത്തിലെത്തുന്ന ചെറിയ ഊർജ്ജം ജീവനാവശ്യമായ വെളിച്ചവും താപവും നൽകുന്നു. അടിസ്ഥാനപരമായി ഓരോ വ്യക്തിയും സൂര്യപ്രഭാവത്തിലുൾപ്പെടുന്നു.

ബുധൻ

സൗരയൂഥത്തിലെ ഏറ്റവും ഉള്ളിലുള്ള ഗ്രഹമാണ് ബുധൻ (Mercury). ദീർഘവൃത്താകാരത്തിലുള്ള ഭ്രമണപഥമുള്ള ഇത് സൂര്യനോട് വളരെ അടുത്തായും അകലെയായും എത്താറുണ്ട്. സൂര്യനിൽ നിന്നും ശരാശരി ദൂരം ഉദ്ദേശം 36 മില്യൺ മൈൽ (58 മില്യൺ കി.മീ.) ആണ്. സൂര്യന്റെ അടുത്തെത്തുമ്പോഴുള്ള ദൂരം 71/2 മില്യൺ മൈൽ (12 മില്യൺ കി.മീ.) ആണ്. ഇതിന്റെ വ്യാസം 3050 മൈലും (4,870 കി.മീ.) പിണ്ഡം ഏകദേശം ഭൂമിയുടെ എട്ടിലൊന്നുമാണ്. ഒരു സെക്കന്റിൽ 30 മൈൽ (48 കി.മീ.) വേഗതയിൽ ഭ്രമണപഥത്തിൽ സഞ്ചരിക്കുന്ന ബുധൻ 88 ദിവസം കൊണ്ട് ഒരുതവണ സൂര്യനെ ചുറ്റുന്നു.

ദേവഗുരുവായ ബൃഹസ്പതിയുടെ ഭാര്യ താരയുമായി പ്രണയത്തിലായ ചന്ദ്രന്, താരയിലുണ്ടായ മകനാണ് ബുധൻ. റോമൻ പുരാണത്തിലെ ശീഘ്രഗതിക്കാരനായ ദേവനാണ് മെർക്കുറി.

ശുക്രൻ

സൂര്യനിൽ നിന്ന് രണ്ടാമത് നില്ക്കുന്ന ശുക്രൻ (Venus) ചന്ദ്രൻ കഴിഞ്ഞാൽ രാത്രിയിലെ ആകാശത്തെ ഏറ്റവും പ്രകാശമേറിയ പ്രകൃതിക്കാഴ്ചയാണ്. ഇത് ഭൂമിക്കടുത്തെത്തും ഉദ്ദേശം 26 ദശലക്ഷം മൈൽ (42 ദശലക്ഷം കി.മീ.) സൂര്യനു ചുറ്റുമുള്ള ശുക്രന്റെ ഭ്രമണപഥം മിക്കവാറും വൃത്താകൃതിയിലാണ്. സൂര്യനിൽനിന്ന് ഇത് 67 ദശലക്ഷം മൈൽ (108 ദശലക്ഷം കി.മീ.) ദൂരത്തിലാണ്. ഭ്രമണത്തിന് 225 ദിവസങ്ങളെടുക്കും.

ഭാരതീയപുരാണ പ്രകാരം ശുക്രൻ അസുരന്മാരുടെ ഗുരുവാണ്. ഭൃഗു മഹർഷിയുടെയും ഭാര്യയായ പുലോമയുടെയും മകനായ ശുക്രൻ ഒരു അപ്സരസ്ത്രീയോട് തോന്നിയ പ്രേമത്താൽ സ്വർഗ്ഗത്തിലെത്തിയെന്നും അവിടെ അവളോടൊപ്പം ജീവിച്ചു എന്നും ഒരു കഥയുണ്ട്. റോമൻ ദേവതയായ വീനസ് കൃഷിനിലങ്ങളുടെയും ഉദ്യാനങ്ങളുടെയും ദേവതയാണ്. ഈജിപ്തിന്റെയും ഡിയോണിന്റെയും മകളും വൾകാന്റെ ഭാര്യയുമായ വീനസ് രഹസ്യബന്ധങ്ങളുടെയും ദേവന്മാരും മനുഷ്യന്മാരുമായുള്ള വൈകാരികബന്ധങ്ങളുടെയും പേരിൽ പ്രസിദ്ധയാണ്.

ഭൂമി

സൂര്യനിൽ നിന്നും 1476 ലക്ഷം കി.മീ. ദൂരെയാണ് ഭൂമി സ്ഥിതി ചെയ്യുന്നത്. 450 കോടി വർഷത്തെ പ്രായമുള്ള ഭൂമിയുടെ വ്യാപ്തം 1083 ബില്യൻ ഘനകിലോമീറ്ററാണ്. ഭൂമിയുടെ വ്യാസം 12,739 കി.മീ. ആണ്.

സൂര്യനെ ഒരു തവണ വലം വെക്കുവാൻ 365½ ദിവസം വേണം. ഭാരതീയ പുരാണങ്ങളിൽ ഭൂമി ദേവിയാണ്. ഭൂമിയുമായി ബന്ധപ്പെട്ട അനേക കഥകൾ ഇവിടെ പ്രചാരത്തിലുണ്ട്.

ചൊവ്വ

സൂര്യനിൽ നിന്നും 228 ദശലക്ഷം കി.മീ. അകലത്തിൽ ഭ്രമണം ചെയ്യുന്നു. ചൊവ്വ(ങമൃ)യുടെ ശരാശരി വ്യാസം ഭൂമിയുടെ പകുതിയോളം മാത്രം വരുന്ന 4244 മൈൽ (6790 കി.മീ.) ആണ്. ഇതിന്റെ പിണ്ഡം ഭൂമിയുടെ പത്തിലൊന്നും ഗുരുത്വാകർഷണം ഭൂമിയുടെ മൂന്നിലൊന്നുമാണെന്ന് കണ്ടെത്തിയിട്ടുണ്ട്. സൂര്യനെ വലം വെക്കാൻ 686 ദിവസം വേണം. കുജൻ എന്നു കൂടി പേരുള്ള ഈ ഗ്രഹത്തിന്റെ ഭൂമിയുമായുള്ള ബന്ധത്തെ വ്യക്തമാക്കുന്ന 'കോഃ പൃഥിവ്യാഃ ജാതഃ കുജഃ (ഭൂമിയിൽ നിന്ന് ജനിച്ചത് കുജൻ) എന്ന നിരുക്തം പ്രസിദ്ധമാണ്. ചുവന്ന നിറമായതിനാലാണ് ചൊവ്വ എന്നു പറയുന്നത്.

ദേവഗണത്തിൽ പെട്ട ഒരു യോദ്ധാവാണ് അഗ്നിപുരാണത്തിലെ കുജൻ. കുജന്റെ ആയുധത്തിന് ശക്തി എന്നാണ് പേര്. അക്ഷരമാലയാണ് കുജൻ അണിയുന്നത്. അ മുതൽ ക്ഷ വരെയുള്ള അക്ഷരമാലയിലെ ഓരോ ഏകകത്തിനും ഓരോ മണിയെന്ന നിലയിൽ ഘടിപ്പിച്ചുണ്ടാക്കുന്ന ഈ മാല വിശ്വത്തെ പ്രതിനിധാനം ചെയ്യുന്ന ശബ്ദബ്രഹ്മത്തിന്റെ ആവിഷ്കാരമാണ്. അക്ഷമാലയിലെ നായകമണി പരബ്രഹ്മത്തെ കുറിക്കുന്നു.

പുരാതനറോമൻ യുദ്ധദേവനും റോമിന്റെ സംരക്ഷകനുമാണ് മാർസ്ദേവൻ. ജൂപിറ്റർക്ക് ശേഷം പരിഗണിക്കുന്നത് മാർസിനെയാണ്. അദ്ദേഹത്തിന്റെ ആയുധമായ കുന്തം റോമൻ ക്ഷേത്രത്തിൽ വിശുദ്ധ സ്ഥലത്തു സൂക്ഷിക്കുന്നു. വസന്തകാലത്തും (മാർച്ച്) ഹേമന്തകാലത്തും (ഒക്ടോബർ) മാർസ് ദേവനായി ഉത്സവങ്ങൾ നടത്തുന്നു. ഒരു യോദ്ധാവെന്ന നിലയിലും റോമാചക്രവർത്തിയുടെ അംഗരക്ഷകനെന്ന നിലയിലും പ്രസിദ്ധനാണ്. ഗ്രീക്ക് ദേവനായ ഏറസിന്റെ പ്രതിരൂപമാണ് മാർസ് എന്നതും ശ്രദ്ധേയമാണ്.

വ്യാഴം

സൗരയൂഥത്തിലെ ഏറ്റവും വലിപ്പമുള്ള ഗ്രഹമാണ് വ്യാഴം(Jupiter). ഭൂമിയുടെ 318 മടങ്ങ്പിണ്ഡവും 1400 ലേറെ മടങ്ങ് വ്യാപ്തവുമുണ്ട്. ഇതിന്റെ ആകാരവലിപ്പം അന്തരീക്ഷ ഉപരിതലത്തിൽ ഭൂമിയുടേതിന്റെ

2.5 ലേറെ മടങ്ങ് ഗുരുത്വാകർഷണശക്തി നൽകുന്നു. ഇതുകാരണം സൗര യൂഥത്തിലെ മറ്റ് ഗ്രഹങ്ങളുടെ മേൽ ശക്തമായ സ്വാധീനം ചെലുത്തുന്നു. പന്ത്രണ്ടു വർഷത്തിലൊരിക്കൽ 484 ദശലക്ഷം മൈൽ (778 ദശലക്ഷം കി.മീ.) സഞ്ചരിച്ച് സൂര്യനെ വലംവെക്കുന്നു. ഭാരതീയ വിശ്വാസാചാരങ്ങളിൽ പുണ്യമെന്നു കരുതുന്ന വ്യാഴവട്ട കാലപരിഗണനയ്ക്ക് അടിസ്ഥാനം വ്യാഴത്തിന്റെ ഈ യാത്രയാണ്.

ദേവഗുരുവായ ബൃഹസ്പതിയാണ് വ്യാഴദേവൻ. താര എന്ന പത്നിക്കു വേണ്ടി ബൃഹസ്പതിയും (വ്യാഴവും) ചന്ദ്രനും തമ്മിൽ മത്സരമുണ്ടായി എന്ന കഥക്ക് ആകാശത്തിലെ ഗുരുത്വാകർഷണം താരയെ (നക്ഷത്രത്തെ) സ്വാധീനിക്കുന്നു എന്നതിന്റെ ഭാവനാത്മക വിശദീകരണമായി കാണാവുന്നതാണ്.

പുരാതന റോമിലെയും ഇറ്റലിയിലെയും മുഖ്യദേവനാണ് ജൂപ്പിറ്റർ(Jupiter). ഭാരതത്തിലെ വ്യാഴത്തിന് സമാനമായ നിലയിൽ പരിഗണിക്കുന്ന ജൂപ്പിറ്റർ ഗ്രീക്ക് ദേവനായ സീയൂസിനെപ്പോലെ ആരാധ്യനാണ്. പുരാതനറോമിന്റെ ഭരണകർത്താക്കളായി മാറിയ എട്രൂസ്കന്മാർ കുടിയേറ്റകാലത്ത് കൂടെക്കൊണ്ടു വന്ന ത്രിമൂർത്തികളാണ് ജൂപിറ്റർ, ജൂനൊക്ക്, മിനർവ എന്നിവർ. റോമിൽ മലമുകളിലെ ക്ഷേത്രത്തിൽ ആരാധിച്ചിരുന്ന ഈ ദേവനെ ഇടിമിന്നലുമായി ബന്ധപ്പെടുത്തി, ഇടിമിന്നലേറ്റ എല്ലാ സ്ഥലവും ദേവന്റേതാക്കി മാറ്റുന്ന പതിവുണ്ടായിരുന്നു. ഓക്കാണ് ജൂപിറ്റർ ദേവന്റെ വൃക്ഷം.

ശനി

സൗരയൂഥത്തിൽ വ്യാഴം കഴിഞ്ഞാൽ ഏറ്റവും വലുതായ ഗ്രഹമാണ് ശനി. ഭൂമിയുടെ 95 ഇരട്ടിയോളം വലിപ്പവും 700 ഇരട്ടിയിൽ കൂടുതൽ ഘനവുമുണ്ട്. വാതകങ്ങൾ നിറഞ്ഞ പുറംപാളികൾ ഉള്ള ശനിക്കു ചുറ്റും ഏഴുപാളികളോളമുള്ള വലയങ്ങളുണ്ടത്രേ. വിവിധങ്ങളായ വസ്തുക്കൾ കൊണ്ടാണ് ഈ വളയങ്ങൾ രൂപപ്പെട്ടിട്ടുള്ളത്. ഏകദേശം 10.5 മണിക്കൂറാണ് ശനിയിലെ ഒരു ദിവസം. 20.9 ഭൗമവർഷങ്ങൾ കൂടിയതാണ് ശനിയുടെ ഒരു വർഷം. സൂര്യനിൽ നിന്നുള്ള ശരാശരി അകലം 887 മില്യൺ മൈൽ (1.477) ബില്യൺ കി.മീ. ആണ്. ശനിയുടെ 18 ഉപഗ്രഹങ്ങളിൽ ഏറ്റവും വലുതാണ് ടൈറ്റാൻ.

ഭാരതീയ ജ്യോതിഷത്തിൽ ശനിയുടെ സ്വാധീനം പല രീതിയിലും ചർച്ച ചെയ്യപ്പെടുന്നുണ്ട്. വിശ്വകർമ്മാവിന്റെ പുത്രിയായ സംജ്ഞയുടെ തോഴിയായ ഛായയിൽ സൂര്യന് ജനിച്ച പുത്രനാണ് ശനി. ശനൈശ്ചരൻ എന്നാണ് പൂർണ്ണമായ പേര്. ഏറ്റവും തേജസ്വിയും തീക്ഷ്ണസ്വഭാ

വിയുമായ ശനി ബ്രഹ്മസഭയിലിരുന്ന് ബ്രഹ്മാവിനെ ഉപാസിക്കുന്നു. ശനി ഗ്രഹം രോഹിണിനക്ഷത്രത്തെ പീഡിപ്പിക്കുമ്പോൾ ലോകത്തിൽ വലിയ ആപത്തുകളുണ്ടാവുമെന്ന് മഹാഭാരതം ഉദ്യോഗപർവ്വത്തിൽ പറയുന്നുണ്ട്. നിത്യസ്മരണീയ ഗ്രഹങ്ങളിലൊന്നായാണ് മഹാഭാരതം ശനിയെ വിശേഷിപ്പിക്കുന്നത്.

കൃഷിയുടെ ഗ്രീക്ക് ദേവനായ ക്രോണസും റോമൻ ദേവനായ സാറ്റേണും ശനിക്കു തുല്യരാണ്. ധാരാളിത്തത്തിന്റെ ദേവതയായ ഓപ്സ് ആണ് ഭാര്യ. ഡിസംബർ 17 ന് തുടങ്ങുന്ന സാറ്റർണാലിയ എന്ന ഉത്സവകാലത്ത് എല്ലാ വ്യാപാര ഇടപാടുകളും നിർത്തി വച്ചിരുന്നു. ശനിയാഴ്ച സാറ്റണിന്റെ പേരിലാണ് അറിയപ്പെടുന്നത്. ഉപഗ്രഹവിക്ഷേപണ വാഹനങ്ങൾക്ക് അമേരിക്ക സാറ്റേൺ എന്നാണ് പേരു നൽകിയിട്ടുള്ളത്.

ക്രോണസ് ശനിക്കു തുല്യനായി പറയപ്പെടുന്ന ഗ്രീക്ക് ദേവനാണ്. യുറാനസ്സിനും ജിയയ്ക്കും ജനിച്ചവൻ. സ്വന്തം പിതാവിനെ ഷണ്ഡനാക്കിയതു മൂലം ഭൂമിയിൽ നിന്നും ബഹിഷ്കൃതനായി. സ്വന്തം സഹോദരി റിയയെ ഭാര്യയാക്കി നാലു പുത്രന്മാരെ ജനിപ്പിച്ചു. സ്വന്തം പുത്രനാൽ സ്ഥാനഭ്രഷ്ടനാകും എന്ന് മുന്നറിവ് കിട്ടിയതിനാൽ നാലു പേരെയും വിഴുങ്ങി. ഒരു മകനായ സ്യൂസിനെ അമ്മയായ റിയ ഒളിപ്പിച്ചു. സ്യൂസ് പിന്നീട് എല്ലാവരെയും മോചിപ്പിക്കുകയും ക്രോണസിനെ പരാജയപ്പെടുത്തുകയും ചെയ്തു.

യുറാനസ്സ്

ഗ്രീക്ക് പുരാണത്തിലെ യുറാനസ്സിന്റെ പേരാണ് 1781 ൽ കണ്ടുപിടിക്കപ്പെട്ട ഗ്രഹത്തിന് നൽകിയത്. യുറാനസ്സിന് ഭൂമിയുടെ ഏതാണ്ട് 15 മടങ്ങ് പിണ്ഡവും ഭൂമിയേക്കാൾ 50 മടങ്ങിൽ കൂടുതൽ വ്യാപ്തിയുമുണ്ട്. യുറാനസ്സിന്റെ ഭൂമദ്ധ്യരേഖാ വ്യാസം 31,800 മൈൽ (51,100 കി.മീ)ആണ്. പതിനഞ്ച് ഉപഗ്രഹങ്ങളുണ്ട്. ശരാശരി 1.78 ബില്യൻമൈൽ (2.87 ബില്യൻ കി.മീ) ദൂരത്തിൽ സൂര്യനെ ചുറ്റുന്നു. 84 വർഷം കൊണ്ടാണ് ഒരു പ്രദക്ഷിണം പൂർത്തിയാക്കുന്നത്.

ഭാരതീയ ജ്യോതിഷത്തിൽ ഒരു ഗ്രഹമെന്ന നിലയിൽ യുറാനസ്സിനെ പറ്റി പരാമർശമുണ്ടാവുകയില്ലല്ലോ. അതിനാൽ ഭാരതീയ ദേവ സങ്കല്പവുമായി ഇതിനെ ബന്ധപ്പെടുത്തിയിട്ടില്ല.

ഗ്രീക്കു പുരാണത്തിൽ യുറാനസ്സ് ദേവനെപ്പറ്റിയുള്ള കഥകൾ ക്രോണസിനെപ്പറ്റിയുള്ള കുറിപ്പിലുണ്ട്. യുറാനസ്സ് ഷണ്ഡനാക്കപ്പെട്ടപ്പോൾ ഭൂമിയിൽ പതിച്ച രക്തത്തുള്ളിയിൽ നിന്ന് രാക്ഷസന്മാരും അപ്സരസുകളും ജനിച്ചു.

നെപ്ട്യൂൺ

സൂര്യനെ ചുറ്റുന്ന പുതിയൊരു ഗ്രഹത്തെ 1846 ൽ കണ്ടെത്തി. ഇതിന് റോമൻ സമുദ്രദേവനായ നെപ്ട്യൂണിന്റെ പേരു കൊടുത്തു. സൂര്യനിൽ നിന്നും 2.8 ശതകോടി മൈൽ (4.5 ശതകോടി കി.മീ.) ദൂരത്തിലാണ് ഇത് സഞ്ചരിക്കുന്നത്. ഭൂമിയേക്കാൾ 17 ഇരട്ടി പിണ്ഡവും 58 ഇരട്ടി വ്യാപ്തവുമുണ്ട്. ഇതിന്റെ മധ്യരേഖാ വ്യാസം 30,775 മൈൽ (49,528 കി.മീ.) ആണ്.

ഹിന്ദു പുരാണത്തിലെ വരുണദേവനു സമാനനായ റോമൻ ദേവനാണ് നെപ്ട്യൂൺ. ശുദ്ധജലദേവനായി മാത്രം അറിയപ്പെട്ടിരുന്ന നെപ്ട്യൂൺ സമുദ്രദേവനായിത്തീർന്നത് ഗ്രീക്കുദേവനായ പൊസൈഡോണുമായി താദാത്മ്യം ചെയ്യപ്പെട്ടതോടെയാണ്. ഉറവുജലത്തിന്റെയും അരുവിയുടേയും പ്രതീകമായി പറയപ്പെടുന്ന സലാഷ്യദേവി നെപ്ട്യൂണിന്റെ തന്നെ സ്ത്രീരൂപമാണെന്നു സങ്കല്പിക്കുന്നു. ജലക്ഷാമം രൂക്ഷമാകുന്ന വേനലിന്റെ മൂർദ്ധന്യത്തിലാണ് നെപ്ട്യൂണിന്റെ ഉത്സവം നടത്തിയിരുന്നത്.

പ്ലൂട്ടോ

1930 ലാണ് സൂര്യന്റെ ഒമ്പതാമത്തെ ഗ്രഹമായി പ്ലൂട്ടോ കണ്ടുപിടിക്കപ്പെട്ടത്. ഗ്രീക്ക്ദേവനായ പ്ലൂട്ടോയുടെ പേര് അതിനു നൽകി. 3.7 ബില്യൻ മൈൽ (9.5 ബില്യൻ കി.മീ.) ദൂരെയാണ് ഇത് സൂര്യനെ ചുറ്റിക്കൊണ്ടിരിക്കുന്നത്. 248 വർഷമാണ് ഭ്രമണകാലയളവ്. ഇതിനിടയിൽ 22 വർഷം ഇത് നെപ്ട്യൂണിന്റെ ഭ്രമണപഥവും കടന്ന് സൂര്യനോടടുത്തെത്തുന്നു. 1500 മൈൽ (2400 കി.മീ.) വ്യാസമുള്ള ഇതിന്റെ വലിപ്പം ചന്ദ്രന്റെ മൂന്നിൽ രണ്ടു ഭാഗം മാത്രമാണ്. സൗരയൂഥത്തിലെ ഏറ്റവും ചെറിയ ഗ്രഹമാണ് പ്ലൂട്ടോ.

പ്ലൂട്ടോയ്ക്കുമപ്പുറം പത്താമതൊരു ഗ്രഹമുണ്ടോ എന്ന അന്വേഷണം ജ്യോതിശാസ്ത്രജ്ഞന്മാർ തുടരുകയാണ്. പുതുതായൊരു ഗ്രഹം കൂടി കണ്ടുപിടിച്ചാലും ഇല്ലെങ്കിലും ജ്യോതിഷകാര്യങ്ങളിൽ അതിന് ഒരു സ്ഥാനവുമില്ല. കാരണം ജ്യോതിഷത്തിലെ നവഗ്രഹകല്പന ഭൂമിയെ കേന്ദ്രമാക്കിയുള്ള ഒമ്പത് ഗ്രഹങ്ങളാണ്.

ജ്യോതിശാസ്ത്രത്തിൽ ഗ്രഹങ്ങളെല്ലാം സ്വന്തം ഭ്രമണപഥത്തിലൂടെ സൂര്യനെ ചുറ്റുമ്പോൾ ജ്യോതിഷത്തിൽ കേന്ദ്രം ഭൂമിയാണ്. ഭൂമിയിൽ ജീവിക്കുന്നവരുടെ മേൽ നാം മറ്റു ഗ്രഹങ്ങളും എങ്ങിനെ സ്വാധീനം ചെലുത്തുന്നുവെന്നാണ് ജ്യോതിഷാചാര്യന്മാർ അന്വേഷിച്ചതും വിശകലനം ചെയ്തു പഠിച്ചതും.

സൂര്യൻ(രവി), ചന്ദ്രൻ, കുജൻ(ചൊവ്വ,മംഗളൻ), ബുധൻ, വ്യാഴം(ഗുരു ബൃഹസ്പതി), ശുക്രൻ, ശനി, രാഹു, കേതു എന്നിവയാണ് ജ്യോതിഷ പ്രകാരമുള്ള നവഗ്രഹങ്ങൾ. ഇതിൽ ഭാരതീയാചാര്യന്മാർ നഗ്നനേത്രം കൊണ്ട് കണ്ടു വിലയിരുത്തിയ സൂര്യനും, ചന്ദ്രനും പുറമെ ആധുനിക ജ്യോതിശാസ്ത്രം കണ്ടെത്തിയ ചൊവ്വ,(കുജൻ), ബുധൻ, വ്യാഴം, ശുക്രൻ, ശനി എന്നീ അഞ്ചു ഗ്രഹങ്ങൾ കൂടി ഉൾപ്പെടുന്നുവെന്നത് പൗരാണികകാലത്തെ ജ്യോതിഷാചാര്യന്മാരുടെ ശ്രദ്ധാപൂർവ്വമായ പഠനത്തിന്റെ ഏറ്റവും വലിയ തെളിവുകളായി അവശേഷിക്കുന്നു. ഇതിനു പുറമെയാണ് രാഹുവിനെയും കേതുവിനെയും കൂടി പറഞ്ഞിരിക്കുന്നത് എന്നതും ശ്രദ്ധിക്കുക.

ജ്യോതിഷം നിത്യശാസ്ത്രമായിത്തീർന്നതിന്റെ കാരണവും കാര്യവും മഹാചാര്യന്മാരുടെ ഈ കണ്ടെത്തലുകളാണ്.

കാലഹോര

ഭൂമിയുടെ ദിനചലനത്തിന് 60 നാഴിക (24 മണിക്കൂർ) വേണം. 21/2 നാഴിക വീതമുള്ള ഈ സമയത്തെ 24 മുഹൂർത്തങ്ങൾ എന്നു പറയുന്നു. ഇതിൽ ഒരു മുഹൂർത്തമാണ് കാലഹോര.ഈ സമയത്തിന് സൂര്യൻ, ചന്ദ്രൻ, കുജൻ, ബുധൻ, ഗുരു, ശുക്രൻ, ശനി എന്നിവരാണ് അധിപന്മാർ. ഓരോ മുഹൂർത്തത്തിനും (മണിക്കൂറിനും) അധിപന്മാരുണ്ടെങ്കിലും മുഹൂർത്ത(സമയ)ത്തിലുള്ള കാലഹോരാധിപന്റെ പേര് ആ ദിവസത്തിനു മുഴുവനും നൽകുന്നു. ദിവസങ്ങൾക്ക് ഞായർ(സൂര്യൻ), തിങ്കൾ(ചന്ദ്രൻ), ചൊവ്വ(കുജൻ), ബുധൻ, വ്യാഴം(ഗുരു), വെള്ളി(ശുക്രൻ), ശനി എന്നിങ്ങനെ പേരുണ്ടായി.

രാശി	സ്വക്ഷേത്രം	മൂലക്ഷേത്രം	ഉച്ച ക്ഷേത്രം
സൂര്യൻ	ചിങ്ങം	ചിങ്ങം	മേടം
ചന്ദ്രൻ	ഇടവം	ഇടവം	ഇടവം
കുജൻ	മേടം	മേടം	മകരം
ബുധൻ	കന്നി	കന്നി	കന്നി
വ്യാഴം	ധനു	ധനു	കർക്കിടകം
ശുക്രൻ	തുലാം	തുലാം	മീനം
ശനി	കുംഭം	കുംഭം	തുലാം

ഗ്രഹങ്ങളുടെ ശത്രുമിത്രത്വം(സ്ഥാനഭേദത്താൽ)

ഗ്രഹങ്ങളുടെ ശത്രുമിത്രഭാവങ്ങളിൽ സ്ഥാനഭേദമനുസരിച്ച് മാറ്റമുണ്ടാകാറുണ്ട്. ഈ കാരണത്താൽ ശത്ര മിത്രമായും മിത്രം ശത്രുവായും മാറുന്നു. നിസർഗ ശത്രുസ്ഥാനഭേദത്താൽ നിസർഗ മിത്രമായാൽ ദോഷഫലം കുറയും.

ഗ്രഹം	മിത്രം ഗ്രഹം നിൽക്കുന്ന രാശിയിൽ നിന്ന്	ശത്രു ഗ്രഹം നിൽക്കുന്ന രാശിയിൽ നിന്ന്
സൂര്യൻ	6ലെ ശനി,7ലെ ചൊവ്വ,9ലെ വ്യാഴം	11ലെ ശുക്രൻ
ചന്ദ്രൻ	7ലെ ശുക്രൻ,9ലെ ചൊവ്വ,11ലെ ശനി	3ലെ സൂര്യൻ
കുജൻ	2ലെ സൂര്യൻ,6ലെ ചന്ദ്രൻ,11ലെ ശനി	12ലെ ബുധൻ
ബുധൻ	2ലെ ചന്ദ്രൻ,4ലെ വ്യാഴം,5ലെ ശുക്രൻ	3ലെ ചൊവ്വ
വ്യാഴം	6ലെ ശനി,5ലെ ചൊവ്വ,7ലെ ചന്ദ്രൻ	12ലെ സൂര്യൻ
ശുക്രൻ	2ലെ ചൊവ്വ,6ലെ ബുധൻ,12ലെ സൂര്യൻ	4ലെ ശനി
ശനി	3ലെ ശുക്രൻ,11ലെ ചന്ദ്രൻ,6ലെ വ്യാഴം	7ലെ ചൊവ്വ

1. രാഹു ഏതു ഗ്രഹത്തോടു ചേർന്നാലും ആഗ്രഹത്തിന്റെ ഗുണദോഷ ഫലങ്ങൾ.
2. കേതു ഇടവം, കന്നി, മീനം, ധനുവിന്റെ ആദ്യഭാഗം എന്നിങ്ങനെ 31/2 രാശികളിൽ കേതുവിന് പ്രത്യേകബലം.
3. രാഹുകേതുക്കൾ എപ്പോൾ മറ്റു ഗ്രഹങ്ങളിൽ നിന്നും വിപരീതമായി വക്രഗതിയിൽ സഞ്ചരിക്കുന്നു. വക്രഗതിയുള്ള ഗ്രഹങ്ങൾക്ക് ബലാധിക്യമുണ്ട്.

മേടം

പന്ത്രണ്ടു രാശികളിൽ വരുന്ന നക്ഷത്രങ്ങളെ സാങ്കല്പികരേഖകൾ കൊണ്ട് യോജിപ്പിച്ച് ഓരോ ചിത്രങ്ങളുണ്ടാക്കുന്നു. അങ്ങിനെ കിട്ടുന്ന രൂപങ്ങൾക്കു നൽകാവുന്ന പേരുകളാണ് ഓരോ രാശിക്കും നൽകിയത്. അങ്ങനെ കിട്ടുന്ന ചെമ്മരിയാടിന്റെ രൂപത്തിനാണ് മേഷം എന്നു പേരു കൊടുത്തത്. മേഷമാണ് മലയാളിയുടെ മേടമായത്. ലാറ്റിൻഭാഷയിൽ

ആൃശലെ എന്നും ഇംഗ്ലീഷിൽ ഞമാ എന്നും പറയുന്നു. മലയാളമാസങ്ങളെണ്ണുമ്പോൾ ഒമ്പതാമത്തെ മാസമാണ് മേടം. എന്നാൽ രാശിചക്രത്തിലെ ഒന്നാമത്തെ രാശിയാണ് മേടം.

ജ്യോതിഷത്തിൽ മേടം രാശിയെ അജം, വിശ്വം, ക്രിയം, തുംബരം, ആദ്യം എന്നിങ്ങനെയും വിശേഷിപ്പിക്കുന്നു.

ഗ്രഹമൗഢ്യം

സൂര്യൻ നില്ക്കുന്ന രാശിയിൽ സൂര്യനുമായി ഏറ്റവും അടുത്തു നിൽക്കുന്ന കുജൻ, ബുധൻ, വ്യാഴം, ശുക്രൻ, ശനി എന്നീ അഞ്ചു ഗ്രഹങ്ങൾക്ക് നിഷ്പ്രഭത്വം കൊണ്ട് മൗഢ്യം ഉണ്ടാകുന്നു. മൗഢ്യ ഗ്രഹത്തിന് നീചരാശിയിലുള്ള ഗ്രഹത്തെപ്പോലെ ബലക്ഷയം സംഭവിക്കുന്നു.

അശ്വതി

സൗന്ദര്യവും ആരോഗ്യവുമുള്ള ശരീരം. തേജസ്സുള്ള കണ്ണുകൾ. ഉയർന്ന നാസിക. വിസ്താരമുള്ള നെറ്റി. പ്രശാന്തമായ മുഖം.

ബുദ്ധിശക്തിയുള്ളവർ. ജ്ഞാനാർജ്ജനത്തിൽ തല്പരരായ ഇവർക്ക് എല്ലാ കാര്യങ്ങളിലും സാമാന്യമായ അറിവുണ്ടായിരിക്കും.

യുക്തിപൂർവ്വം ചിന്തിച്ച് വിവേചനാസാമർത്ഥ്യത്തോടെ കാര്യങ്ങളിലിടപെടുന്നു. തീരുമാനത്തിൽ നിന്നു പിൻമാറുകയില്ല. പ്രശ്നങ്ങളെ ധീരമായി നേരിടും. ഇത്തരം ഘട്ടങ്ങളിൽ സാഹസികത പ്രകടിപ്പിക്കും. മറ്റുള്ളവരുടെ നിർബന്ധത്തിനോ ബലപ്രയോഗത്തിനോ വഴങ്ങുകയില്ല.

ആശ്രിതവത്സലരും സ്നേഹിക്കുന്നവർക്കു വേണ്ടി എന്ത് ത്യാഗവും ചെയ്യാൻ മടിയില്ലാത്തവരുമാണ്.നിശ്ചയിച്ചുറപ്പിച്ച കാര്യം നേടുന്നതിനു വേണ്ടി വളരെ നിശ്ശബ്ദമായി പ്രവർത്തിച്ച് ഫലപ്രാപ്തിയിലെത്തും. പരിസരങ്ങളോട് പെട്ടെന്നിണങ്ങുന്നവരും അതിന്റെ പ്രലോഭനങ്ങളിൽ നിന്ന് അകന്നു നിൽക്കാൻ കഴിവുള്ളവരുമാണ്. സംഭ്രമജനകമായ സാഹചര്യത്തിൽ ശാന്തമായിരിക്കാൻ കഴിവുള്ള ഇവർ മറ്റുള്ളവരെ സമാധാനിപ്പിക്കുന്നു. സേവനസന്നദ്ധതയോടെ മറ്റുള്ളവരെ സഹായിക്കുന്നു.

സൈനികസേവനം പോലെയുള്ള വിശാലലക്ഷ്യമുള്ള പ്രവർത്തനമേഖലകളിലാണ് ജോലിയിൽ വിജയിക്കുക. ചിട്ടയും ഒതുക്കവുമുള്ള ഉദ്യോഗമേഖലകളിൽ വിജയിക്കും. ഊർജ്ജസ്വലരും ഉത്സാഹശീലരുമായ ഇവർക്ക് നല്ല സുഹൃത്ബന്ധങ്ങളുണ്ടാകും.

കുടുംബസ്നേഹികളായ ഇവർ ബന്ധുമിത്രാദികൾക്ക് വേണ്ടി എന്തും ത്യജിക്കാനും സഹിക്കാനും തയ്യാറായിരിക്കും. പിതാവിൽ നിന്നും സഹോദരങ്ങളിൽ നിന്നും വേണ്ട സമയത്തോ വേണ്ട രീതിയിലോ സഹായം കിട്ടിയെന്നു വരില്ല. എന്നാൽ സ്വന്തം പരിശ്രമത്തിലൂടെ ഉന്നതനിലകളിലെത്താൻ കഴിയും. കുടുംബാംഗങ്ങളിൽ നിന്നുള്ള അകൽച്ചയും വിരോധവും ഉണ്ടാവുമെങ്കിലും അത് മാറുകയും ദൃഢബന്ധമുണ്ടാവുകയും ചെയ്യും. കുടുംബത്തിൽ നിന്നുള്ളതിനേക്കാൾ മറ്റുള്ളവരിൽ നിന്നുള്ള സഹായവും സഹകരണവുമാണ് പരിശ്രമശാലികളായ ഇവരുടെ വിജ

യകാരണങ്ങൾ. സ്വതന്ത്രമായ മാർഗ്ഗത്തിലൂടെയാണ് പ്രവർത്തനങ്ങളും യാത്രകളും.

സാമ്പത്തികകാര്യങ്ങളിൽ വരവും ചെലവും തമ്മിൽ ഒത്തു പോകുന്നതു കൊണ്ട് ധനസ്ഥിതി സാമാന്യമായിരിക്കും. അധികം പണം കൈയിൽ കിട്ടിയാൽ പിശുക്കി ചെലവഴിക്കാനറിയാത്തവർ അഭിമാനബോധത്താൽ അനാവശ്യചെലവുകൾ നടത്തും.

ആഗ്രഹപ്രകാരം സുഖഭോഗങ്ങളിൽ മുഴുകാൻ സദാസന്നദ്ധരാണ്. വീടും പരിസരവും വൃത്തിയായി സൂക്ഷിക്കുകയും അലങ്കാരവസ്തുക്കളോട് ആഭിമുഖ്യം പുലർത്തുകയും ചെയ്യുന്നു.

കലാസാഹിത്യതല്പരരും അവയുടെ പ്രയോഗത്തിൽ വാസനയുള്ളവരുമായ ഇവർ ബുദ്ധിജീവിസമൂഹത്തിൽ ചേർന്നുനിൽക്കാൻ ആഗ്രഹിക്കുന്നു. ആത്മവിശ്വാസം കൂടുതലുള്ള ഇവർ അഹങ്കാരികളെന്ന് തെറ്റിദ്ധരിക്കപ്പെടുന്നു. വ്യക്തിപരമായ കാര്യങ്ങളിലും ആരോഗ്യപരമായ കാര്യങ്ങളിലും പ്രതികൂലാനുഭവങ്ങളുണ്ടായാൽ സ്വയം പ്രതിരോധിക്കാനും ആത്മവിശ്വാസംമൂലം അതു പരിഹരിക്കാനും കഴിയുമെന്ന് വിശ്വസിക്കുന്നു. ഐശ്വര്യപൂർണ്ണമായ വൈവാഹികജീവിതം ആരംഭത്തിലുണ്ടാവുന്നു. വഴിവിട്ടുപോലും മറ്റുള്ളവരെ സഹായിക്കാൻ മുന്നോട്ടിറങ്ങുന്നതിനാൽ കുടുംബജീവിതത്തിൽ അസ്വസ്ഥതകളുണ്ടാവും. അസംതൃപ്തിയുമുണ്ടാകും. ഭാര്യയുടെ രോഗം, ഭാര്യയെ പിരിഞ്ഞിരിക്കേണ്ടി വരിക എന്നിവ മൂലമുണ്ടാകുന്ന ആകുലതകൾ അലട്ടും. തുലാരാശിയിലോ മേടരാശിയിലോ രാഹുവോ ശനിയോ നിൽക്കുകയാണെങ്കിൽ വിവാഹം വൈകും. സന്താനഭാഗ്യമുണ്ടാകും.

അശ്വതിനാളുകാരായ സ്ത്രീകൾക്ക് പുരുഷന്മാർക്കു പറഞ്ഞ എല്ലാ ഗുണങ്ങളുമുണ്ടാകും. കുടുംബം ഭരിക്കുന്നതിലും ഔദ്യോഗികരംഗങ്ങളിലും സമർത്ഥരായ ഇവർ പ്രശംസ നേടും. ദൈവവിശ്വാസികൾ, ലോലഹൃദയമുള്ളവർ. സഹനശക്തി കുറവായിരിക്കും. വേഗം വികാരങ്ങൾക്കടിമപ്പെടുന്ന ഇവരെ ശാസനയിലൂടെയോ നിർബന്ധത്തിലൂടെയോ സ്വാധീനിക്കാൻ സാധ്യമല്ല. സ്നേഹത്തിലൂടെ അനുസരണശീലമുള്ളവരാക്കാം. മറ്റുള്ളവരുടെ ശ്രദ്ധയും ഇഷ്ടവും നേടുന്ന ഐശ്വര്യവതികളായിരിക്കും.

അശ്വതിനക്ഷത്രത്തിന്റെ ആദ്യപാദത്തിൽ മൂന്നേമുക്കാൽ നാഴികയിൽ ജനിക്കുന്നവർ മുൻകോപമുള്ളവരും ആത്മാർത്ഥതയില്ലാത്തവരുമായിരിക്കും. ദുർബലരും സ്വാർത്ഥരുമായിരിക്കും. സ്വന്തം നേട്ടത്തിനായി കളവു പറയാനും വഞ്ചന നടത്താനും മടിയുണ്ടാവില്ല. ഗണ്ഡാന്തദോഷമുള്ളവർ കുടുംബത്തിന് ദോഷമുണ്ടാക്കിയെന്നും വരാം. വീടും വീട്ടുകാരെയും വിട്ട് അകന്ന് കഴിയുന്നവരുമാകാം.

ഏകദേശം മൂന്നര വയസ്സ് വരെ ബാലാരിഷ്ടതയുണ്ട്. അതിനുശേഷം 23½ വയസ്സു വരെയുള്ള കാലം പൊതുവെ നന്ന്. അതിനു ശേഷം 29½ വയസ്സു വരെയുള്ള കാലം അദ്ധ്വാനഭാരമുള്ളതും 39 വയസ്സു വരെ ധനാഭിവൃദ്ധിയുണ്ടാകുന്ന കാലം.

അശ്വതി നക്ഷത്രത്തിന്റെ ദശാനാഥൻ കേതുവാണ്. ജനനം കേതുദശയിലാണ്. 3½ വയസ്സുവരെയുള്ള ഈ കാലം ബാലാരിഷ്ടതയുടേതാണ്. തുടർന്ന് 20 വർഷം ശുക്രദശ. ശുക്രദശ പൊതുവെ നല്ല കാലമാണ്. 23½വയസ്സുവരെ മെച്ചപ്പെട്ട ജീവിതം. അടുത്ത 6 വർഷം ആദിത്യദശയാണ്. ഈ ദശയിൽ അദ്ധ്വാനക്കൂടുതലും അസ്വസ്ഥതയും ഉണ്ടാകുമെങ്കിലും ഭാവിജീവിതത്തെ സംബന്ധിച്ച പ്രധാനകാര്യങ്ങളൊക്കെ ആരംഭിക്കുന്നതും പരിശീലനം നേടുന്നതും ഈ കാലത്താണ്. 29½വയസ്സുവരെയുള്ള ഘട്ടത്തിലാണ് ഏറെ കാര്യങ്ങൾ ചെയ്യുന്നത്.

29½വയസ്സുമുതൽ 39½വയസ്സുവരെയുള്ള ചന്ദ്രദശ പൊതുവെ അഭിവൃദ്ധികരമാണ്. ചൊവ്വദശയിലെ 7 വർഷക്കാലം ചേർത്ത് 46½വയസ്സുവരെ ധനാഭിവൃദ്ധിയുണ്ടാകുമെങ്കിലും ആരോഗ്യം സൂക്ഷിക്കേണ്ടതുണ്ട്. തുടർന്നുവരുന്ന 18 വർഷത്തെ രാഹുർദശയും (64½വയസ്സുവരെ) സാമ്പത്തികനേട്ടമുണ്ടാകുന്ന സമയമാണ്. തുടർന്നുവരുന്ന 16 വർഷത്തെ വ്യാഴദശ (80½വയസ്സുവരെ) ശാന്തവും സന്തോഷപൂർണ്ണവുമായ ജീവിതം നയിക്കുന്നു. അതിനുശേഷം 19 വർഷത്തെ ശനിദശ ആരംഭിക്കുന്നു.

അശ്വതിനക്ഷത്രത്തിന്റെ പ്രതികൂലനക്ഷത്രങ്ങളാണ് കാർത്തിക, മകയീരം, പുണർതം, ചിത്തിര, അനിഴം തൃക്കേട്ട എന്നിവ. ഈ നക്ഷത്രക്കാരുമായുള്ള ക്രയവിക്രയങ്ങളിലും ബന്ധവേഴ്ചകളിലും ശ്രദ്ധയും വീണ്ടുവിചാരവും ഉണ്ടായാൽ നന്ന്.

വിവാഹം, മംഗല്യധാരണം, ഗർഭധാനം, പുംസവനം, അന്നപ്രാശനം, വിദ്യാരംഭം, നാമകരണം, യാത്ര, കൃഷിപ്പണി ആരംഭം എന്നിവയ്ക്ക് അശ്വതിനാൾ നല്ലത്.

ഭരണി

സാധാരണ നിലയിലുള്ള ശരീരപ്രകൃതി. പ്രൗഢഗംഭീരമായ മുഖഭാവം.വിശാലമായ നെറ്റിത്തടം. നല്ല നിരയൊത്ത ഭംഗിയുള്ള ദന്തങ്ങൾ. പ്രകാശമാനമായ കണ്ണുകൾ. തലയിൽ മുടി കുറവായിരിക്കും. സാധാരണ നിലയിലുള്ള രോഗപീഢ കുറവാണ്. എന്നാൽ പുറമെ കാണാനുള്ളതല്ലാത്ത രോഗങ്ങളുണ്ടാവാം.

സുഖത്തിന്റെയും ഭോഗാസ്വാദനത്തിന്റെയും കാര്യത്തിൽ എവിടെ പോകാനും തയ്യാറാകുന്ന ഇവർ ലക്ഷ്യം നേടുന്നതു വരെ ശ്രമം തുടരും. മറ്റുള്ളവരുടെ ഉപദേശനിർദ്ദേശങ്ങൾ ശ്രദ്ധിക്കുമെങ്കിലും തന്നിഷ്ട പ്രകാരമേ പ്രവർത്തിക്കുകയുള്ളൂ. ഏതു കാര്യം ചെയ്യുമ്പോഴും ആത്മാർത്ഥതയും നീതിബോധവും ഇവരെ നയിക്കുന്നു. സ്വന്തം ഗുണത്തിനു വേണ്ടിയുള്ള പ്രവർത്തനങ്ങളിലാണ് കൂടുതൽ ശ്രദ്ധ. അതിൽ നിന്നും ഫലം ലഭിക്കണമെന്നും ആഗ്രഹിക്കുന്നു. അതുകൊണ്ട് ഇവർസ്വാർത്ഥരാണെന്ന് പലരും കരുതുന്നു.

സഹനശക്തിയും രഹസ്യങ്ങൾ സൂക്ഷിക്കാനുള്ള കഴിവും കുറവാണ്. അഭിമാനത്തെ ബാധിക്കുന്ന കാര്യങ്ങളിൽ ഏർപ്പെടുകയില്ല. വിട്ടുവീഴ്ചകൾക്ക് തയ്യാറാകാത്ത ഇവർ പ്രശ്നങ്ങളിൽ നിന്നും അകന്ന് നിൽക്കുകയാണ് പതിവ്. ഭാവിയെപ്പറ്റിയുള്ള ചിന്ത എപ്പോഴും അലട്ടുന്നതിനാൽ നാടുവിടാനും പ്രവാസജീവിതത്തിനും താല്പര്യം കാണിക്കും.

ഏർപ്പെടുന്ന എല്ലാ കാര്യങ്ങളുടെയും ഗുണദോഷങ്ങളെപ്പറ്റിയും ചിന്തിക്കും. കലാരംഗങ്ങളിൽ പ്രവർത്തിക്കുമെങ്കിലും അർഹിക്കുന്ന സ്ഥാനമോ അംഗീകാരമോ കിട്ടിയെന്നു വരില്ല. എന്നാൽ ഔദ്യോഗികമണ്ഡലത്തിലും പൊതുസേവന പ്രവർത്തനരംഗങ്ങളിലും വ്യക്തിത്വം സ്ഥാപിക്കാനും കീർത്തിനേടാനും കഴിയും.

നിയമം, റവന്യൂ, കായികം, സംഗീതോപകരണ നിർമ്മാണം, വിക്രയം, വാഹനം, ചികിത്സ തുടങ്ങിയ തൊഴിൽ മേഖലകളിൽ നേട്ടവും പ്രശസ്തിയുമുണ്ടാകും. സാമ്പത്തികമായി വളർച്ച പ്രാപിക്കുമെങ്കിലും പരിശ്രമത്തിനനുസരിച്ച വിജയമുണ്ടായില്ലെന്നു തോന്നാം.

അന്യരെ ആശ്രയിക്കാതെ ജീവിക്കാനാണ് ഇവരുടെ ചിന്തയും ശ്രമവും. ശുദ്ധഹൃദയരായ ഇവർ ആർക്കും ദോഷം ചെയ്യണമെന്ന് കരുതുന്നവരല്ല. എന്നാൽ ഈ ഏകാന്തമനോഭാവവും പ്രവൃത്തിയും വളരെ വലിയ പ്രയാസങ്ങളിലു കൊണ്ടെത്തിക്കും. മറ്റുള്ളവരെ ആശ്രയിച്ചോ പ്രീണിപ്പിച്ചോ സ്വന്തം കാര്യം നേടാൻ ശ്രമിക്കുകയില്ല.

ശരിയല്ലെന്നു തനിക്കു തോന്നുന്ന എന്തിനോടും ക്ഷണനേരം കൊണ്ട് അപ്രിയം കാണിക്കുന്നു. നിസ്സാരകാരണങ്ങളാൽ ഏറ്റവും വേണ്ടപ്പെട്ടവരോടും ബന്ധുക്കളോടും സുഹൃത്തുക്കളോടും ഇവർ ക്ഷോഭിക്കുകയും നിസ്സഹകരിക്കുകയും ചെയ്യുന്നു. എതിരാളികൾ തെറ്റു തിരുത്തുകയോ സ്വയം തെറ്റിദ്ധാരണ മാറുകയോ ചെയ്താൽ വ്യക്തികളോടും പ്രസ്ഥാനങ്ങളോടും പൂർവ്വാധികം ആത്മാർത്ഥമായി സഹകരിക്കുന്നു. എന്നാൽ നയപരമായി പെരുമാറാനും വിനയം കാണിക്കാനും ഇവർക്ക് കഴിയുകയില്ലെന്ന് പൊതുവിൽ അഭിപ്രായമുണ്ടാവുന്നു.

അഭിമാനികളായ ഇവർ മറ്റുള്ളവരുടെ മുമ്പിൽ തലകുനിക്കേണ്ടി വരുന്നത് ഒഴിവാക്കാൻ പരമാവധി ശ്രമിക്കുന്നു. വഴിവിട്ട കാര്യങ്ങൾ ചെയ്യാൻ കഴിയില്ല.

പൊതുകാര്യങ്ങളിലും വിഷയങ്ങളിലും സാമാന്യമായ അറിവുണ്ടാകും. കാര്യങ്ങൾ എളുപ്പം മനസ്സിലാക്കാനും വിശകലനം ചെയ്യാനും വിവേകപൂർവ്വം പ്രതികരിക്കാനും കഴിയും. എന്നാൽ ആദർശത്തിന്റെ പേരിൽ ചില കടുംപിടുത്തങ്ങളിലും മത്സരങ്ങളിലും ഇടപെട്ടു പോയെന്നു വരും. അത്തരം അവസരങ്ങളിൽ ബോധപൂർവ്വം പിൻമാറാൻ ശ്രമിച്ചില്ലെങ്കിൽ കഷ്ടനഷ്ടങ്ങളും മനോദുഃഖവും ഉണ്ടാവാനിടയുണ്ട്.

ഗുണദോഷസമ്മിശ്രമായ അനുഭവമാണ് ഇവരുടേത്. എന്നാൽ ദോഷവും ഗുണവും ദീർഘകാലം തുടരുന്നില്ല. ആജ്ഞാശക്തിയും അധികാരപ്രഭാവവും പ്രകടിപ്പിക്കേണ്ട അവസരങ്ങളിൽ ഇവർ നേതൃത്വഗുണം പ്രദർശിപ്പിക്കും. എങ്കിലും പരാജയങ്ങളും സ്ഥാനമാറ്റങ്ങളും പരിവർത്തനങ്ങളും ഉണ്ടാവും. അപ്പോഴും മനശ്ശക്തി സൂക്ഷിക്കാനും തുടർന്നും പരിശ്രമിക്കാനും വിജയിക്കാനും ഇവർക്കു കഴിയും. നൈസർഗ്ഗികമായ ഈ ഗുണ വിശേഷമാണ് ഇവരുടെ വിജയങ്ങളുടെ മുഖ്യപ്രചോദനശക്തി.

ശുദ്ധഹൃദയന്മാരായ ഇവരുടെ നിർബന്ധബുദ്ധിയും കാര്യങ്ങളെ വിടാതെ പിന്തുടരാനുള്ള മനസ്സും ശ്രമവും ഇവർക്ക് അഹങ്കാരികളെന്ന ഒരു പേരുദോഷം വരുത്തിവെക്കാം. പൊതുവേദകളിൽ ഉന്നയിക്കപ്പെടുന്ന കാര്യങ്ങളുടെ മറുവശത്തെക്കുറിച്ചും മറ്റാരുടെയും ശ്രദ്ധയിൽപ്പെടാത്ത ദൂഷ്യവശങ്ങളെക്കുറിച്ചും ചിന്തിക്കുന്നതിനുള്ള പ്രത്യേക കഴിവ് ഇവർക്കുണ്ടാകും. അത് പൊതുവായി തുറന്നുപറയാനും മടിക്കുകയില്ല.

മറ്റുള്ളവരുടെ ക്ഷേമകാര്യങ്ങളിലും ഗുണത്തിലും ശ്രദ്ധവെക്കുന്ന ഭരണിനക്ഷത്രക്കാർ സ്വന്തം കാര്യം വേണ്ടത്ര ശ്രദ്ധിക്കുകയില്ല. ജീവിതാവസാനം വരെ നിത്യപരിശ്രമശാലികളെന്ന നിലയിലാണ് ഇവരുടെ ജീവിതം. ആലോചനയും സൂക്ഷ്മതയും വേണ്ട രംഗങ്ങളിൽ ഇവർ ഉപദേശകന്മാരായി ശോഭിക്കും. എന്നാൽ സ്വന്തം കാര്യത്തിൽ അത്രയൊന്നും ശ്രദ്ധിക്കാനാവുകയുമില്ല.

ശുക്രനാണ് നക്ഷത്രനാഥനും ഏഴാം ഭാവാധിപനും. ആയതിനാൽ അനുസരണശീലവും സത്സ്വഭാവവും സൗന്ദര്യവും സഹനശക്തിയും കുടുംബകാര്യങ്ങളിൽ ശ്രദ്ധയും സാമർത്ഥ്യവുമുള്ള ഭാര്യയെയായിരിക്കും ഇവർക്ക് കിട്ടുക. സുഖകരമായ വിവാഹജീവിതവും ദാമ്പത്യാനുഭവങ്ങളുമാണ് ഇവരുടേത്. സാമ്പത്തികനിലയിൽ തൃപ്തിയുണ്ടാവുമെങ്കിലും പ്രയാസങ്ങൾ ഉണ്ടായേക്കാം.

ഭരണിനക്ഷത്രക്കാരായ സ്ത്രീകൾക്കും പൊതുവിൽ പറഞ്ഞ എല്ലാ

കാര്യങ്ങളും അനുഭവമായിരിക്കും. കുടുംബഭരണത്തിലെന്നതു പോലെ പൊതുരംഗങ്ങളിലും ഔദ്യോഗിക പദവികളിലും ഏർപ്പെടുന്ന കാര്യങ്ങളിൽ വിജയിക്കുന്നു. വൈരാഗ്യവും പിടിവാശിയും കൂടുതലുള്ളതിനാൽ ഭർത്താവുമായി അസ്വാരസ്യങ്ങളുണ്ടാവും. എന്നാൽ പെട്ടെന്നു തന്നെ ഇണങ്ങി ആത്മാർത്ഥപ്രണയം പ്രകടിപ്പിക്കും.

ഭരണിയുടെ ദശാനാഥൻ ശുക്രനായതിനാൽ ഇവരുടെ ബാല്യകൗമാരയൗവനാരംഭകാലം നല്ലതായിരിക്കും. തുടർന്ന് ആദിത്യൻ ,ചന്ദ്രൻ, ചൊവ്വ, രാഹു, വ്യാഴം എന്നീ ദശകളുമാണ്. 77 വയസ്സിനു ശേഷം 96 വയസ്സുവരെ ശനിദശയാണ്.

ഭരണിയുടെ പ്രതികൂല നക്ഷത്രങ്ങൾ രോഹിണി, തുരുവാതിര, പൂയ്യം, വിശാഖം നാലാം പാദം, അനിഴം, തൃക്കേട്ട എന്നിവയാണ്. ഇവരുമായുള്ള ബന്ധം നല്ലതല്ല.

വന്ധ്യനക്ഷത്രമായ ഭരണിയിൽ സത്കർമ്മങ്ങൾ നടത്താറില്ല. എന്നാൽ അഗ്നികർമ്മങ്ങൾ, തീർത്ഥയാത്ര, സാഹസകർമ്മാരംഭം, അടുപ്പുകൂട്ടൽ എന്നിവയ്ക്ക് നല്ലതാണ്.

കാർത്തിക

പൊതുവെ നല്ല ആരോഗ്യവും ഒത്ത ശരീരപ്രകൃതിയുമുള്ളവരായിരിക്കും. നീണ്ടുയർന്ന നാസിക, സൗമ്യഭാവം തുളുമ്പുന്ന കണ്ണുകൾ, ശാന്തവും പ്രസന്നവുമായ മുഖഭാവം. സംഭാഷണപ്രിയരായ ഇവർ എല്ലാ രംഗത്തും സ്ഥാനമുണ്ടാക്കാൻ ആഗ്രഹിക്കുന്നവരാണ്. ആരോഗ്യകാര്യത്തിൽ അതീവ ശ്രദ്ധ. അല്പാഹാരത്തിൽ തൃപ്തി. ശരീരപരിപാലനത്തിലും സൗന്ദര്യസംരക്ഷണത്തിലും താല്പര്യം.

പൊതുവായി അംഗീകാരവും സ്ഥാനവും നേടണമെന്ന് ആഗ്രഹിക്കുന്ന ഇവർ നല്ല സൽക്കാരപ്രിയരായിരിക്കും. സൗന്ദര്യവസ്തുക്കൾ ശേഖരിക്കുന്നതിലും പ്രദർശിപ്പിക്കുന്നതിലും സൂക്ഷിക്കുന്നതിലും ധനവും സമയവും ചെലവഴിക്കും.

ആരോഗ്യവും ശക്തിയും നല്ല പ്രസരിപ്പുമുള്ള ഇവർ ആവേശഭരിതരായി പെരുമാറുന്നു. അന്യരെ സഹായിക്കാനും സേവിക്കാനും സമയം കണ്ടെത്തുന്നു. എളുപ്പം സുഹൃത്തുക്കളെ സമ്പാദിക്കും. വിനീതമായ പെരുമാറ്റം അതിനു സഹായിക്കുന്നു.

അസാമാന്യ ബുദ്ധിസാമർത്ഥ്യമുള്ള ഇവർ ഒന്നിൽ നിന്ന് മറ്റൊന്നിലേക്ക് എന്ന രീതിയിൽ മാറിക്കൊണ്ടിരിക്കും. കർമ്മരംഗങ്ങളിൽ സ്ഥിരമായ ലക്ഷ്യങ്ങളില്ല. പുതിയ ആശയങ്ങളും അതിനു വേണ്ടിയുള്ള ശ്രമങ്ങളും ഇവരെ സദാ കർമ്മനിരതരാക്കുന്നു. എന്നാൽ ത്യാഗപൂർണ്ണമോ

ആത്മാർത്ഥമോ ആയി പ്രവർത്തനങ്ങളിൽ ഏർപ്പെടുകയില്ല. ക്ലേശബാധ്യതകൾ പരിഹരിക്കാനുള്ള സഹനശേഷിയില്ലാത്തതു കൊണ്ട് പുതിയ രംഗങ്ങളിലേക്ക് ശ്രദ്ധതിരിക്കും. അവിടെയും വ്യക്തിത്വം സ്ഥാപിക്കാൻ കഴിയും. സ്വാർത്ഥചിന്തയോ ദുർമോഹങ്ങളോ ഇല്ലാത്തതിനാൽ എവിടെയും ആഹ്ലാദപൂർവ്വം സ്വാഗതം ചെയ്യപ്പെടും.

വ്യക്തിപരമായി കൂട്ടുസംരംഭങ്ങളിൽ നിന്നും വലിയ നേട്ടങ്ങളുണ്ടാക്കാനാവുന്നില്ല. അതിനുള്ള കാരണം ചില ആദർശങ്ങളിലും തത്വങ്ങളിലും ഉറച്ചു നിൽക്കുന്നതാണ്. സ്വതന്ത്രചിന്താഗതിയും പ്രവർത്തനശൈലിയുമുള്ളതിനാൽ എത്രമാത്രം ഗുണം കിട്ടുന്ന കാര്യമായാലും വളരെക്കാലം ഒന്നിനോടൊപ്പം ചേർന്നു പോവാനാവില്ല.

മറ്റൊരാളുടെ കീഴിലോ സഹായത്താലോ നേട്ടങ്ങളുണ്ടാക്കണമെന്ന മോഹമില്ലാത്തതിനാൽ അത്തരം വിജയങ്ങളിൽ സന്തോഷിക്കുകയില്ല. മറ്റുള്ളവർക്ക് ബുദ്ധി ഉപദേശിക്കുകയും നല്ല വഴിയിലൂടെ നടത്തുകയും ചെയ്യാൻ ശ്രമിക്കുന്ന ഇവർ സ്വന്തം കർമ്മരംഗങ്ങളിലെ പരാജയങ്ങളും ദോഷങ്ങളും പെട്ടെന്ന് മറക്കുന്നു. അതേ അവസരം നേട്ടങ്ങളിൽ അഭിമാനം കൊള്ളുകയും അത് മറ്റുള്ളവരെ അറിയിക്കുകയും ചെയ്യുന്നു.

മേടരാശിയിലുള്ള കാർത്തികനക്ഷത്രക്കാർ അടുക്കും ചിട്ടയുമായി ജീവിക്കുന്നവരും എതിർപ്പുകൾ അവഗണിച്ചു മുന്നോട്ട് പോകുന്നവരുമാണ്. സഹനശക്തി കുറഞ്ഞ ഇവർ മുൻകോപക്കാരാണ്. തീരുമാനിച്ച കാര്യങ്ങൾക്ക് മാറ്റമുണ്ടാക്കാൻ സമ്മതിക്കാത്തവരും അധികാരം സ്ഥാപിക്കാൻ ശ്രമിക്കുന്നവരുമായിരിക്കും.

ഇടവരാശിയിലുള്ള കാർത്തികനക്ഷത്രക്കാർ കലാരസികന്മാരും സംഗീതനൃത്താദികളിൽ ജ്ഞാനമുള്ളവരുമായിരിക്കും.മാനസികമായി വേഗം വികാരാവേശങ്ങൾക്ക് കീഴ്പ്പെടും. സ്വന്തം കാര്യത്തിൽ അതീവ താല്പര്യം കാണിക്കും. എന്നാൽ ബുദ്ധിമുട്ടുകൾ സഹിക്കാനോ പ്രയാസങ്ങളെ ക്ഷമാപൂർവ്വം പരിശോധിക്കാനോ നേരിടാനോ തയ്യാറാവുകയില്ല.

കർമ്മയോഗികളെന്ന നിലയിൽ പ്രവർത്തനനിരതരാകുന്ന ഇവർ വ്യക്തിജീവിതത്തിൽ ധാർമ്മികമൂല്യങ്ങളിൽ അടിയുറച്ച വിശ്വാസമുള്ളവരാണ്. സദാചാരനിഷ്ഠ പാലിക്കുന്നു.

പരിസരങ്ങൾക്കനുസരിച്ച് സ്വയം മാറാനുള്ള ശ്രമം നടത്തില്ല. ലാഭപ്രതീക്ഷയോടെയുള്ള നയമാറ്റവും ആഗ്രഹിക്കുന്നില്ല.അതിനാൽ അധികാരസ്ഥാനങ്ങളിലും സദ്സംഘങ്ങളിലും ഇവർ പ്രകീർത്തിക്കപ്പെടുന്നു. അതുകൊണ്ടുണ്ടാവേണ്ട സ്ഥാനലബ്ധിയോ അംഗീകാരമോ ഇവർക്ക് വേണ്ട രീതിയിൽ കിട്ടിയെന്നു വരില്ല.

സാമൂഹ്യ പരിവർത്തനത്തിന്റെ ആദർശപരമായ കാര്യങ്ങളിൽ ശ്രദ്ധയുള്ള ഇവർ അന്ധമായ വിശ്വാസങ്ങളെയും ആചാരാനുഷ്ഠാനങ്ങളെയും തിരുത്താൻ ശ്രമിക്കുകയും ഉപേക്ഷിക്കുകയും ചെയ്യും.

പൊതുപ്രവർത്തന രംഗങ്ങളിൽ നിന്നും സ്വാർത്ഥതാപരമായ നേട്ടങ്ങളുണ്ടാക്കാനാഗ്രഹിക്കാത്ത ഇവർക്ക് നഷ്ടവും ഇച്ഛാഭംഗവുമാണ് ലഭിക്കുക. മറ്റുള്ളവർക്ക് വേണ്ടിയുള്ള ആത്മാർത്ഥ പ്രവർത്തനംപോലും തെറ്റിദ്ധരിക്കപ്പെടും.

കാർത്തിക നക്ഷത്രക്കാരായ പുരുഷന്മാരുടെ കർമ്മരംഗങ്ങൾ ഇവയാണ്. എല്ലാ തരത്തിലുമുള്ള കരാർ ജോലികളുടെയും നടത്തിപ്പ്, ഹോട്ടൽവ്യവസായം, രാഷ്ട്രീയം, സേവനമേഖലകളിലെ ഔദ്യോഗിക ജോലി, കലാകായികരംഗങ്ങൾ.

വിവിധ രംഗങ്ങളിൽ സ്ഥിരമായി ഒരിടത്തും ഉറച്ചു നിൽക്കാത്തവരാകയാൽ ഇവരുടെ ആത്മാർത്ഥത സംശയിക്കപ്പെടുന്നു. പുതിയ രംഗങ്ങളിൽ സദാ ഇടപെടുന്നതിനാൽ ഇവർക്ക് ഉപകാരസ്മരണ കുറവാണെന്ന് പഴയ കൂട്ടുകാർ ആക്ഷേപിക്കുന്നു.

കാർത്തിക നക്ഷത്രത്തിൽ ജനിച്ച സ്ത്രീകൾ സുന്ദരികളായിരിക്കും. മാന്യമായ പെരുമാറ്റ രീതികളുള്ളവരും അതിഥിസൽക്കാരപ്രിയരുമായ ഇവർക്ക് ഭർത്തൃവിരഹാനുഭവമുണ്ടാകും. സന്താനങ്ങൾ കുറവായിരിക്കും. ഗൃഹഭരണശേഷിയുള്ള പതിഭക്തയായ ഇവർ സ്വാതന്ത്ര്യബോധമുള്ളവരായിരിക്കും. മറ്റുള്ളവരുടെ കീഴിൽ നിൽക്കാൻ കഴിയാത്തതുകൊണ്ടുതന്നെ ഇവർക്ക് മനഃസുഖവും ശാരീരികസുഖവും കുറവായിരിക്കും. കാർത്തികനാളുകാർക്ക് പ്രവാസിജീവിതമാണ് ശ്രേയസ്കരമാവുക. പിതൃദത്തമായ സാമ്പത്തികമോ കുടുംബപരമോ ആയ ആനുകൂല്യങ്ങൾ കുറഞ്ഞിരിക്കുമെങ്കിലും മാതാപിതാക്കളോട് നല്ല സ്നേഹവും ബന്ധവും പുലർത്തുന്നു. അവരെ സംരക്ഷിക്കുന്നു.

കാർത്തികനാളുകാരുടെ ദശാനാഥൻ ആദിത്യനാണ്. ജനനം ആദിത്യദശയിലും തുടർന്ന് ചന്ദ്രദശയും ചൊവ്വദശയും കഴിയുമ്പോഴേക്ക് നേട്ടങ്ങളുണ്ടാക്കാനാവും. 50-55 വയസ്സിനകം പലവിധ നന്മകളും ഇവരെ തേടിയെത്തും.

മകയിരം, പുണർതം, ആയില്യം, കാർത്തിക മേടക്കൂറിലെ വിശാഖം നാലാംപാദം, അനിഴം, കേട്ട എന്നിവ പ്രതികൂല നക്ഷത്രങ്ങളാണ്. കാർത്തിക ഇടവക്കൂറിന് മൂലം, പൂരാടം, ഉത്രാടം ആദ്യപാദം എന്നിവയും വർജ്ജിക്കേണ്ടവയാണ്.

രോഹിണി

കൃശഗാത്രരായിരിക്കും രോഹിണി നക്ഷത്രത്തിൽ ജനിക്കുന്നവർ. പൊക്കം കുറഞ്ഞ് മാംസളശരീരക്കാരുമുണ്ട്. സത്സ്വഭാവികളും സുന്ദരന്മാരുമായ ഇവർ ഹൃദ്യമായി പെരുമാറുന്നവരാണ്. സുഖഭോഗാനുഭവങ്ങളിൽ തല്പരരായ ഇവർ സ്ത്രീകളുമായി വളരെ വേഗം അടുക്കുന്നു. കൂടിക്കഴിയാൻ താല്പര്യം കാണിക്കുന്നു.

വശ്യതയാർന്ന കണ്ണുകൾ ഈ നക്ഷത്രക്കാരായ സ്ത്രീപുരുഷന്മാരുടെ ലക്ഷണമാണ്. സൗന്ദര്യശാലികളായ ഇവർ ഇണകളെയും സുഹൃത്തുക്കളെയും ആകർഷിക്കുന്നു.രോഹിണി നക്ഷത്രാധിപനായ ചന്ദ്രനും രാശ്യാധിപനായ ശുക്രനും സ്ത്രീഗ്രഹങ്ങളാണ് എന്നത് ഇവർക്ക് സ്ത്രൈണഭാവാനുകൂലമായ അവസ്ഥ നൽകുന്നു. ഈ നക്ഷത്രക്കാരായ സ്ത്രീകളിൽ കുട്ടികളോടുള്ള വാത്സല്യം, ദയ, സഹിഷ്ണുത, പരോപകാര പ്രവണത, ആകർഷണീയമായ പെരുമാറ്റം എന്നിവ കാണുന്നു.

ന്യായവും നീതിയും പുലരണമെന്ന് കരുതുകയും ശഠിക്കുകയും ചെയ്യുന്ന രോഹിണി നക്ഷത്രക്കാർ താഴ്ന്ന നിലയിൽ നിന്നും പടിപടിയായി ഉയർന്ന് സമൂഹത്തിൽ സാമ്പത്തികമായി ശ്രദ്ധേയരായിത്തീരുന്നു. സാമ്പത്തികമായി അത്രത്തോളം ഉയരാൻ കഴിയാത്തവരാകട്ടെ സാമൂഹ്യപദവികളിൽ ആദരണീയരായിത്തീരുന്നു.

ജീവിതത്തിൽ വലിയ പരാജയങ്ങളോ അത്രത്തോളം വലിയ വിജയങ്ങളോ ഉണ്ടാവാറില്ല. എന്നാൽ പൊതുസമൂഹത്തിൽ അല്പം ഉയർന്ന സ്ഥാനത്ത് എത്താറുമുണ്ട്. അതിലധികം ആഗ്രഹങ്ങളൊന്നും ഇവർക്കില്ല. വരവു നോക്കാതെ ചെലവു ചെയ്യുന്ന സ്വഭാവക്കാരാണ്. സുഹൃത്തുക്കൾക്കു വേണ്ടി എന്തു ത്യാഗവും സഹിക്കും. ഈ രണ്ടു കാര്യങ്ങളും ഇവരെ കുഴപ്പത്തിലെത്തിക്കുകയും ചെയ്യും.

ഏതു ജോലിയിലേർപ്പെട്ടാലും അതു പൂർത്തിയാക്കുന്നതിൽ പ്രത്യേക സാമർത്ഥ്യവും താല്പര്യവും കാണിക്കും. എന്നാൽ ഒരു തൊഴിലിലും ഉറച്ചു നില്ക്കുന്ന ശീലമില്ല.

യാഥാസ്ഥിതിക സ്വഭാവം പുലർത്തുന്നതു കൊണ്ട് വ്യക്തിപരമായ കാര്യങ്ങളിലും ഇവർ ഇടപെടുന്ന മറ്റു കാര്യങ്ങളിലും നിർബന്ധബുദ്ധി കാണിക്കും. മറ്റുള്ളവരുടെ കുറ്റങ്ങളും കുറവുകളും കണ്ടെത്തും, എടുത്തു പറയും, വിമർശിക്കും. സ്നേഹത്തിനു വേണ്ടി എന്തും ചെയ്യാൻ ഒരുങ്ങുന്ന അതേ വാശിയോടെ തന്നെ വിരോധം തോന്നിയാൽ ഉപദ്രവങ്ങളുണ്ടാക്കാൻ ശ്രമിക്കും.

മനസ്സിൽ വിരോധമോ ക്ഷോഭമോ ഉണ്ടായാൽ പെട്ടെന്ന് അടങ്ങുകയില്ല. വിരോധികളോടുള്ള പ്രതികാരചിന്തയിൽ നിന്ന് പെട്ടെന്ന് പിന്തിരിപ്പിക്കാനും കഴിയില്ല.

നല്ല ധാരണാശക്തിയുള്ളവർ ചുറ്റും നടക്കുന്ന കാര്യങ്ങളിൽ താല്പര്യപൂർവ്വം ഇടപെടും. ബുദ്ധിയെക്കാൾ ഹൃദയമാണ് ഇവരുടെ കാര്യങ്ങൾ നിയന്ത്രിക്കുന്നത്. അതിനാൽ വികാരമല്ല വിചാരമാണ് ഇവരെ ഭരിക്കുന്നത്. സ്വന്തം കഴിവിൽ അമിതവിശ്വാസം പുലർത്തുന്നു. എന്നാൽ പ്രവർത്തനരംഗത്ത് അത് പ്രയോഗത്തിൽ വരുത്താൻ പ്രയാസപ്പെടുന്നു. ചെയ്യുന്ന ജോലിയോട് നീതി പുലർത്താനും ആവില്ല.

സത്യത്തിന്റെ പാതവിട്ടുമാറാൻ ഇവർ തയ്യാറാവുകയില്ല. ഇടപെടുന്ന എല്ലാ രംഗങ്ങളിലും സത്യപാലനത്തിനായി ആത്മാർത്ഥമായി നിലകൊള്ളും. സത്യവിരോധികളോട് ക്ഷമിക്കാനോ പൊറുക്കാനോ കഴിയാറില്ല. നിത്യജീവിതത്തിൽ സഹനശക്തിയിലും ക്ഷമാശീലത്തിലും മാതൃകാപരമായി നിലകൊള്ളുന്നവർ ആദർശപരമായ കാര്യങ്ങളിൽ അസഹിഷ്ണുതയും അക്ഷമയും കാണിക്കും.

സമൂഹത്തിൽ സമത്വചിന്താഗതി പുലർത്തുന്ന രോഹിണി നക്ഷത്രക്കാർ വലിപ്പച്ചെറുപ്പം നോക്കാതെ എല്ലാവരോടും സമന്മാരോടെന്നപോലെ പെറുമാറുന്നു.

ജീവിതത്തിന്റെ എല്ലാ മേഖലകളിലും ഔദ്യോഗികമായും അല്ലാതെയും ജോലിചെയ്യുന്ന ഇവർ ഇടയ്ക്കിടെ രംഗം മാറ്റിക്കൊണ്ടിരിക്കും. നിശ്ചിതലക്ഷ്യത്തിൽ ചിലപ്പോൾ എത്തിയില്ലെന്നു വരാം. എന്നാൽ പ്രഖ്യാപിതലക്ഷ്യത്തെക്കാൾ മികച്ച നേട്ടങ്ങളുണ്ടാക്കാൻ കഴിഞ്ഞെന്നു വരാം.

പരിവർത്തനവിധേയമായ ജീവിതത്തിന്റെ അനുഭവസാക്ഷികളെന്ന നിലയിൽ ഈ മാറ്റങ്ങളെ ആസ്വദിക്കാനും അത് ഗുണപരമാക്കി മാറ്റാനും സ്വതന്ത്രബുദ്ധിയുള്ള ഇവർക്ക് കഴിയും. ഈ സ്വാതന്ത്ര്യബുദ്ധി തന്നെ ഇവരെ അധഃപതനത്തിലേക്ക് നയിക്കാനും കാരണമാകും.

വശ്യതയാർന്ന പെരുമാറ്റവും സ്വതന്ത്രമായ നിലപാടുകളും ഇവരുടെ ദാമ്പത്യത്തെ പ്രതിലോമമായി ബാധിക്കാറുണ്ട്. സദാചാര കാര്യത്തിലും സ്വന്തം സുഖതാല്പര്യങ്ങളിലുമുള്ള വിരുദ്ധാശയങ്ങൾ അവസാനം ഇവരെ പ്രയാസപ്പെടുത്തുന്നു. 18-36 വയസ്സുകൾക്കിടയിൽ പലവിധത്തിലുള്ള പ്രശ്നങ്ങളെയും പ്രയാസങ്ങളെയും നേരിടേണ്ടി വരുന്ന ഇവർ മദ്ധ്യവയസ്സിലും വാർദ്ധക്യത്തിലും സുഖമനുഭവിക്കുന്നവരായിരിക്കും. 30-45 വയസ്സുകൾക്കിടയിൽ കുടുംബസുഖം, സന്താനഗുണം, ബന്ധുഗുണം എന്നിവ അനുഭവപ്പെടും. 46 മുതൽ 65 വയസ്സു വരെയുള്ള ശനി

ദശക്കാലം സാമ്പത്തികമായി ഉയർച്ച നേടുന്നതാണെങ്കിലും മറ്റു കാര്യങ്ങളിൽ ആ ഗുണാനുഭവത്തിനു തുല്യമാകില്ല.

രോഹിണി നക്ഷത്രക്കാർക്ക് ഔപചാരികമായി ഉന്നതവിദ്യാഭ്യാസം നേടാൻ കഴിയും. അതിനു കഴിഞ്ഞില്ലെങ്കിൽ സ്വപ്രയത്നത്താൽ അറിവിന്റെ മേഖലകളിൽ സ്ഥാനമുറപ്പിക്കാൻ കഴിയും.

രോഹിണി നക്ഷത്രജാതരായ സ്ത്രീകൾ ആരോഗ്യവതികളായിരിക്കും. സൗന്ദര്യത്തിലും സൗശീലാദിഗുണങ്ങളിലും ശ്രദ്ധേയരായ ഇവർ ആഡംബരപ്രിയരുമാണ്. സദാചാരത്തിൽ ശ്രദ്ധയുള്ളവരും കർമ്മകുശലരുമായ ഇവർ കുടുംബാംഗങ്ങളുടെ സ്നേഹാദരവുകൾ നേടും. ഗാർഹീകജീവിതത്തിൽ വിജയം വരിക്കുന്ന ഇവർ ക്ഷിപ്രപ്രസാദികളും ക്ഷിപ്രകോപികളുമായിരിക്കും.

ഹൃദയതരളത കൂടുതലുള്ള സ്ത്രീകൾ പെട്ടെന്ന് വൈകാരികമായി പ്രതികരിക്കും. ഇതിൽ നിന്നും മുതലെടുപ്പ് നടത്താനുള്ള ശ്രമങ്ങളെ ഇവർ സ്വയം തടയുകയും നിരുത്സാഹപ്പെടുത്തുകയും ചെയ്യും.

തിരുവാതിര, പൂയ്യം, മൂലം, മകം, പൂരാടം, ഉട്രാടം(ആദ്യപാദം) എന്നിവ പ്രതികൂല നക്ഷത്രങ്ങൾ.

മകയിരം

ആരോഗ്യവും സൗന്ദര്യവുമുള്ള ശരീരപ്രകൃതി. ആകർഷണീയമായ മുഖം. നല്ല ഓർമ്മശക്തിയുള്ളവരും കാര്യനിർവ്വഹണത്തിൽ സമർത്ഥരുമാണ്. പ്രവർത്തനരംഗങ്ങളിൽ ആവേശപൂർവ്വം ഇടപെടുന്ന ഇവർ കൂട്ടുസംരംഭങ്ങളിലും കൂട്ടുകെട്ടിലും വളരെ സൂക്ഷിക്കേണ്ടതാണ്. വിശ്വാസപൂർവ്വം ചെയ്യുന്ന പല കാര്യങ്ങളിലും നിരാശാജനകമായ അനുഭവമുണ്ടാകും. എന്നാൽ വിശ്വാസവഞ്ചന കാണിക്കുന്നവരുമായി പെട്ടെന്ന് തെറ്റിപ്പിരിയാതെ നയപരമായി പെരുമാറി സ്വന്തം കാര്യം കാണാനുള്ള സാമർത്ഥ്യവുമുണ്ട്.

സംഭാഷണതല്പരരും പ്രത്യുല്പന്നമതികളുമായ ഇവർ പെട്ടെന്നു തന്നെ മറ്റുള്ളവരുടെ ശ്രദ്ധ നേടും. ആഡംബരപ്രിയത്വമോ ധാരാളിത്തമോ ജീവിതശൈലിയിലില്ല. ലളിതവും ആദർശപരവുമായ ജീവിതം മറ്റുള്ളവർക്ക് മാതൃകയാണ്.

മറ്റുള്ളവരെ അനുഭാവപൂർവ്വം ഉപദേശിക്കുന്ന ഇവരുടെ വാക്കുകൾ ചിലപ്പോൾ കുത്തിനോവിക്കുന്നതായി മാറും. സ്വന്തം താല്പര്യങ്ങളെയും ലക്ഷ്യങ്ങളെയും വെളിപ്പെടുത്താതെ അന്യരുമായി ചേർന്ന് പ്രവർത്തിക്കാനും നേട്ടമുണ്ടാക്കാനും കഴിയും.

അധ്വാനശീലരായ ഇവർ ഇടപെടുന്ന തൊഴിൽമേഖലയിൽ ആകാവുന്നത്ര വളർച്ച നേടും. സാമ്പത്തികമായും നല്ല നിലയിലെത്തും. യന്ത്രങ്ങൾ കൈകാര്യം ചെയ്യാൻ മിടുക്കരായിരിക്കും. പ്രവർത്തനമേഖലയിൽ 32 വയസ്സിനുമേൽ വലിയ നേട്ടങ്ങളുണ്ടാക്കാൻ കഴിയും.

ഇടവം രാശിയിലും മിഥുനം രാശിയിലും മുപ്പതു നാഴിക വീതമായിട്ടാണ് മകയിരത്തിന്റെ നില. അതിനാൽ പൊതുവെയുള്ള ഗുണദോഷങ്ങൾക്കൊപ്പം തന്നെ വ്യത്യാസവും കാണും. ഇടവക്കൂറുകാരായവർ ബന്ധുക്കൾക്ക് പ്രിയപ്പെട്ടവരായിരിക്കും. കലകളിലും സാഹിത്യത്തിലും താല്പര്യമുണ്ടാകും. പ്രതിസന്ധികളിൽ ഉറച്ച തീരുമാനമെടുക്കാനും മുന്നോട്ട് പോകാനും കഴിയാതെ നിരാശയിൽ കഴിയുന്ന ഇവർ പെട്ടെന്ന് യുക്തമായ നിലയിൽ പരിഹാരം കണ്ടെത്തും.

കുട്ടിക്കാലം ക്ലേശങ്ങൾ നിറഞ്ഞതായിരിക്കും. ബാല്യകാലബന്ധങ്ങൾ നിയന്ത്രിക്കുകയോ ഒഴിവാക്കുകയോ ചെയ്തില്ലെങ്കിൽ തെറ്റായ മാർഗ്ഗത്തിലെത്താനിടയാകും. അസന്മാർഗ്ഗികചിന്തയും ലഹരിപ്രിയത്വവും ഈ പ്രേരണയാൽ ഉണ്ടാവാം.

ആരെയും അമിതമായി വിശ്വസിക്കുകയും ആശ്രയിക്കുകയും ചെയ്യുന്നതു കാരണം പല ചതികളിലും കുഴപ്പങ്ങളിലും പെട്ടുപോവാനിടയാവും. എന്നാൽ ആത്മാർത്ഥതയും നയപരമായ പെരുമാറ്റവും ഇവരെ രക്ഷിക്കാൻ പ്രാപ്തമാണ്.

മിതവ്യയത്തിന്റെ ആദർശം പറയുകയും ഉപദേശിക്കുകയും ചെയ്യുന്ന ഇവർ അമിതചെലവിന്റെ പ്രയാസങ്ങളിലകപ്പെടും. വരവും ചെലവും തമ്മിൽ ഒത്തുപോവില്ല. നിരന്തരമായി ഓരോ ബാധ്യതകൾ പിന്തുടരുന്നതിനാൽ സാമ്പത്തികഞെരുക്കവും അനുഭവപ്പെടും.

മറ്റുള്ളവരുടെ അഭിപ്രായങ്ങളും ഉപദേശനിർദ്ദേശങ്ങളും കേൾക്കുകയും അതനുസരിച്ച് പ്രവർത്തിക്കാമെന്ന് തീരുമാനിക്കുകയും ചെയ്യും. എന്നാൽ കർമ്മപഥത്തിൽ തന്നിഷ്ടപ്രകാരമായിരിക്കും കാര്യങ്ങൾ നിർവ്വഹിക്കുക.

നിസ്വാർത്ഥവും നിഷ്പക്ഷവുമായ അഭിപ്രായങ്ങൾ എവിടെയും തുറന്നുപറയുന്ന ഇവരുടെ വാക്കുകൾക്ക് സമൂഹത്തിൽ നല്ല വിലയുണ്ടാവും. ആത്മാർത്ഥമായാണ് സംസാരിക്കുക എന്നതു കൊണ്ട് ഇവരുമായി പെരുമാറുന്നത് ഹൃദ്യവും സന്തോഷകരവുമായ അനുഭവമായിരിക്കും.

നല്ല ധൈര്യശാലികളാണ് എന്ന് മറ്റുള്ളവരെ ബോധ്യപ്പെടുത്താൻ ശ്രമിക്കുന്ന ഇവർ സ്വന്തം കാര്യത്തിൽ ഇടപെടുമ്പോൾ ഭീരുക്കളെപ്പോലെ പിന്നോക്കം മാറിനിന്നേക്കാം. മറ്റുള്ളവരെ പൊതുവിൽ വിശ്വസിക്കാത്ത പ്രകൃതമാണ്.

സഹോദരന്മാരിൽ നിന്നോ ഏറ്റവും അടുത്ത ബന്ധുക്കളിൽ നിന്നോ സഹായമോ മറ്റു ഗുണങ്ങളോ ഇവർക്ക് ലഭിക്കില്ല. അവരുമായി സാമ്പത്തികമായോ അവകാശത്തിനായോ തർക്കങ്ങളോ വിരോധമോ ഉണ്ടാവാനുമിടയുണ്ട്. എന്നാൽ അതിൽ നിന്നെല്ലാം സ്വയം ഒഴിഞ്ഞ് അവർക്കു കൂടി സമ്മതമാവുന്ന തരത്തിൽ പെരുമാറാൻ കഴിയും. 33-50 വയസിന്നിടയിൽ സ്ഥിരമായ വരുമാനവും ശാശ്വതമായ ജീവിതസൗകര്യങ്ങളും ഉണ്ടാവും.

മാതാപിതാക്കളിൽ മാതൃവഴിക്കുള്ള സഹായം ലഭിക്കുമെങ്കിലും പിതാവിൽ നിന്ന് പ്രത്യേകം പറയത്തക്കതായ ഗുണങ്ങളൊന്നുമുണ്ടാവില്ല. മാതാവിന്റെ ശ്രദ്ധയും അനുഗ്രഹവും പ്രിയപുത്രനെന്ന നിലയിൽ മറ്റാരേക്കാളും ലഭിക്കും.

വലിയ മുതൽമുടക്കുള്ള സംരംഭങ്ങളോ തീരെ ഗുണമില്ലാത്ത സ്ഥാപനങ്ങളോ പ്രസ്ഥാനങ്ങളോ കൊണ്ടുനടക്കാൻ ഇവർക്കു കഴിയില്ല. ഇടത്തരത്തിൽപ്പെട്ടതും എന്നാൽ വരുമാനമുള്ളതുമായ തൊഴിലുകളിലും സ്ഥാപനങ്ങളിലും ഇവർ വിജയിക്കും.

മകയിരം നക്ഷത്രക്കാരുടെ വൈവാഹികജീവിതം, ആദർശപരമായ കാരണങ്ങളാൽ ഉണ്ടാവുന്ന അഭിപ്രായവ്യത്യാസം കാരണം സൗന്ദര്യപ്പിണക്കങ്ങൾ നിറഞ്ഞതാവും. എന്നാൽ എല്ലാ ഘട്ടത്തിലും പരസ്പരം വിട്ടുവീഴ്ച ചെയ്യാൻ മനസ്സുള്ളവരെന്ന നിലയിൽ ആത്മാർത്ഥമായ സ്നേഹത്തോടെ മുമ്പോട്ടുപോവാൻ കഴിയും. ഭാര്യയിൽ നിന്നുള്ള സഹായവും കുടുബജീവിതത്തെ ഭദ്രമാക്കുന്നു.

മകയിരം നക്ഷത്രത്തിൽ ജനിച്ച സ്ത്രീകൾ മാന്യതയും സത്സ്വഭാവവും പുലർത്തുന്നവരായിരിക്കും. നല്ല രൂപഗുണവും സൗന്ദര്യവുമുണ്ടാകും. നേതൃഗുണമുള്ള ഇവർ കുടുംബഭരണത്തിൽ ഏറ്റവും സ്വാധീനം ചെലുത്തുന്നു. തീരുമാനങ്ങളെടുക്കാൻ പ്രാപ്തിയുള്ള ഇവർ ഗൃഹനായികയെന്ന നിലയിൽ വിജയിക്കും. ധനം കൈകാര്യം ചെയ്യുന്ന ഇവർ കൈയിരിപ്പുണ്ടാവണമെന്ന് ആഗ്രഹിക്കുന്നു. സൂക്ഷിക്കുന്നു. വാക്കിലും പ്രവൃത്തിയിലും സ്വഭാവത്തിലും എടുത്തുചാട്ടമില്ല. എന്നാൽ ഇവരുടെ സൗമ്യഭാവം മുതലെടുക്കാൻ ആരെയും അനുവദിക്കുകയുമില്ല. ശരീരശുദ്ധിയിലും പരിസരശുദ്ധിയിലും ഏറെ ശ്രദ്ധയുള്ളവരാണ്. ധർമ്മബുദ്ധിയുള്ളവരും അഭിമാനികളുമാണിവർ. ഐശ്വര്യവതികളായ ഇവർ സന്താനസൗഭാഗ്യമുള്ളവരാണ്.

മകയിരം നക്ഷത്രക്കാരുടെ ജനനം ചൊവ്വദശയിലാണ്. തുടർന്ന് രാഹു 18 വർഷം, വ്യാഴം 16, ശനി 19, ബുധൻ 17, കേതു 9 എന്നിങ്ങനെയാണ് ദശാകാലം. പുണർതം, ആയില്യം, പൂരം എന്നിവ പ്രതികൂല നക്ഷത്ര

ങ്ങളാണ്. ഇടവക്കൂറിന് മൂലം, പൂരാടം, ഉത്രാടം(ആദ്യപാദം) എന്നിവയും മകയിരം മിഥുനക്കൂറിന് ഉത്രാടം(അവസാനപാദം), തിരുവോണം, അവിട്ടം(ആദ്യപകുതി) എന്നിവയും പ്രതികൂല നക്ഷത്രങ്ങളാണ്.

തിരുവാതിര

ശാരീരികമായി തിരുവാതിര നക്ഷത്രക്കാരെ പ്രത്യേകവിഭാഗത്തിൽ പെടുത്താനാവില്ല. കൃശഗാത്രർ മുതൽ നല്ല ശരീരപുഷ്ടിയുള്ള തടിയന്മാർ വരെ ഈ നക്ഷത്രക്കാരായുണ്ടാകും.

ഏറ്റെടുത്ത ജോലി ഉത്തരവാദിത്തത്തോടുകൂടി ചെയ്തു തീർക്കുമെന്നുള്ളതാണ് ഇവരുടെ പ്രത്യേകത. ജോലിയുടെ വലിപ്പച്ചെറുപ്പമോ, ഗുണ മോ, ആദായമോ ഒന്നും പരിഗണിക്കാതെയാണ് പ്രയത്നിക്കുക. ഇടപെടുന്ന രംഗങ്ങളിലെല്ലാം പൂർണ്ണനേട്ടമുണ്ടാക്കാനാവില്ലെങ്കിലും ആക്ഷേപത്തിന് അവസരമുണ്ടാക്കുകയില്ല.

വൈജ്ഞാനികരംഗങ്ങളിൽ പ്രത്യേക പഠനവും താല്പര്യവും കാണിക്കുന്നവർക്ക് അതിനനുസരിച്ച സ്ഥാനമാനങ്ങളോ കീർത്തിയോ ലഭിക്കുകയില്ല. ആധികാരികമായി വൈജ്ഞാനികരംഗങ്ങളിൽ ആദരവും ലഭിക്കുകയില്ല.

ഫലിതരസികരും സംസാരപ്രിയരുമായ ഇവർ സമൂഹത്തിൽ സൗഹൃദവും നല്ല ബന്ധവും നിലനിർത്തുന്നു.പലരും ഉൾപ്പെടുന്ന സദസ്സിൽ സരസഭാഷണങ്ങളിലൂടെ എല്ലാവരുടെയും പ്രീതിനേടാൻ കഴിയും. എല്ലാവരെയും തുറന്ന മനസ്സോടെ സഹായിക്കുകയും നല്ല കാര്യങ്ങളിൽ ആത്മാർത്ഥമായി സഹകരിക്കുകയും ചെയ്യും.

തൊഴിൽപരമായി പലമാറ്റങ്ങളും ഇവർക്കുണ്ടാകും. ഒന്നിൽ ഉറച്ചു നിൽക്കുന്നവരല്ലെങ്കിലും ജീവിതമാർഗ്ഗം തേടുന്നതിൽ അലസതയോ വിട്ടുവീഴ്ചയോ ഇല്ല. വ്യവസായം, വ്യാപാരം, ശാസ്ത്രീയവിഷയ ബന്ധമുള്ള ജോലികൾ എന്നിവയിൽ ശോഭിക്കും. സംഘടനാരംഗവും വൈജ്ഞാനികവിഷയം കൈകാര്യം ചെയ്യുന്ന അധ്യാപനം പോലുള്ള തൊഴിലുകളും നന്ന്.

തിരുവാതിരയുടെ നക്ഷത്രാധിപൻ രാഹുവാണ്. എന്തും തുറന്നു പറയുന്ന ശീലമുള്ള ഇവർ ചില സന്ദർഭങ്ങളിൽ സരസത കൈവെടിഞ്ഞ് വിരസരായി മാറും. വ്യക്തിപരമായ നേട്ടങ്ങളൊന്നുമില്ലെങ്കിലും നുണ പറയാൻ മടിയില്ലാത്തവരായിരിരക്കും. തിരവാതിര മിഥുനരാശിയിലാണ്. മിഥുനം ഉഭയരാശിയാകയാൽ ഏത് കാര്യം ചെയ്യുമ്പോഴും അതല്ലെങ്കിൽ ഇത് എന്ന നിലയിൽ രണ്ടു ലക്ഷ്യങ്ങൾ മുൻകൂട്ടി കാണും. അതുകൊണ്ട് കർമ്മരംഗങ്ങളിലെ പരാജയം താല്ക്കാലികമെന്നേ ഇവർ കരുതുകയു

ള്ളൂ. അമിതമായ ആത്മവിശ്വാസവും അതേയവസരം ആരുടെ മുമ്പിലും കീഴടങ്ങുകയില്ലെന്ന വാശിയും ഇവരെ പല കുഴപ്പങ്ങളിലും കൊണ്ടു ചെന്നെത്തിക്കും. ഇത് ഇവരുടെ വളർച്ചയ്ക്ക് തടസ്സമായി നിൽക്കും. ഇവരുടെ അറിവ് കുടത്തിലെ വെളിച്ചം പോലെയാണ്. വെളിച്ചമുണ്ടെങ്കിലും അത് ചുറ്റുപാടും പ്രയോജനപ്പെടുത്താൻ കഴിയാറില്ല.

ഗർവ്വിഷ്ടരെന്നും ഉപകാരസ്മരണയില്ലാത്തവരെന്നും ആക്ഷേപം കേൾപ്പിക്കുന്ന തരത്തിലാണ് ഇവരുടെ ഇടപാടുകളെല്ലാം. ബന്ധുക്കളിൽ നിന്ന് ഒഴിഞ്ഞുമാറി സ്വതന്ത്രരായി കഴിയാൻ ആഗ്രഹിക്കുന്ന ഇവരെ ദുരഭിമാനികളെന്നും വിളിക്കാറുണ്ട്. മാതാപിതാക്കളുടെ സഹായം തീരെ കുറഞ്ഞ നിലയിലേ ഇവർക്കുണ്ടാവുകയുള്ളൂ. അവരുടെ ജീവിതപശ്ചാത്തലത്തിലുള്ള ദാരിദ്ര്യദുഃഖം അനുഭവിക്കാനും ഇടയുണ്ട്.

സഹനശക്തിയില്ലാത്ത ഇവർ ചഞ്ചലചിത്തർ കൂടിയായതിനാൽ പുതിയ സംരംഭങ്ങളിലേക്കും പ്രസ്ഥാനങ്ങളിലേക്കും മാറിക്കൊണ്ടിരിക്കും.

തിരുവാതിര നാളുകാരുടെ വിവാഹബന്ധത്തിന് സൗഖ്യാനുഭവങ്ങൾ കുറവായിരിക്കും. രാഹുവിന്റെ ബലക്കുറവ്, ബലമില്ലാത്ത ചൊവ്വയുടെ ദൃഷ്ടി എന്നിവയുണ്ടായാൽ എടുത്തുചാട്ടക്കാരും മുൻകോപികളുമായി ത്തീരും. അത് ഗൃഹസുഖം കുറയുന്നതിന് കാരണമാവും. ഭാര്യ അകന്നു നിൽക്കുമെങ്കിലും ബന്ധം മുറിയുകയില്ല. പില്ക്കാലത്ത് ദൃഢബന്ധം തുടരും.

പ്രശസ്തി, അംഗീകാരം, സ്ഥാനമാനങ്ങൾ ഇവയിൽ താല്പര്യമുണ്ടെങ്കിലും അതിനു വേണ്ടി സ്വയം ശ്രമിക്കുകയില്ല. എന്നാൽ വിവാഹത്തോടു കൂടി സാമ്പത്തികമോ സാമൂഹ്യമോ ആയ ഔന്നത്യം ഇവർക്ക് സിദ്ധിക്കും. അഭിമാനകരമായ വൈശിഷ്ട്യം വിവാഹബന്ധത്തിലൂടെ ഉണ്ടാവും. വിദ്യാസമ്പന്നയും സുന്ദരിയുമായ ഭാര്യയെ ലഭിക്കും.

തിരുവാതിര നാളുകാരായ സ്ത്രീകൾ സ്വഭാവഗുണത്തിലും ശാന്തശീലത്തിലും മാതൃകയായിരിക്കും. എന്നാൽ താൻ മാതൃകയായി സ്വീകരിച്ചിട്ടുള്ള വ്യക്തികളുടെ ഗുണദോഷങ്ങളുമായി ചേർത്തു പറഞ്ഞു മറ്റുള്ളവരെ കുറ്റം പറയുന്ന സ്വഭാവം ഇവർക്കുണ്ട്. വിദ്യാസമ്പാദനത്തിലും ഔദ്യോഗികമേഖലകളിലും ഉയർന്ന സ്ഥാനം നേടാൻ ഇവർക്കു കഴിയും. ഇവരായിരിക്കും കുടുംബകാര്യങ്ങൾ നിയന്ത്രിക്കുന്നത്. തിരുവാതിര നാളുകാരിയായ ഭാര്യയെ ഗൃഹഭരണം ഏല്പിക്കുകയാണ് ഭർത്താക്കന്മാരും ചെയ്യുക. എന്നാൽ അവരിൽ നിന്നോ ഭർതൃബന്ധുക്കളിൽ നിന്നോ അതിനുള്ള പ്രത്യേകപരിഗണനയോ അഭിനന്ദനമോ ലഭിക്കുകയില്ല. വിരോധം ഉണ്ടാവാനും മതി. 10 വയസ്സു വരെ രോഗപീഢകളുടെ

കാലമാണ്. കൗമാരയൗവനകാലങ്ങളിൽ പ്രത്യേകം എടുത്തു പറയത്തക്ക നേട്ടങ്ങളൊന്നുമുണ്ടാകില്ല. 31-45 വയസ്സിനകം ഇവരുടെ ജീവിതത്തിലെ സുവർണ്ണകാലം തുടങ്ങുന്നു. 31 വയസ്സിനു മുമ്പ് സാമ്പത്തിക നേട്ടങ്ങളോ സമ്പാദ്യമോ ഉണ്ടായാൽ അതിന്റെ സാമൂഹ്യാംഗീകാരം ലഭിക്കുകയില്ല. വിവാഹത്തോടെ ഇവർ ശ്രദ്ധിക്കപ്പെടും. എല്ലാ ഐശ്വര്യങ്ങളും ഉണ്ടാവും. 46 മുതൽ 62 വയസ്സു വരെ ഇവർക്ക് സുസ്ഥിരവും അഭിമാനിക്കാവുന്നതുമായ ജീവിതമാണ്. 73 മുതൽ ആരോഗ്യകാര്യത്തിൽ പ്രത്യേകശ്രദ്ധ വേണം. സന്തുഷ്ടമായ വിശ്രമജീവിതമാണ് ഇവർക്കുള്ളത്.

തിരുവാതിര നക്ഷത്രക്കാരുടെ ജനനം രാഹുദശയിലായിരിക്കും. പിന്നീട് വ്യാഴം 16, ശനി 19, ബുധൻ 17, ശുക്രൻ 20, ആദിത്യൻ 6, ചന്ദ്രൻ 10 എന്നിങ്ങനെയാണ് ദശകൾ വരുന്നത്.

തിരുവാതിരയുടെ ഒന്നാം കാലിൽ ജനിച്ചാൽ സത്യവാദിയും സമർത്ഥനും ജിതേന്ദ്രിയനുമായിരിക്കും. ജിതേന്ദ്രിയത്വം ഉള്ള മഹാത്മാവ് എന്ന നിലയിൽ കീർത്തിമാനാകും. രണ്ടാം പാദത്തിൽ ജനിക്കുന്നവർ സംസ്കാരശൂന്യരെപ്പോലെ പെരുമാറിയേക്കാം. ക്രൂരതയും ഗർവ്വും പ്രകടിപ്പിക്കുന്ന ഇവരുടെ ദാമ്പത്യബന്ധം വിഷമത്തിലാവും. മൂന്നാം കാലിൽ ജനിച്ചാൽ കോപാകുലനും ഭാര്യയെ പിരിഞ്ഞവനുമാകും. തിരുവാതിരയുടെ നാലാം കാലിൽ ജനിക്കുന്നവർ വിനീതരായിരിക്കുമെങ്കിലും ക്രമത്തിൽ ചീത്ത കൂട്ടുകെട്ടുകളിലും മറ്റും പെട്ട് ബുദ്ധികെട്ടവനായിത്തീരുന്നു.

വിദ്യാരംഭത്തിന് തിരുവാതിര നല്ലതാണ്. പൂയം, മകം, ഉത്രം, ഉത്രാടം, തിരുവോണം ഇവരുമായുള്ള ബന്ധം വർജ്ജിക്കേണ്ടതാണ്.

പുണർതം

സാധാരണനിലയിൽ തടിച്ചതോ അധികം മെലിഞ്ഞതോ അല്ലാത്ത ശരീരപ്രകൃതിയുള്ളവരാണ് പുണർതം നക്ഷത്രത്തിൽ ജനിച്ചവർ. ഈ നക്ഷത്രത്തിന്റെ ആദ്യത്തെ നാല്പത്തിയഞ്ച് നാഴിക മിഥുനം രാശിയിലും അവസാനത്തെ പതിനഞ്ച് നാഴിക കർക്കിടകം രാശിയിലുമാണ്. ഇവർ ചന്ദ്രന്റെയും ബുധന്റെയും രാശിയിലായതു കൊണ്ട് പൊതുവെ ചഞ്ചലചിത്തരും ക്ഷിപ്രകോപികളുമായാണ് കണ്ടുവരുന്നത്.

ദാനശീലരും സൗമ്യഭാവമുള്ളവരും വിനയമുള്ളവരും സുഖഭോഗതല്പരരും അല്പം കൊണ്ട് സന്തോഷിക്കുന്നവരുമാണ്. ആരോഗ്യത്തിലും ശുചിത്വത്തിലും ശ്രദ്ധ പതിപ്പിക്കും. കളവിനും അനീതിക്കും കൂട്ടുനില്ക്കാത്തവരും ബുദ്ധിമാന്മാരും കാര്യങ്ങൾ ശരിയായ അർത്ഥത്തിൽ പെട്ടെന്ന് ഗ്രഹിക്കുന്നവരുമാണ്. മാതാപിതാക്കൾ, ഗുരുജനങ്ങൾ, ആദ

രണീയവ്യക്തിത്വങ്ങൾ എന്നിവരോട് അതിരില്ലാത്ത ബഹുമാനം ആത്മാർത്ഥമായി പ്രകടിപ്പിക്കും. നിഷ്കളങ്കരാണെന്ന് ബോധ്യപ്പെടുത്തുന്ന മുഖഭാവമുള്ള ഇവർ സുഹൃത്തുക്കളിൽ മതിപ്പുളവാക്കുന്നവരുമാണ്.

ഒരു കാര്യത്തിൽ ഉറച്ചുനില്ക്കുകയോ പൂർണ്ണമായ നിലയിൽ സഹകരിച്ചു മുന്നോട്ടു പോവുകയോ ഇല്ല. ശുപാപ്തി വിശ്വാസികളായ ഇവർ തൊഴിൽ മേഖലയും താല്പര്യമുള്ള വിഷയങ്ങളും പുതുതായി കണ്ടെത്തുന്നു. പുതിയ വിഷയങ്ങളെപ്പറ്റി പഠിക്കാനും അതുമായി ബന്ധപ്പെട്ടു പ്രവർത്തിക്കാനും തയ്യാറാവുന്നു. അതുകൊണ്ട് സഹകരിക്കാൻ കൊള്ളാവുന്ന സ്വഭാവക്കാരാണെങ്കിലും സുഹൃദ്വലയം മാറിക്കൊണ്ടിരിക്കും. ഇത് സഹകരിക്കുന്ന സ്ഥിരസ്വഭാവക്കാരുടെ വീക്ഷണത്തിൽ ആത്മാർത്ഥതയില്ലായ്മയായി കരുതപ്പെടുന്നു.

ജനങ്ങൾക്കിടയിൽ മാന്യതയും മതിപ്പുമുള്ള തൊഴിൽരംഗങ്ങളിൽ പുണർതം നക്ഷത്രക്കാർ ശോഭിക്കും. കലാരംഗത്തും, അദ്ധ്യാപനരംഗത്തും, വൈദ്യൻ, അഭിഭാഷകൻ, പ്രഭാഷകൻ, സാഹിത്യകാരൻ തുടങ്ങിയ നിലകളിലും വ്യക്തിമുദ്ര പതിപ്പിക്കാൻ കഴിയും. ഇഷ്ടമുള്ള തൊഴിൽമേഖല കണ്ടെത്താനോ തിരഞ്ഞെടുക്കാനോ കഴിവുള്ള ഇവർ അവസരങ്ങൾ സ്വയം സൃഷ്ടിക്കുകയും അതിൽ പ്രവർത്തിക്കുകയും വിജയിക്കുകയും ചെയ്യും.

മിഥുനം രാശിക്കാരായ പുണർതം നക്ഷത്രക്കാരിൽ കർമ്മഫല ആഗ്രഹവും സ്വാർത്ഥതയും അല്പം കൂടുതൽ കണ്ടുവരുന്നു. പ്രതിഫലമില്ലാത്ത തൊഴിൽരംഗത്ത് ഇവർ പ്രവർത്തിക്കില്ല. മറ്റുള്ളവരുടെ മുമ്പിൽ നയപരമായി പെരുമാറി കാര്യലാഭം നേടണമെന്ന ചിന്തയില്ലാത്തുകൊണ്ട് ഏതു സത്യവും ഏവിടെയും വെളിപ്പെടുത്തുന്നു. ആരുടെ മുന്നിലും തല കുനിക്കാത്തവരും സ്വതന്ത്രനിലപാടെടുക്കുന്നവരും ആകയാൽ ആത്മാർത്ഥ സുഹൃത്തുക്കളുടെയും ആശ്രിതവത്സലരായ നേതാക്കളുടെയും സഹായം വേണ്ടത്ര ലഭിക്കുകയില്ല.

ധാർമ്മികകാര്യങ്ങളിലും ലൗകികമായ നീതിന്യായയുക്ത പ്രശ്നങ്ങളിലും പൊതുജനങ്ങളുമായി ബന്ധപ്പെട്ട എല്ലാ കാര്യങ്ങളിലും താല്പര്യം കാണിക്കുന്ന ഇവർ അവിടെ നിസ്വാർത്ഥരെന്ന നിലയിൽ സദാസേവനസന്നദ്ധരായിരിക്കും. സേവനരംഗങ്ങളിലായാലും തൊഴിൽമേഖലയിലായാലും ഗൗരവപൂർണ്ണമായ സമീപനം വേണമെന്നാഗ്രഹിക്കുന്ന ഇവർ അല്പവിജയത്തിലും സന്തോഷിക്കും.

ആത്മാർത്ഥതയില്ലാത്ത സഹപ്രവർത്തകരോട് പെട്ടെന്ന് ദേഷ്യപ്പെടും. അതുപോലെ തന്നെ അവരുടെ നന്മയെയും കഴിവിനെയും അംഗീകരിക്കുകയും സന്തോഷിക്കുകയും അഭിനന്ദിക്കുകയും ചെയ്യും.

കച്ചവടം, വ്യവസായം, മാനേജ്മെന്റ് തുടങ്ങിയ നിത്യശ്രദ്ധയും കണിശതയും നിർബന്ധബുദ്ധിയും ലാഭേച്ഛയും വേണ്ട തൊഴിൽ രംഗങ്ങളിൽ ഇവർ പരാജിതരായിരിക്കും. സാമ്പത്തികശ്രദ്ധ കുറവാണ്.

കർക്കിടകം രാശിക്കാരായ പുണർതം നക്ഷത്രക്കാർ ലളിതജീവിതം നയിക്കുന്നവരും കലാതാല്പര്യം കൂടുതലുള്ളവരുമായിരിക്കും. ആകർഷണീയമായ ശരീരഭംഗിയുള്ള ഇവർ സൗന്ദര്യാസ്വാദകരുമാണ്. സഹനശക്തി കുറഞ്ഞ ഇവർ പെട്ടെന്ന് പ്രതികരിക്കുന്നവരാണ്. ദൈനംദിനകാര്യങ്ങളിൽ നിശ്ചിതനിർബന്ധങ്ങളൊന്നുമില്ലെങ്കിലും പ്രതീക്ഷക്ക് വിരുദ്ധമായ അനുഭവങ്ങൾ ഇവരെ വിമുഖാവസ്ഥയിലെത്തിക്കുന്നു.

സാമൂഹ്യമര്യാദകൾ പാലിച്ചുകൊണ്ട് ധാർമ്മികജീവിതം നയിക്കുന്നവരാണ് പുണർതം നക്ഷത്രക്കാർ. എന്നാൽ ഹൃദയക്ഷോഭമുണ്ടാക്കുന്ന വാക്കുകളും പ്രവൃത്തികളും കണ്ടാൽ അതിനെതിരെയുള്ള നീക്കങ്ങളിൽ ഈ ശാന്തഭാവമുണ്ടാവില്ല. പ്രതികാര നടപടികൾക്ക് തുനിയുകയും ചെയ്യും. അത്തരം ഘട്ടങ്ങളിൽ സ്വഭാവത്തിലോ വാക്കിലോ ആർദ്രഭാവങ്ങളോ സ്വരമോ ഉണ്ടായെന്നു വരില്ല. പ്രതികാരചിന്തയും വെറുപ്പും ദീർഘകാലം മനസ്സിൽ സൂക്ഷിക്കുന്നു.

ബന്ധുക്കളോടും ഹൃദയത്തോടു ചേർന്ന അപൂർവ്വം വ്യക്തികളോടും സ്നേഹവും ബഹുമാനവും എന്നും നിലനിർത്തുന്നു. നിർബന്ധം കൊണ്ട് ഇവരെ അനുസരിപ്പിക്കാനാവില്ല. സ്നേഹത്തിന് അതു കഴിയും. പുണർതം നാളുകാരുടെ വിവാഹജീവിതം ആദർശപരമായി മാതൃകായോഗ്യമാണ്. സ്വഭാവഗുണവും ഭർത്തൃഭക്തിയുമുള്ള ഭാര്യമാരെയാണ് ഇണകളായി ലഭിക്കുക എന്നാൽ പൊതുവേദികളിലെ ഇവരുടെ പ്രകടനാത്മകമായ അംഗീകാരങ്ങൾക്കൊപ്പം നില്ക്കാൻ അവർക്കു കഴിയാറില്ല. ഒതുങ്ങിയ പെരുമാറ്റവും ശീലഗുണങ്ങളുമുള്ള ഭാര്യമാരാണ് ഇവരുടെ ജീവിതപങ്കാളികൾ.

പുണർതം നക്ഷത്രത്തിൽ ജനിച്ച സ്ത്രീകൾക്കും പുരുഷന്മാരുടെ ഗുണദോഷങ്ങളെല്ലാം അനുഭവിക്കാം. എന്നാൽ ആരോഗ്യത്തിൽ കൂടുതൽ ശ്രദ്ധ വേണം. മൃദുസ്വഭാവികളും ശുദ്ധഹൃദയകളുമായ പുണർതം നക്ഷത്രത്തിൽ ജനിച്ച സ്ത്രീകൾ സംഭാഷണത്തിൽ വരുംവരായ്കകൾ ചിന്തിക്കുകയില്ല. അതുമൂലമുണ്ടാകുന്ന പ്രശ്നങ്ങൾ മനസ്സിനെ ശല്യപ്പെടുത്തും. ഭാഗ്യവും കർമ്മകുശലതയും അനുഗ്രഹമായുള്ള പുണർതം നക്ഷത്രവതികൾ പുരുഷന്മാരെ പോലെത്തന്നെ സേവനാത്മക തൊഴിൽ രംഗങ്ങളിൽ-അദ്ധ്യാപിക, അഭിഭാഷക, ഡോക്ടർ തുടങ്ങിയവയിൽ ശോഭിക്കും. കുട്ടിക്കാലത്ത് 8 വയസ്സുവരെ ദശാനാഥൻ വ്യാഴമാണ്. അതു കഴിഞ്ഞ് ശനിദശയിൽ പത്തൊമ്പതു വർഷം ഗുണദോഷസമ്മിശ്രമാണ്.

ബുധദശയിൽ 32 വയസ്സിനു ശേഷമാണ് ഇവർക്ക് എടുത്തുപറയത്തക്ക നേട്ടങ്ങളുണ്ടാവുക. കേതുവിന് 7, ശുക്രന് 20, ആദിത്യന് 6, ചന്ദ്രന് 10, ചൊവ്വക്ക്7 എന്നീ ക്രമത്തിൽ ദശാകാലങ്ങൾ നടക്കുന്നു. 50 വയസ്സിനു ശേഷമാണ് സന്തുഷ്ടമായ ജീവിതകാലം. ഈ ഘട്ടത്തിൽ നല്ല വിജയങ്ങളുമുണ്ടാകും.

പൂയം

ആരോഗ്യമുള്ള ശരീരം. കർമ്മകുശലതാ യോഗ്യമെന്നു തോന്നിക്കുന്ന രൂപഘടന. എന്നാൽ ഏതെങ്കിലും പ്രത്യേകവിഭാഗത്തിൽ പെടുത്തി വിശേഷിപ്പിക്കാനാവാത്ത വിധം സാധാരണം. ഏകാന്തതയും സ്വസ്ഥതയും ഇഷ്ടപ്പെടുന്നവരാണ്. ബാഹ്യപ്രശ്നങ്ങിൽ സദാ ഇടപെടുകയോ അതിന്റെ ഒഴുക്കിനൊത്തു പോവുകയോ ഇല്ല. എന്നാൽ സുഹൃത്തുക്കളുമായി അടുത്ത ബന്ധം പുലർത്തും. അവരുടെ വിശ്വാസാദരവുകൾ നേടും.

ബുദ്ധിമാന്മാരും ശാസ്ത്രവിഷയങ്ങളിൽ ജ്ഞാനികളുമായ ഇവർ സംഭാഷണചതുരന്മാരുമാണ്. എന്നാൽ വാക്കുകളിൽ വേണ്ടത്ര ശ്രദ്ധയോ സഭ്യതയോ പുലർത്താനാവുകയില്ല. ധനശേഷിയുള്ളവരും അതുകൊണ്ടുതന്നെ സ്വതന്ത്രമനോഭാവം സൂക്ഷിക്കുന്നവരുമാണ്.

ധർമ്മിഷ്ഠരായ ഇവർ ബന്ധുക്കളെ ഹൃദയപൂർവ്വം സഹായിക്കുകയും പരോപകാരി എന്ന നിലയിൽ സമൂഹത്തിൽ സ്ഥാനം നേടുന്ന ഇവർ വ്യക്തിപരമായ സുഖത്തിനു വേണ്ടി നിർലജ്ജരും വാശിക്കാരുമായി പെരുമാറും.

ഏറ്റെടുത്ത ചുമതലകൾ ഉത്തരവാദിത്തബോധത്തോടു കൂടി നിർവ്വഹിക്കും. എന്നാൽ അതിന്റെ പൂർണ്ണഫലം നേടുന്നതിനു മുമ്പേ പുതിയ പ്രവർത്തനമേഖലയിലേക്ക് കടക്കും. നഷ്ടത്തിലോ പരാജയത്തിലോ ദുഃഖിച്ചിരിക്കാതെ പുതിയ വഴികൾ തേടും. സ്വന്തം കഴിവിനെയും കൗശലത്തെയും പറ്റി ആലോചിക്കാതെയാണ് ഓരോ പദ്ധതിയിൽ ആവിഷ്കരിക്കുക. ശാസ്ത്രസാങ്കേതിക പരിചയമുണ്ടെങ്കിലും അവ പ്രായോഗികമാക്കാൻ പ്രയാസപ്പെടും.

പൂയം നക്ഷത്രത്തിൽ ജനിച്ചവർ ഔപചാരികമായ ബിരുദങ്ങൾ നേടിയവരല്ലെങ്കിലും ഏത് വിഷയത്തിലും കഴിവ് തെളിയിക്കാൻ കഴിയുമെന്ന് ആത്മവിശ്വാസമുള്ളവരാണ്. തനിക്കു വേണ്ടിയായാലും അന്യരെ സഹായിക്കുന്നതിനു വേണ്ടിയായാലും അന്യരോട് സ്നേഹഭാവത്തിലും നയത്തിലും സംസാരിച്ച് കാര്യം നേടിയെടുക്കാൻ കഴിവുള്ളവരും നേതൃഗു

ണമുള്ളവരുമാണ്. എന്നാൽ നന്ദിയില്ലാത്തവനെന്നും ആത്മാർത്ഥതയി ല്ലാത്തവനെന്നും പഴി കേൾക്കേണ്ടി വരുന്നു.

ദയാശീലം, സഹൃദയത്വം, അനുകരണവാസന, ധർമ്മബോധം, സത്യ സന്ധത,നീതിന്യായചിന്ത എന്നിവയെല്ലാം ഇവരുടെ വ്യക്തിഗുണങ്ങളായി പറയാവുന്നതാണ്. ഇവർ മറ്റുള്ളവരെ ബോധപൂർവ്വം ദ്രോഹിക്കണമെന്ന ചിന്തയുള്ളവരല്ല. അത്തരം ശ്രമങ്ങൾ നടത്തുന്നവരെ നിരുത്സാഹപ്പെടു ത്തുകയോ എതിർക്കുകയോ ചെയ്യും. സാത്വികഭാവം പുലർത്തുന്നതി നുള്ള മനസ്സ് സദാ ജാഗരൂകമായിരിക്കും.

സ്വാശ്രയജീവിതം സ്വയം കെട്ടിപ്പടുക്കുന്നതിൽ വിജയശ്രീലാളിതരാ വുന്ന ഇവർ പിൽക്കാലത്ത് സമ്പന്നതയിലും സൗഭാഗ്യത്തിലും സംതൃ പ്തരാകും.

ബുദ്ധി കൂർമ്മത, ഗ്രഹണശക്തി, പ്രത്യുല്പന്നമതിത്വം എന്നിവയാൽ അനുഗൃഹീതരാണ് പൂയം നക്ഷത്രക്കാർ. ഇടപെടുന്ന എല്ലാ കാര്യങ്ങ ളിലും വൻവിജയമോ പൂർണ്ണതയോ ഉണ്ടാക്കാൻ കഴിയുകയില്ലെങ്കിലും അവയുടെ ഗുണഫലങ്ങൾ അനുഭവിക്കാനാവും. എന്തിലും ഏർപ്പെടു മ്പോൾ സ്വന്തം നിലയും സ്ഥാനവും സുരക്ഷിതമാക്കാൻ കഴിയും. അ തിനാൽ പരാജയം പുതിയ ചിന്തക്ക് പാഠമാവും.

ഗുരുഭക്തി, പാരമ്പര്യാഭിമാനം, ആചാരനിഷ്ഠ എന്നിവയുള്ളതിനാൽ മറ്റുള്ളവർ ഇവരുടെ വാക്കുകളും പ്രവൃത്തിയും ശ്രദ്ധിക്കുന്നു. കൂടെ നില്ക്കുന്നവർക്ക് മാതൃകയെന്ന നിലയിലും ഇവർ സ്വീകരിക്കപ്പെടുന്നു. ശാന്തപ്രകൃതക്കാരായ ഇവരെ പ്രലോഭനങ്ങളിൽ അകപ്പെടുത്തി സ്വന്തം കാര്യം നേടുന്നതിന് ഉപയോഗിക്കും.

മാതാവിനോടും ഗൃഹത്തോടും പ്രത്യേകസ്നേഹം പുലർത്തുന്നു. എന്നാൽ അത് പൊതുവായി പ്രദർശനഘടകമാക്കാൻ ഇഷ്ടപ്പെടുകയി ല്ല. പ്രായോഗികാനുഭവങ്ങളും കാലത്തിന്റെയും സാഹചര്യത്തിന്റെയും അനുകൂലഘടകങ്ങളും ഗുണകരമായി ഉപയോഗിക്കാൻ കഴിവും സാമ ർത്ഥ്യവുമുള്ളവരാണ്. അതുകൊണ്ട് പഴയ വിഷയങ്ങളോ കാര്യങ്ങളോ പുതിയ നിലയിൽ അവതരിപ്പിക്കാൻ ഇവർക്ക് കഴിയും.

സുഖദുഃഖങ്ങൾ ഒരുപോലെ ജീവിതത്തിൽ നേരിടേണ്ടി വരുമെങ്കിലും മദ്ധ്യവയസ്സാവുമ്പോഴേക്കും നല്ല അനുഭവങ്ങളാണ് ഏറെ ഉണ്ടാവുക. ദീർഘവീക്ഷണവും വിശാലമനോഭാവവുമുള്ള ഇവർക്ക് ആലോചനാ പൂർവ്വമുള്ള ഓരോ കാര്യവും പൂർത്തീകരിക്കാൻ കഴിയുകയുള്ളൂ ഈ ശീലം ജീവിതത്തിൽ ശാന്തഗതിയുണ്ടാക്കുന്നു.

ഒരു കാര്യം ഏറ്റെടുത്താൽ അതു പൂർത്തിയാക്കുന്നതു വരെ കർത്ത വ്യബോധവും ജയാപജയചിന്തയും ഇവരുടെ മനസ്സിനെ ഭരിക്കും. ആലോ

ചനക്കു വേണ്ടി സമയം പാഴാക്കുന്നു എന്ന ആക്ഷേപം കേൾക്കേണ്ടി വരുമെങ്കിലും അന്തിമവിജയത്തിൽ എല്ലാവരുടെയും അഭിനന്ദനം നേടും.

അതിഥിസൽക്കാരപ്രിയവും കുലീനത്വം തുളുമ്പുന്ന പെരുമാറ്റവുമുള്ള ഇവർ വിരോധം തോന്നുമ്പോൾ മൗനികളാകുന്നു. സമാധാനപ്രിയരെന്ന നിലയിലും സത്സ്വഭാവികളെന്ന നിലയിലും അംഗീകാരം നേടും.

പൂയം നക്ഷത്രക്കാരുടെ ദാമ്പത്യജീവിതം സുഖസന്തോഷങ്ങൾ നിറഞ്ഞതായിരിക്കും. സഞ്ചാരത്തിൽ താല്പര്യമുള്ളവരായതുകൊണ്ട് ജനിച്ച വീടും നാടും വിട്ട് താമസിക്കാനിടയാകും. ഇത് പത്നിയെയും മക്കളെയും വിട്ടുപിരിഞ്ഞ് നിൽക്കുന്നതിന് കാരണമാകും.

പൂയം നാളിൽ ജനിച്ച സ്ത്രീകൾക്ക് കുടുംബജീവിതത്തിൽ സ്വസ്ഥത കുറയും. ശാന്തപ്രകൃതരും ആശ്രിതമനോഭാവമുള്ളവരുമാകയാൽ ഭർത്താവിന്റെ മാറ്റങ്ങൾക്ക് ഒപ്പം ഒത്തു പോകാൻ പ്രയാസമനുഭവിക്കും.

പൂയം നക്ഷത്രത്തിന്റെ ദശാനാഥൻ ശനിയാണ്. പത്തു വയസ്സു വരെ ശനിദശയുടെ ദോഷങ്ങൾ അനുഭവിക്കേണ്ടിവരും. ഈ കാലത്തിനു ശേഷം 26 വയസ്സു വരെ ബുധദശയാണ്. ഈ കാലത്ത് ഉന്നതവിദ്യാഭ്യാസം ലഭിക്കാൻ സാധ്യതയുണ്ട്. ഇരുപത്തിയാറ് വയസ്സു മുതൽ 7 വർഷക്കാലം കേതുദശയാണ്. അനുഭവങ്ങൾ ഗുണദോഷസമ്മിശ്രമാവും. തുടർന്ന് ഇരുപത് വർഷത്തെ ശുക്രദശ ആരംഭിക്കുന്നതോടു കൂടി ജീവിതം പുഷ്കലമാവും. സാമ്പത്തികമായ സുസ്ഥിതിയും സാമൂഹ്യമായ മാന്യതയും ലഭിക്കും.

ആയില്യം

ആയില്യം നക്ഷത്രത്തിൽ ജനിച്ചവരുടെ ശരീരപ്രകൃതി സാഹസിക കാര്യങ്ങൾ ചെയ്യാൻ പ്രാപ്തമാണ്. ആരോഗ്യവും വഴക്കവും ഒത്തിണങ്ങിയ ശരീരഘടന. നേതൃഭാവം തോന്നിക്കുന്ന മുഖം. സൗന്ദര്യത്തെക്കാളേറെ ഗൗരവത്താലാണ് ഇവർ ശ്രദ്ധിക്കപ്പെടുക.

ഏതു കാര്യത്തിലും സ്വതന്ത്രബുദ്ധിയും വീക്ഷണവും പ്രകടിപ്പിക്കുന്ന ഇവർ ഒരു സമൂഹത്തിൽ പെട്ടെന്ന് നായകന്മാരാവും. എന്നാൽ സ്വാർത്ഥതയും നിശിതമായ പെരുമാറ്റവും കാരണം പെട്ടെന്നുതന്നെ തെറ്റിദ്ധരിക്കപ്പെടും. ഇത് വരുംകാല ഗുണങ്ങളെ ദോഷകരമായി ബാധിക്കും.

ബുദ്ധിശക്തി, നർമ്മബോധം, സരസസംഭാഷണം എന്നിവയാൽ മറ്റുള്ളവരുടെ പ്രീതി നേടുന്ന ഇവർ പെട്ടെന്നു കോപിക്കുന്നവരും എളുപ്പം പ്രസാദിപ്പിക്കാൻ കഴിയുന്നവരുമാണ്. ആരെയും അമിതമായി വിശ്വസി

ക്കില്ല. എന്നാൽ ഇവരുടെ വിശ്വാസം നേടിയെടുക്കുക പ്രയാസമുള്ള കാര്യമല്ല.

ശത്രുക്കളായി തോന്നുന്നവരോട് അസൂയ, കാലുഷ്യം, പ്രതികാര വാഞ്ച എന്നിവ നിലനിർത്തുന്നു. ജയിക്കാൻ വേണ്ടി കളവു പറയുന്നത് തെറ്റായി കരുതുന്നില്ല. സ്വന്തം നേട്ടത്തിനു വേണ്ടി സാഹസിക കൃത്യം നടത്താനും മടിയില്ല. നല്ല ലക്ഷ്യത്തോടെ ചെയ്യുന്ന കാര്യങ്ങൾ ഇവരുടെ പെരുമാറ്റത്തിലെ കർക്കശഭാവം കൊണ്ട് മറ്റുള്ളവരുടെ സഹകരണം കിട്ടാതെ പരാജയപ്പെടുന്നു.

സ്വതന്ത്രവും ഗുണഫലം കിട്ടുന്നതുമായ ഇടങ്ങളിലും സംരംഭങ്ങളിലും ഇവർ വിജയിക്കുന്നു. സുഖകരമായ ജീവിതമാണ് മുഖ്യലക്ഷ്യം. ഇവരുടെ വൈവാഹികബന്ധങ്ങൾ സമ്പന്നകുടുംബങ്ങളിൽ നിന്നായിരിക്കും. ഭാര്യയുടെ കഴിവും സമ്പത്തും പ്രയോജനപ്പെടുത്തുവാൻ കഴിയുമെങ്കിലും സ്വന്തം ബന്ധുക്കൾ അനുഭാവപൂർവ്വം സഹകരിക്കുകയില്ല. അവരെക്കൊണ്ട് മനസ്സമാധാനക്കേടുണ്ടാവുകയും ചെയ്യും.

ഗുണത്തിനും ദോഷത്തിനും ഒരുപോലെ നേതൃത്വം നൽകുന്നവരെന്ന നിലയിലാണ് നേതൃരംഗങ്ങളിൽ ഇവരുടെ പെരുമാറ്റം. പരസ്പരവിരുദ്ധമായ ഈ നിലപാട് കാരണം ഒരു പരിധി കഴിഞ്ഞാൽ എല്ലാവരാലും അകറ്റിനിർത്തപ്പെടുന്നവനായിത്തീരാൻ സാധ്യതയുണ്ട്.

സംഗീതത്തിലും മറ്റു കലാരൂപങ്ങളുടെ ആസ്വാദനത്തിലും താല്പര്യം കാണിക്കുന്ന ഇവർ അത്തരം രംഗങ്ങളിൽ പ്രവർത്തിക്കുന്നവരെ പ്രോത്സാഹിപ്പിക്കുന്നതിന് തയ്യാറുള്ളവരാണ്.

ധീരരും വലിയ ശാഠ്യക്കാരും തന്റേടികളുമാണെന്ന് പ്രത്യക്ഷത്തിൽ തോന്നുമെങ്കിലും ഇവർ സാധുപ്രകൃതമുള്ളവരും ഭീരുക്കളുമായിരിക്കും. എന്നാൽ ഇവരുടെ കൂട്ടുകെട്ടിലുള്ളവരും സുഹൃത്തുക്കളും ചതിക്കും വഞ്ചനയ്ക്കും ക്രൂരകൃത്യങ്ങൾക്കും പേരുകേട്ടവരോ മടിയില്ലാത്തവരോ ആയിരിക്കും. അതുകൊണ്ട് സുഹൃത്തുക്കളെ സമ്പാദിക്കുന്നതിൽ ആലോചനയില്ലായ്മ കാണിക്കുന്ന ഇവർ കുഴപ്പത്തിലകപ്പെടുന്നു.

കുശാഗ്രബുദ്ധികളെന്ന് സ്വയം ധരിക്കുകയും മറ്റുള്ളവരെ ധരിപ്പിക്കാൻ ശ്രമിക്കുകയും ചെയ്യുന്ന ഇവർ ആത്മാർത്ഥമായി വിശ്വസിക്കുന്നവർക്ക് ഹൃദയം വരെ നൽകാൻ തയ്യാറായിരിക്കും. എന്നാൽ ബന്ധുക്കളിൽ നിന്നും തന്നെ ആശ്രയിച്ചു കഴിയേണ്ടവരിൽ നിന്നും അകന്നു കഴിയേണ്ടി വരുന്നു.

ഒരു കാര്യത്തിൽ ഇടപെട്ടാൽ അതിന്റെ ഫലപ്രാപ്തി അനുഭവിച്ചേ വിശ്രമിക്കുകയുള്ളൂ. ദൃഢനിശ്ചയവും കഠിനമായ പ്രവർത്തനങ്ങളും നയചാതുര്യവും പ്രകടിപ്പിക്കും. മറ്റുള്ളവർ പരാജയപ്പെടുന്നിടത്ത് ഇവർ

അനായാസം വിജയിക്കും. ഏത് പ്രതികൂലസാഹചര്യവും തങ്ങൾക്ക് അനുകൂലമാക്കി മാറ്റാൻ ഇവർക്ക് സാമർത്ഥ്യമുണ്ടാകും.

അഭിമാനികളും പ്രതാപശാലികളും ക്ഷീണമില്ലാത്ത രീതിയിൽ പ്രവർത്തിക്കാൻ ശേഷിയുള്ളവരുമായ ഇവർ കഴിവിന്റെ ഒരു ഭാഗം മാത്രമേ പ്രയോജനപ്പെടുത്തുകയുള്ളൂ. അന്യരെ ആത്മാർത്ഥമായി സഹായിക്കുന്ന ഇവർ ഉപകാരസ്മരണയുണ്ടാവണമെന്ന് കരുതുന്നു. എന്നാൽ തന്നെ സഹായിച്ചവരെ മറന്ന് നന്ദികേട് കാണിക്കും.

ജീവിതത്തിന്റെ എല്ലാ രംഗങ്ങളിലും അതീവശ്രദ്ധയോടെ നിയന്ത്രണം പാലിക്കണമെന്ന് കരുതുന്നു. എന്നാൽ ഒരു വ്യവസ്ഥയും അന്തിമമായി ഇവർ അംഗീകരിക്കുകയില്ല. അതുകൊണ്ട് സ്വന്തം നേട്ടങ്ങൾ അനുഭവിക്കാൻ കഴിയാതെ വരുന്നു.

സാമ്പത്തികമായി നല്ല സ്ഥിതിയിലെത്തിയാലും പിശുക്കും ധാരാളിത്തവും ഒരുപോലെ കാണിക്കുന്നവരാണ്. അന്യരെ സഹായിക്കുന്നത് മറ്റുള്ളവരെ അറിയിക്കുകയും അത് മറ്റുള്ളവർക്ക് മാതൃകയാവണമെന്ന് കരുതുകയും ചെയ്യുന്നു.

വ്യക്തിയെന്ന നിലയിൽ സത്യത്തിനും ധർമ്മത്തിനും നീതിക്കും ന്യായത്തിനും വേണ്ടി നിലകൊള്ളുകയും വാദിക്കുകയും ചെയ്യുന്ന ഇവർ മറ്റുള്ളവർക്കു വേണ്ടി ഇതെല്ലാം ഉപേക്ഷിക്കും. നേതൃമോഹികളായ ഇവർ ഏത് സ്ഥാനത്തേക്കും നുഴഞ്ഞുകയറി എത്തുകയും കുറച്ചുകാലം അവിടെ വാഴുകയും ചെയ്യും.

ആയില്യം നക്ഷത്രക്കാരായ സ്ത്രീകൾ സുന്ദരികളാണെങ്കിലും സൗന്ദര്യസംരക്ഷണത്തിൽ പ്രത്യേകശ്രദ്ധയോ താല്പര്യമോ ഉള്ളവരല്ല. തന്റേടികളും മറ്റുള്ളവരിൽ മതിപ്പുളവാക്കുന്നരുമാണ്.

ജീവിതത്തിൽ സ്വസ്ഥതയും സുഖവും ആഗ്രഹിക്കുന്ന ഇവർ സത്യധർമ്മാദികൾ പാലിക്കുന്നതിൽ ബന്ധശ്രദ്ധരാണ്. മറ്റുള്ളവരുടെ നിയന്ത്രണവും നേതൃത്വവും അംഗീകരിക്കാത്ത ഇവർ കൂടെയുള്ളവരെ നന്മ ഉപദേശിച്ചു നയിക്കുന്നു.

വീട്ടിലായാലും പുറത്തായാലും ഏറ്റെടുത്ത ജോലികൾ പൂർത്തിയാക്കുന്നതിൽ അസാമാന്യമായ താല്പര്യം കാണിക്കും. കാര്യങ്ങൾ പൂർണ്ണമായി മനസ്സിലാക്കാനും അതേപ്പറ്റി ആധികാരികമായ നിലയിൽ അഭിപ്രായം പറയാനും കഴിവുള്ളതുകൊണ്ട് എവിടെയും ആദരവു നേടും. ആത്മാർത്ഥതയാണ് ഇവരുടെ നേട്ടങ്ങൾക്ക് അടിസ്ഥാനം.കലാരംഗങ്ങളിലും ഇവർ ശ്രദ്ധിക്കപ്പെടുകയും കീർത്തി നേടുകയും ചെയ്യും.

ആയില്യം നക്ഷത്രക്കാരുടെ ദശാനാഥൻ ബുധനാണ്. ഒമ്പതു വയസ്സുവരെ ബുധദശയാണ്. ശാന്തമായ കുട്ടിക്കാലമായിരിക്കും. 9 മുതൽ

16 വയസ്സുവരെ പലവിധത്തിലും നന്നല്ല. എന്നാൽ 17 മുതൽ 36 വയസ്സുവരെ ശുക്രദശയും ആദിത്യദശയും നല്ല അനുഭവങ്ങൾക്കും നേട്ടങ്ങൾക്കും കാരണമാകുന്നു. തുടർന്ന് ചന്ദ്രൻ 10, ചൊവ്വ 7, രാഹു 18, വ്യാഴം 16 എന്ന കണക്കിൽ ദശാകാലങ്ങൾ വരുന്നു. 52-59 വയസ്സിന്നിടയിൽ ചെറിയ പ്രശ്നങ്ങളിൽ പ്രയാസം തോന്നുമെങ്കിലും പിന്നീട് സുഖവും സ്വസ്ഥതയും പൂർണ്ണമായി അനുഭവിക്കാൻ കഴിയും.

മകം

ആരോഗ്യവും സൗന്ദര്യവും ഒത്തിണങ്ങിയ ശരീരഘടന. പ്രസാദവും ശാന്തവുമായ മുഖഭാവം.

പണ്ഡിതന്മാരും തികഞ്ഞ സൗമ്യഭാവമുള്ളവരുമായ മകം നക്ഷത്രക്കാർ ത്യാഗമനോഭാവമുള്ളവരായിരിക്കും. അന്യരുടെ ഗുണത്തിനുവേണ്ടിയുള്ള ശ്രമങ്ങൾക്കിടയിൽ സ്വന്തം കാര്യങ്ങൾ പോലും അവഗണിക്കും. പൊതുരംഗങ്ങളിൽ ഇടപെടുകയും മുഴുവൻ പേർക്കും നന്മ വരുന്ന കാര്യങ്ങളിൽ ശ്രദ്ധിക്കുകയും ചെയ്യും. സേവനമനോഭാവത്തോടൊപ്പം നേതൃത്വഭാവവും പുലർത്തും.

ശാസ്ത്രസാങ്കേതികകാര്യങ്ങളിൽ താല്പര്യമുള്ള ഇവർ അത്തരം വിഷയങ്ങൾക്ക് പ്രാധാന്യമുള്ള തൊഴിൽരംഗങ്ങളിൽ വിജയിക്കും. പാരമ്പര്യത്തെ കൈവിടാതെ പുത്തൻ പരീക്ഷണങ്ങൾക്ക് ശ്രമിക്കുകയും നല്ല നേട്ടങ്ങളുണ്ടാക്കുകയും ചെയ്യും. വിജ്ഞാനതൃഷ്ണയും പഠനൗത്സുക്യവും പ്രദർശിപ്പിക്കുന്ന ഇവർ വിനയത്തോടെ പെരുമാറി എല്ലാവരുടെയും സ്നേഹവാത്സല്യങ്ങൾക്കും ആദരവിനും പാത്രമാകും. മാതാപിതാക്കളെയും ഗുരുനാഥന്മാരെയും സ്നേഹിക്കുകയും ബഹുമാനിക്കുകയും ചെയ്യും.

കുടുംബത്തിലെ എല്ലാവരെയും സ്നേഹിക്കുകയും സഹായിക്കുകയും ചെയ്യുമെങ്കിലും മറ്റുള്ളവരിൽ നിന്ന് അതുപോലെ നന്ദിപൂർവ്വമുള്ള സഹായമോ സഹകരണമോ ലഭിക്കുകയില്ല. ക്ഷമാശീലരും ഒതുങ്ങിക്കഴിയാനാഗ്രഹിക്കുന്നവരുമാണ്. സ്വപ്രയത്നം കൊണ്ട് ജീവിതത്തിൽ സാമ്പത്തികമായും സാമൂഹ്യമായും വലിയ നേട്ടങ്ങളുണ്ടാക്കും. പരാതി പറയാത്ത പ്രകൃതമാണ്. എന്നാൽ ഞാനെന്ന ഭാവം ഇടപെടുന്ന എല്ലാ കാര്യങ്ങളിലുമുണ്ടാകും. മറ്റുള്ളവർക്കു വേണ്ടി കാത്തുനിൽക്കാതെ മുന്നോട്ടു പോവുകയെന്നതാണ് പതിവ്.

കലാസാംസ്കാരികരംഗങ്ങളിൽ പ്രവർത്തിക്കുന്നവർക്ക് പ്രശസ്തിയും അംഗീകാരവും കിട്ടും. അധികനിയന്ത്രണങ്ങളുള്ള ഔദ്യോഗികരം

ഗങ്ങളിൽ അത്രത്തോളം വിജയം കൈവരിക്കാനോ തുടർച്ചയായി നിൽക്കാനോ കഴിഞ്ഞെന്നു വരില്ല.

ഒരു കാര്യം നിശ്ചയിച്ചുറപ്പിച്ചാൽ അതിൽ നിന്നും മാറ്റുക എളുപ്പമല്ല. സഹകരണമനോഭാവവും മിതത്വവും ദയാശീലവും വിശാലഹൃദയവുമുള്ളവരായിരിക്കും. ശത്രുക്കളോടു പോലും ക്ഷമിക്കുകയും പൊറുക്കുകയും ചെയ്യുമെങ്കിലും ചിലരോട് ആജീവനാന്തം അകന്നുനിൽക്കുകയും ചെയ്യും. അതിനാൽ നിത്യശത്രുക്കൾ എന്നു പറയാവുന്ന ചിലർ എതിർപ്പുമായി എപ്പോഴും മുന്നിലുണ്ടാകും.

സത്യം പറയണമെന്നത് ഒരു വ്രതം പോലെ കൊണ്ടു നടക്കുന്നവരാകയാൽ സത്യവിരോധികളുമായി സഹകരിക്കുകയില്ല. സ്വാർത്ഥതയില്ലാതെ പൊതുരംഗങ്ങളിൽ ഇടപെടുന്ന ഇവർ തെറ്റായ എന്തു കണ്ടാലും പെട്ടെന്നു തന്നെ അതിനെ എതിർക്കും. മുൻകോപം എന്നുവരെ പറയാവുന്ന തരത്തിൽ പെരുമാറുന്ന ഇവർക്ക് വ്യക്തിപരമായ പല കഷ്ടനഷ്ടങ്ങൾക്കും ഇടയാക്കും.

ജീവിതത്തിൽ നന്മതിന്മകളേത് എന്ന് തിരിച്ചറിഞ്ഞവരാകയാൽ ധാർമ്മികമായേ ഏതു കാര്യവും വിലയിരുത്തുകയുള്ളൂ. അതിന്റെ അടിസ്ഥാനത്തിൽ സാഹചര്യങ്ങളിൽ ഉണ്ടാവുന്ന മാറ്റം ഇവരുടെ ലക്ഷ്യത്തെ സ്വാധീനിക്കാൻ അനുവദിക്കില്ല. വലിയ നേട്ടങ്ങൾക്ക് കാരണമാകുന്ന വിട്ടുവീഴ്ചകൾ ചെയ്യാൻ കഴിയാത്തതിനാൽ ഉണ്ടാവുന്ന നഷ്ടങ്ങളെയും പരാജയങ്ങളെയും പറ്റി ഓർത്ത് ദുഃഖിക്കുകയില്ല. അഭിമാനം പുലർത്തുകയും ചെയ്യും.

മകം പിറന്ന മങ്ക എന്നൊരു ചെല്ലുണ്ട്. മകം നക്ഷത്രത്തിൽ ജനിച്ച സ്ത്രീകൾ മംഗളകാരിണികളും സർവ്വസംഖങ്ങളും അനുഭവിക്കാൻ യോഗ്യകളും ആണെന്നാണ് ഈ ചൊല്ലിന്റെ പൊരുൾ. പുരുഷന്മാരായ മകം നക്ഷത്രക്കാരെപ്പറ്റി പറഞ്ഞ ഗുണങ്ങൾ സ്ത്രീകൾക്കും ബാധകമാണ്. ഒപ്പം തന്നെ സവിശേഷമായ ചില ഗുണങ്ങളും കൂടിയുണ്ടാവും.

മകം നക്ഷത്രക്കാരായ സ്ത്രീകൾ സൗന്ദര്യവതികളായാണ് അധികവും കണ്ടുവരുന്നത്. ഏതു സദസ്സിലും ശ്രദ്ധേയമായ വ്യക്തിത്വവും പെരുമാറ്റവും കൊണ്ട് ഇവർ മറ്റുള്ളവരുടെ ശ്രദ്ധ നേടും. കാര്യപ്രാപ്തിയിലും ധാർമ്മീകജീവിതത്തിലും മാതൃകകളായിത്തീരേണ്ട ഇവർ സന്താനസൗഭാഗ്യത്തോടുകൂടിയവരായിരിക്കും. ഗാർഹികജീവിതത്തിലും ഔദ്യോഗികജീവിതത്തിലും നേതൃത്വപരമായ പങ്കുവഹിക്കുമെങ്കിലും ശാലീനതയും എളിമയും പുലർത്തുന്നവരാകയാൽ മറ്റുള്ളവർ സ്നേഹവാത്സല്യങ്ങളോടെയാണ് ഇവരെ വിലയിരുത്തുക. സജ്ജനങ്ങളോടും

കുടുംബത്തോടുമുള്ള ആത്മബന്ധം ഹൃദയത്തിൽ സൂക്ഷിക്കുന്ന ഇവരെ കുടുംബാംഗങ്ങളും ഹൃദയത്തിൽ ചേർത്തു വെക്കുന്നു.

മകം നക്ഷത്രക്കാരായ പുരുഷന്മാരുടെ വിവാഹജീവിതം പൊതുവെ സംതൃപ്തമായിരിക്കും. എന്നാൽ ദമ്പതിമാരുടെ ജീവിതത്തിൽ മറ്റു ചില രുടെ ഇടപെടലുകളുണ്ടായാൽ പ്രശ്നങ്ങളുണ്ടാകും. മറ്റുള്ളവരുമായുള്ള സഹവർത്തിത്വം നല്ല രീതിയിലായിരിക്കുകയില്ല. ഏഴാം ഭാവാധിപൻ ശനിയായതു കൊണ്ട് പ്രയാസങ്ങളുണ്ടാവാം.

മകം നക്ഷത്രക്കാരുടെ ജനനം കേതുദശയിലാണ്. ബാല്യകാലത്ത് രോഗപീഡയുണ്ടാവും. നാലു വയസ്സിനു ശേഷം പൊതുവെ ആരോഗ്യം നന്നായിരിക്കും. കേതുദശ കഴിഞ്ഞാൽ ശുക്രദശയാണ്. 24 വയസ്സുവരെ സുഖജീവിതമായിരിക്കും. അതിനു ശേഷമുള്ള 6 വർഷം ആദിത്യദശ യാണ്. സുഖദുഃഖമിശ്രമായ കാലമാണെന്നു പറയാം. യാത്രാക്ലേശം, അദ്ധ്വാനഭാരം തുടങ്ങിയവയാണ് 30 വയസ്സുവരെയുള്ള കാലത്തുണ്ടാവുക. എങ്കിലും പിന്നീടുള്ള ജീവിതത്തിന് ഇത് സഹായകരമാവും. 30 വയസ്സു മുതൽ 40 വയസ്സു വരെയുള്ള ചന്ദ്രദശാകാലത്ത് സന്താനഗുണം, ബന്ധുഗുണം, കുടുംബസുഖം എന്നിവ അനുഭവിക്കാൻ കഴിയും. തുടർന്ന് ചൊവ്വദശ 7 വർഷവും രാഹുദശ 18 വർഷവുമാണ്. 65 വയസ്സു വരെ പലവിധ കുടുംബപ്രശ്നങ്ങളിലും ഗുണവും അസ്വസ്ഥതകളും മാറി മാറിയുണ്ടാവുമെങ്കിലും 65 വയസ്സിനു ശേഷം പൂർണ്ണസന്തുഷ്ടിയും സുഖവും അനുഭവപ്പെടും. താമസസ്ഥലങ്ങൾ മാറി കുറേക്കൂടി മികച്ച നിലയിൽ ജീവിക്കാൻ സാധിക്കും.

പൂരം

ആരോഗ്യമുള്ളതും ആകർഷണീയവുമായ ശരീരം. പ്രൗഢഗംഭീരവും പ്രസന്നതയും ആജ്ഞാശക്തിയുമുള്ള മുഖം. രാശ്യാധിപൻ സൂര്യനും നക്ഷത്രാധിപൻ ശുക്രനുമായാൽ സ്വഭാവഗുണങ്ങൾ ഏറിയിരിക്കും.

സ്വതന്ത്രചിന്താഗതിയും ജീവിതശൈലിയുമുള്ള ഇവർ മറ്റുള്ളവരുടെ ആശ്രിതരോ ദാസന്മാരോ ആയി നില്ക്കാൻ ആഗ്രഹിക്കുന്നില്ല. മറ്റുള്ള വരുടെ സഹായത്താൽ ഒന്നും നേടാനാഗ്രഹിക്കാത്തതിനാൽ ഇടപെടുന്ന കാര്യങ്ങളിൽ ബാഹ്യസഹായങ്ങൾ കുറവായതു കൊണ്ട് താല്ക്കാലി ക വിഘ്നങ്ങളും പരാജയങ്ങളുമുണ്ടാകും. എന്നാൽ സ്വപ്രയത്നം കൊണ്ട് മുന്നേറാനും ആർക്കും അവഗണിക്കാനാവാത്ത നിലയിലെത്താനും കഴിയും.

എവിടെയും മാന്യത പുലർത്തുകയും മറ്റുള്ളവരിൽ നിന്ന് അത് പ്രതീ

ക്ഷിക്കുകയും ചെയ്യുന്നു. സഹനശക്തിയും നിസ്വാർത്ഥമനോഭാവമുള്ള വരാണ്. എന്നാൽ അധാർമ്മിക ആശയങ്ങളെയും കർമ്മങ്ങളെയും സഹി ക്കുകയോ പൊറുക്കുകയോ ഇല്ല. സൗമ്യമായി തിരുത്താൻ ആദ്യം ശ്രമി ക്കും. അതിനു കഴിയാതെ വന്നാൽ പരസ്യമായി എതിർക്കും. ഇതു കാരണം എന്നും ശത്രുക്കളുണ്ടാകും ചുറ്റിലും. എന്നാൽ ലക്ഷ്യപ്രാ പ്തിക്കു വേണ്ടിയുള്ള കഠിനപരിശ്രമങ്ങളിൽ അതെല്ലാം അവഗണിച്ചു മുന്നോട്ടു പോകാൻ കഴിയും.

നേതൃഗുണവും വേണ്ട സമയത്ത് യുക്തമായ തീരുമാനമെടുക്കാനുള്ള കഴിവും ഉള്ളതുകൊണ്ട് ഏത് പ്രതിസന്ധിയെയും തരണം ചെയ്യാനുള്ള ആത്മബലം ഉണ്ട്. അധികാരസ്ഥാനത്തെത്തണമെന്ന മോഹമുള്ളതി നാൽ അത്തരം സ്ഥാനമാനങ്ങൾ ലഭിക്കുന്ന തൊഴിലോ ഉദ്യോഗമോ സ്വീകരിക്കുന്നു.

വാക്കും പ്രവൃത്തിയും തമ്മിൽ അന്തരമില്ലാതെ സൂക്ഷിക്കുക, എല്ലാ കാര്യങ്ങളിലും ന്യായത്തിന്റെയും നീതിയുടെയും ഭാഗത്തു നില്ക്കുക എന്നീ നിലപാടുകളിൽ കർക്കശസ്വഭാവം പുലർത്തുന്നതിനാൽ താല്ക്കാ ലികലാഭത്തിനായി ഇവരെ കൊണ്ടുനടക്കുന്ന അനുയായികൾ നിരാശ പ്പെടേണ്ടി വരുന്നു. അതും ഇവരെ ദോഷകരമായി ബാധിക്കും. അതു കൊണ്ട് കൃത്യനിഷ്ഠ പാലിക്കുക, സ്വഭാവശുദ്ധി നിലനിർത്തുക, ധർമ്മ ജീവിതം നയിക്കുക എന്നീ നന്മകളുണ്ടെങ്കിലും പൂരം നക്ഷത്രക്കാർക്ക് അർഹിക്കുന്ന അഭിവൃദ്ധിയോ ഉൽക്കർഷമോ ഉണ്ടായിരിക്കുകയില്ല. എന്നാൽ സാമ്പത്തിക പ്രയാസങ്ങൾ ഇവരെ ബാധിക്കുകയില്ല.

വ്യവസായരംഗത്ത് ഇവർ ശോഭിക്കുന്നു. തീരുമാനങ്ങളിൽ നിന്നും അടിക്കടി മാറുന്ന ശീലമില്ല. അതുകൊണ്ട് ഏകലക്ഷ്യത്തോടെ അവ സാനം വരെ നില്ക്കാൻ കഴിയും. മാതാവിനെയും വീടിനെയും പറ്റി ചിന്തിച്ച് മനസ്സ് അസ്വസ്ഥമാവും. വലിയ വിദ്യാഭ്യാസം നേടാൻ ചിലർക്ക് കഴിഞ്ഞെന്നു വരില്ലെങ്കിലും ഇടപെടുന്ന രംഗങ്ങളിലും കർമ്മങ്ങളിലും അതൊരു അയോഗ്യതയോ ദോഷമോ ആവുകയില്ല.

നയപരമായി പെരുമാറുന്നതും സത്യധർമ്മാദികൾ പുലർത്തുന്നതും പ്രതിസന്ധികളിൽ നന്മയായിത്തീരും. 22 വയസ്സു മുതൽ 32 വയസ്സു വരെയും ജീവിതത്തിൽ നേട്ടങ്ങളുടെ കാലമാണ്. പിന്നീട് അല്പകാലം പുതിയ സംരംഭങ്ങളിലോ കൂട്ടുകെട്ടിലോ ഉൾപ്പെടാതെ മാറിനിന്നേക്കാം. 37 വയസ്സിനു ശേഷം വീണ്ടും ഉയർച്ചയുടെയും നേട്ടത്തിന്റെയും കാല മാണ്. എന്നാൽ 45 വയസ്സിനു ശേഷം സ്ഥിരമായി എല്ലാവിധ ഐശ്വര്യ ങ്ങളും അനുഭവിക്കാൻ കഴിയും.

സൗന്ദര്യാരാധകരും ആഡംബരപ്രിയരുമായിരിക്കും. വസ്ത്രാഭരണ

ങ്ങളിൽ പ്രത്യേകം ഇഷ്ടാനിഷ്ടങ്ങൾ പുലർത്തും. നിഗൂഢ ശാസ്ത്രങ്ങളിൽ അതിയായ താല്പര്യം കാണിക്കും.

സൗഭാഗ്യപൂർണ്ണമായ വിവാഹജീവിതമാണ് ഇവരുടേത്. സൽഗുണസമ്പന്നയായ ഭാര്യയും സൽസ്വഭാവികളായ മക്കളും സന്തോഷം നൽകും. ഭാര്യയെയും മക്കളെയും കുറച്ചുകാലത്തേക്കെങ്കിലും പിരിഞ്ഞു താമസിക്കേണ്ടി വന്നാൽ ലോലഹൃദയരായ ഇവർക്ക് വിഷമമാവും. എല്ലാവരോടും കാരുണ്യത്തോടെ പെരുമാറുന്നു.

പണസംബന്ധമായ കാര്യങ്ങളിൽ കണിശക്കാരായിരിക്കും. ഗൗരവമായ കാര്യങ്ങളിൽ ആലോചനക്കു ശേഷം ബുദ്ധിപൂർവ്വം മാത്രമേ ഇടപെടുകയുള്ളൂ.

പൂരം നക്ഷത്രത്തിൽ ജനിച്ച സ്ത്രീകൾ സൗഭാഗ്യവതികളായിരിക്കും. പൂരം പിറന്ന പുരുഷൻ എന്ന ചൊല്ലിനെ അടിസ്ഥാനമാക്കി ഇത് പുരുഷന് വലിയ ഗുണം നൽകുന്നതും സ്ത്രീകൾക്ക് അത്ര നന്മ വരുത്താത്തതുമായ നക്ഷത്രമാണെന്ന് ഒരു ധാരണയുണ്ട്. അതു ശരിയല്ല. സംഭാഷണചാതുര്യവും, കൃത്യനിഷ്ഠയും, കാര്യപ്രാപ്തിയുമുള്ള സ്ത്രീകൾ പൊതുവെ എല്ലാ രംഗങ്ങളിലും അംഗീകരിക്കപ്പെടുന്നു. അലങ്കാരവസ്തുക്കളോട് അമിതതാല്പര്യം കാണിക്കുന്ന ഇവർ നിർബന്ധബുദ്ധികളും ദുരഭിമാനികളുമായി പെരുമാറാനിടയാവും. അത്തരം സന്ദർഭങ്ങളിൽ ഇവർ തെറ്റിദ്ധരിക്കപ്പെടാറുണ്ട്. യാഥാസ്ഥിതിക സാമൂഹ്യമനസ്സ് ഇവരെ അംഗീകരിക്കാൻ മടിക്കുമെന്നതാണ് ഇതിനു കാരണം. തന്റേടികളെന്ന നിലയിൽ ഔദ്യോഗികരംഗങ്ങളിൽ പൂരം നക്ഷത്രക്കാരായ സ്ത്രീകൾ ശോഭിക്കും.

ഉത്രം

ഉത്രം നക്ഷത്രത്തിൽ ജനിച്ചവർ സൗന്ദര്യമുള്ളവരായിരിക്കും. എല്ലാ കാര്യങ്ങളിലും ആത്മാർത്ഥമായ സമീപനം സ്വീകരിക്കുന്ന ഇവർ സൗഭാഗ്യവാന്മാരുമാണ്. സേവനമനോഭാവമുള്ളതിനാൽ മറ്റുള്ളവരെ സഹായിക്കാൻ തയ്യാറാവുന്നു. പരോപകാര തല്പരരായ ഇവർക്ക് വിമർശനം ഇഷ്ടമാവുകയില്ല.

ജ്ഞാനസമ്പാദനത്തിൽ എപ്പോഴും ശ്രദ്ധിക്കുന്ന ഇവർ പുതിയ കാര്യങ്ങൾ അറിയാനും പഠിക്കാനും സദാ സന്നദ്ധരായിരിക്കും. സ്വാർത്ഥത പുലർത്താത്തവരും മറ്റുള്ളവരെ വഞ്ചിക്കണമെന്നോ ആപത്തിൽ പെടുത്തണമെന്നോ ചിന്തിക്കാത്തവരുമാണ്. അതുകൊണ്ടു തന്നെ തങ്ങൾക്കിഷ്ടമില്ലാത്ത കാര്യങ്ങൾ സമ്മതിക്കാൻ തയ്യാറല്ല. ഒട്ടൊരു പിടിവാശിക്കാരെപ്പോലെ പെരുമാറുകയും പെട്ടെന്നു ക്ഷോഭിക്കുകയും ചെയ്യും.

എന്നാൽ വസ്തുതകളും കാര്യങ്ങളും ശരിയായ രൂപത്തിൽ മനസ്സിലാക്കിയാൽ സ്വന്തം തെറ്റ് തിരിച്ചറിഞ്ഞ് പശ്ചാത്തപിക്കും.

താനാണ് ശരി എന്ന നിലപാടിൽ വിശ്വാസപൂർവ്വം നിൽക്കുമ്പോഴും അനുകമ്പയും ആശ്രിതവാത്സല്യവും പുലർത്താൻ കഴിയും. കാര്യപ്രാപ്തിയിൽ ആരുടെയും പിറകിലല്ലാത്തതിനാൽ നേട്ടങ്ങളുണ്ടാവും. ചെറിയ പരാജയങ്ങൾ അവഗണിച്ചു മുന്നോട്ടു പോവാൻ കഴിയും. അഭിമാനികളും സ്ഥാനമാനങ്ങളാൽ സൽകീർത്തി നേടുന്നവരുമാണ് ഇവർ. ബഹുജനങ്ങളുടെ മുന്നിൽ എപ്പോഴും ഇവർക്ക് പ്രത്യേകസ്ഥാനം ലഭിക്കും.

സാമ്പത്തികമായി വളരെ ഉയർന്ന തലത്തിലല്ലെങ്കിലും സാമാന്യമായ ജീവിതഭദ്രതയുണ്ടാക്കാൻ കഴിയും. ശാസ്ത്രം, വിജ്ഞാനം, ബുദ്ധിപരമായ മറ്റു പ്രവർത്തനരംഗങ്ങൾ എന്നിവയിൽ ശോഭിക്കാൻ കഴിയും. അദ്ധ്യാപനം, പത്രപ്രവർത്തനം, ഗവേഷണം തുടങ്ങിയ തൊഴിൽ മേഖലയിലുള്ളവർക്ക് ധാരാളം ശിഷ്യന്മാരുണ്ടായിരിക്കും.

സൽഗുണസമ്പന്നരായ മാതാപിതാക്കളുടെ മക്കളായി പിറക്കുന്ന ഉത്രം നക്ഷത്രക്കാർക്ക് പക്ഷെ സഹോദരഗുണം കുറവായിരിക്കും. തങ്ങളുടെ മക്കളുമായി ഏറ്റവും വാത്സല്യപൂർവ്വം പെരുമാറുന്ന ഇവർക്ക്, മക്കൾ വഴി ജീവിതസുഖവും സംതൃപ്തിയും ലഭിക്കും.

വിവാഹജീവിതത്തിലൂടെ സൗഭാഗ്യങ്ങൾ അനുഭവിക്കാൻ ഇടവരുന്നു. കുലീനത്വവും അനുസരണശീലവും പുലർത്തുന്ന സുന്ദരിമാരായ ഭാര്യമാരുമായി മിക്ക കാര്യങ്ങളിലും അഭിപ്രായ ഐക്യം നിലനിർത്തും. നിസ്സാരമായ ചില കാര്യങ്ങളിൽ ഉണ്ടാവുന്ന സൗന്ദര്യപിണക്കങ്ങൾ അധികനാൾ തുടരുകയില്ല. ദാമ്പത്യജീവിതത്തിൽ നല്ല പങ്കാളികളെന്ന വിശേഷണമാണ് ഇവർക്ക് നൽകിയിട്ടുള്ളത്.

ഉത്തരവാദിത്തമേറ്റെടുത്ത് വിജയംവരെ പ്രവർത്തിക്കാൻ ക്ഷമയും ഉൽക്കർഷേച്ഛയും പ്രകടിപ്പിക്കുന്ന ഉത്രം നക്ഷത്രക്കാർ നല്ല വ്യാപാര വ്യവസായ പങ്കാളികളായിരിക്കും. എളിയ നിലയിലുള്ള തുടക്കമാണെങ്കിലും പിന്നീട് ഉന്നത നിലയിലെത്തിക്കാൻ കഴിയും.

സംഘടനാപ്രവർത്തനങ്ങളിൽ ഏർപ്പെടുന്നവർ അധികം വൈകാതെ അതിന്റെ നേതൃപദവിയിലെത്തും. എന്നാൽ അത്തരം സ്ഥാനമാനങ്ങൾ സ്വന്തം നേട്ടത്തിനു വേണ്ടിയോ സ്വന്തക്കാരുടെ ഗുണത്തിനു വേണ്ടിയോ ഉപയോഗിക്കുകയില്ല. അതുകൊണ്ട് അത്തരം രംഗങ്ങളിൽ എന്നും മാന്യമായ നിലയിൽ അനുയായികളുടെ ആദരവു നേടും.

സാഹിത്യം, നൃത്തം തുടങ്ങിയ കലകൾ എന്നിവയിൽ അതീവതാല്പര്യം കാണിക്കുന്ന ഉത്രം നക്ഷത്രക്കാർ പ്രസിദ്ധരായിത്തീരുന്നു. ഇത്തരക്കാർ സ്വന്തം ശരീരത്തെക്കുറിച്ച് അഭിമാനകരമായ മതിപ്പ് പുലർത്തു

കയും സൗന്ദര്യസംരക്ഷണത്തിൽ അതീവശ്രദ്ധ കാണിക്കുകയും ചെയ്യും.

ഉത്രം നക്ഷത്രത്തിൽ ജനിച്ച സ്ത്രീകൾ പൊതുവെ പുരുഷന്മാരുടെ സ്വഭാവലക്ഷണങ്ങളുള്ളവരായിരിക്കും. അതിനു പുറമെ ശാന്തസ്വഭാവികളും സൗമ്യശീലകളുമാണ്. ആകാരസുഷമയും പ്രസാദാത്മകതയുമുള്ള ഇവർ ആരുടെയും ശ്രദ്ധാകേന്ദ്രമാവും. സമാധാനപൂർവ്വം കാര്യങ്ങളിൽ ഇടപെടുകയും പ്രശ്നങ്ങളെ നേരിടുകയും ചെയ്യുന്നതിനാൽ ഉത്രം നക്ഷത്രക്കാരായ സ്ത്രീകൾ എല്ലാവരാലും പ്രകീർത്തിക്കപ്പെടുന്നു. ഇവരുടെ മിതവും സാരവത്തുമായ വാക്കുകൾ അംഗീകരിക്കപ്പെടുന്നു.

ഉത്രം നക്ഷത്രക്കാരുടെ 12 വയസ്സുവരെയുള്ള കാലം അത്ര ഗുണമുള്ളതല്ല. 12 മുതൽ 20 വയസ്സുവരെ വിദ്യാലാഭം, സുഖജീവിതം എന്നിവയുണ്ടാവും. കുടുംബത്തിനും മാതാപിതാക്കൾക്കും അനുഭവഗുണം ലഭിക്കും. യാത്രകളും ജോലിസംബന്ധമായ പ്രശ്നങ്ങളും ഉണ്ടാവുമെങ്കിലും 30 വയസ്സിനു ശേഷം മെച്ചപ്പെട്ട കാലമാണ്. 40 മുതൽ 60 വയസ്സുവരെ സുസ്ഥിരവും സമാധാനപൂർവ്വവുമായ ജീവിതം നയിക്കാൻ കഴിയും.

അത്തം

അത്തം നക്ഷത്രത്തിൽ ജനിച്ചവർ ഉന്മേഷവാന്മാരായിരിക്കും. ശാന്തശീലരും പക്വമതികളുമായ ഇവർ ആരുടെയും ശ്രദ്ധ നേടും. അടുത്തു പരിചയപ്പെടുന്നവരിൽ മതിപ്പുളവാക്കുകയും അവരുടെ വിശ്വാസവും ആദരവും ഗുണഫലങ്ങളുളവാക്കുകയും ചെയ്യും.

ജീവിതത്തിൽ അടുക്കും ചിട്ടയും ലാളിത്യവും പുലർത്തുന്നതിനാൽ സംഘർഷരഹിതമായ അനുഭവങ്ങളേ ഇവർക്കുണ്ടാവുകയുള്ളൂ. നിഷ്കളങ്കരും ക്ഷമാശീലരുമെന്ന നിലയിൽ സമൂഹത്തിൽ മാന്യമായ ഒരു സ്ഥാനം ലഭിക്കും. സ്വന്തം ആശയങ്ങളോ ആവശ്യങ്ങളോ പരിഗണിക്കാതെ അന്യരെ സഹായിക്കുന്നതിന് സദാ സന്നദ്ധരായിരിക്കും.

സംസാരിക്കുന്ന കാര്യങ്ങളിൽ യുക്തിയുണ്ടാവും. അതുകൊണ്ടു തന്നെ ഇവരെ കൗശലക്കാരെന്ന നിലയിലാണ് ചിലർ വിലയിരുത്തുക. മറ്റുള്ളവരുടെ തെറ്റുകുറ്റങ്ങൾ കണ്ടെത്താനും ചൂണ്ടിക്കാട്ടാനും ഉപദേശിക്കാനും തയ്യാറാവുന്നവരാകയാൽ ബഹുമാനപൂർവ്വമാണ് ഇവരെ പലരും ഓർമ്മിക്കുക. വ്യക്തിപരമായി മറ്റുള്ളവരുടെ കാര്യത്തിൽ ഇടപെടാൻ വിമുഖരായ ഇവർ സ്വന്തം സുഖത്തിലും വിശ്വാസങ്ങളിലും ശ്രദ്ധിക്കുന്നു. അതുകൊണ്ട് ആൾക്കൂട്ടത്തിൽ നില്ക്കുമ്പോഴും സ്വയം തീരുമാനങ്ങളെടുക്കാൻ കഴിയും. മറ്റുള്ളവരെ ആശ്രയിച്ച് വ്യക്തിപരമായ

നേട്ടങ്ങളുണ്ടാക്കാൻ താല്പര്യമില്ലാത്തവരാണ്. എന്നാൽ ഇവർ മനസ്സറിഞ്ഞ് മറ്റുള്ളവരെ സഹായിച്ചാൽ അത് പലപ്പോഴും വിപരീതഫലമുളവാക്കുന്നു. അതുമൂലം ചീത്തപ്പേരു കേൾക്കാനും ഇടയാകും. തൊഴിൽപരമായി ഔദ്യോഗിക മണ്ഡലങ്ങളിൽ അവസരം ഉണ്ടാവുമെങ്കിലും അതിൽ നിന്നുണ്ടാവുന്ന പ്രശ്നങ്ങൾ പൊരുത്തക്കേടുകളുണ്ടാക്കുന്നു. വിദ്യാഭ്യാസകാര്യത്തിൽ നല്ല നിലയായിരിക്കും. ഭാഷയും കണക്കുമായി ബന്ധപ്പെട്ട തൊഴിൽ രംഗങ്ങളിൽ -ഭാഷാപണ്ഡിതൻ, അദ്ധ്യാപകൻ, പത്രപ്രവർത്തകൻ, എഞ്ചിനീയർ, ഓഡിറ്റർ, മാനേജ്മെന്റ് വിദഗ്ദൻ എന്നീ നിലകളിൽ-ശോഭിക്കാൻ കഴിയും.

ജീവിതത്തിൽ സാമ്പത്തികമായും അനുഭവപരമായും ഗുണദോഷങ്ങളുടെ വേലിയേറ്റങ്ങൾ സാധാരണമാണ്. വിജയത്തിൽ അഹങ്കരിക്കാതെയും പരാജയത്തിൽ നിരാശപ്പെടാതെയും മുന്നോട്ടു പോവാൻ കഴിയുമെങ്കിലും ജീവിതത്തിന്റെ ആദ്യഘട്ടങ്ങളിൽ വലിയ സമ്പന്നനെന്ന നിലയുണ്ടാകുന്നില്ല.

പുതിയ സാഹചര്യങ്ങളും അനുഭവങ്ങളുമായി പൊരുത്തപ്പെടാൻ കഴിയുന്നവരും ഏത് പ്രശ്നങ്ങൾക്കും പെട്ടെന്ന് പരിഹാരമാർഗ്ഗം കണ്ടെത്താൻ കഴിവുള്ളവരുമാണ്.

ശില്പകല, സാഹിത്യം എന്നീ രംഗങ്ങളിൽ കഴിവുള്ളവർക്ക് അന്യദേശവാസങ്ങളിലൂടെയും കർമ്മങ്ങളിലൂടെയും പ്രശസ്തിയും ധനലാഭവും ഉണ്ടാവും. വിവാഹശേഷം ഇവരുടെ ജീവിതത്തിൽ വലിയ മാറ്റങ്ങളുണ്ടാകും. സഞ്ചാരത്തിൽ തല്പരരായതിനാൽ പുതിയ ബന്ധങ്ങളും കൂട്ടുകെട്ടുകളുമുണ്ടാകും. മദ്യം, മദിരാക്ഷി എന്നിവയോട് താല്പര്യപൂർവ്വം ഇടപെടുന്ന ഘട്ടമുണ്ടാകുമെങ്കിലും പെട്ടെന്നുതന്നെ അതിൽ നിന്നും മുക്തി നേടാൻ മനശ്ശക്തിയുള്ളവരുമാണ്.

സ്വന്തം വീടും പരിസരവും വൃത്തിയായും വെടിപ്പായും കാണണമെന്ന് കർക്കശബുദ്ധി കാട്ടുന്ന ഇവർ ഗൃഹനാഥന്മാരെന്ന നിലയിൽ മറ്റുള്ളവരുടെ മാതൃകയായിത്തീരും. ഗൃഹഭരണത്തിൽ സമർത്ഥയായ ഭാര്യയായിരിക്കും അത്തം നക്ഷത്രക്കാരുടെ ദാമ്പത്യജീവിതത്തിൽ എല്ലാ നന്മകൾക്കും കാരണം. എന്നാൽ മറ്റു രംഗങ്ങളിലെന്ന പോലെ ദാമ്പത്യജീവിതത്തിലും സൗന്ദര്യപ്പിണക്കങ്ങൾ കൊണ്ടുള്ള അലോസരങ്ങളുണ്ടാകും. അപ്രതീക്ഷിത കാരണങ്ങളുണ്ടായി വീണ്ടും പൂർവ്വാധികം സ്നേഹത്തോടെ ദമ്പതിമാർ ഇണങ്ങിക്കഴിയുകയും ചെയ്യും.

വികാരതരളിതരാകയാൽ ഇവർ പെട്ടെന്നുതന്നെ വരുംവരായ്കകൾ ആലോചിക്കാതെ സ്ത്രീയോ പുരുഷനോ എന്ന പരിഗണനയില്ലാതെ

സഹായസന്നദ്ധനാവുന്നതാണ്. ഇത് പലപ്പോഴും ചീത്തപ്പേരുകൾ കേൾപ്പിക്കാനിടയാക്കും.

അത്തം നക്ഷത്രത്തിൽ ജനിച്ച സ്ത്രീകൾ സ്വഭാവത്തിൽ പക്വമതികളും അന്യരോട് സഹാനുഭൂതിയുമുള്ളവരായിരിക്കും. ശരീരം നല്ല പുഷ്ടിയുള്ളതാണെങ്കിലും മാർദ്ദവം കൂടിയതുമാണ്. സ്ത്രീസഹജമായ ലജ്ജയുള്ളവരാണെങ്കിലും കുലീനത്വം എപ്പോഴും പ്രകടമാവും. അത്തം നക്ഷത്രക്കാരായ പുരുഷന്മാരിൽ ലജ്ജ കൂടുതൽ കാണും. ചിലരിൽ സ്ത്രൈണഭാവം മുന്നിട്ടു നിൽക്കുമെങ്കിലും അവർ നിർബന്ധബുദ്ധി കാണിക്കുന്നവർ കൂടിയാവും. സദാചാരബോധം എപ്പോഴും കാത്തുസൂക്ഷിക്കുന്നവരാണ് അത്തം നക്ഷത്രക്കാരായ സ്ത്രീകൾ. സുഗന്ധദ്രവ്യങ്ങളിലും സൗന്ദര്യവർദ്ധകസാധനങ്ങളിലും അമിതതാല്പര്യം കാണിക്കുന്ന ഇവർ സൗന്ദര്യസംരക്ഷണത്തിൽ ശ്രദ്ധയുള്ളവരാണ്.

അത്തം നക്ഷത്രക്കാരുടെ ജീവിതത്തിൽ 30 വയസ്സിനു ശേഷമാണ് നേട്ടങ്ങളുണ്ടാവുക. 30 മുതൽ 46 വയസ്സു വരെയുള്ള കാലം ധനാഭിവൃദ്ധിയുടെയും തൊഴിൽപരമായി സംതൃപ്തിയുടേതുമാണ്. നല്ല ഗുണഫലങ്ങളും നേട്ടങ്ങളുമുണ്ടാകും. നാല്പത്തിയേഴിനും അറുപത്തിയഞ്ചിനും ഇടയിലുള്ള കാലത്ത് കുടുംബസൗഖ്യവും സാമ്പത്തികസൗകര്യങ്ങളും ഉണ്ടാവുമെങ്കിലും ആരോഗ്യപരമായ ചില പ്രശ്നങ്ങളുണ്ടാവാം. അറുപത്തഞ്ച് വയസ്സിനു ശേഷമുള്ള കാലത്താണ് സമൂഹത്തിൽ ആദരണീയമായ ഒരു സ്ഥാനം നേടുകയും സർവ്വരാലും അംഗീകരിക്കപ്പെടുകയും ചെയ്യുക. അത്തം നക്ഷത്രക്കാരുടെ ദശാനാഥൻ ചന്ദ്രനാണ്. തുടർന്ന് ചൊവ്വ, രാഹു, വ്യാഴം, ശനി, ബുധൻ, കേതു, ശുക്രൻ എന്നീ ക്രമത്തിൽ ദശാകാലങ്ങൾ വരുന്നു.

ചിത്ര (ചിത്തിര)

ചിത്തിര എന്നുകൂടി വിളിക്കപ്പെടുന്ന ചിത്ര നക്ഷത്രത്തിൽ ജനിച്ചവർ കൃശശരീരികളായിരിക്കും എന്നു പൊതുവെ പറയാറുണ്ട്. എന്നാൽ അങ്ങനെയല്ലാതെയും കാണാറുണ്ട്. ജാതകഗ്രഹനിലയാണ് ഈ വ്യത്യാസത്തിനു കാരണം.

ചിത്തിര നക്ഷത്രക്കാർ സാഹസപ്രവൃത്തികൾ ചെയ്യാൻ മടിയില്ലാത്തവരാണ്. സദാ കർമ്മനിരതരായിരിക്കുക എന്നതാണ് ഇവരുടെ പ്രത്യേകത. എല്ലാവരോടും നന്നായി പെരുമാറുകയും ഇഷ്ടപ്പെട്ടവർക്ക് എന്തും നൽകുകയും ചെയ്യും.

ആഡംബരവസ്തുക്കളിലും വർണ്ണവൈവിധ്യമുള്ള വസ്ത്രങ്ങളിലും താല്പര്യം പുലർത്തുന്നു. മോഹനവസ്തുക്കൾ ശേഖരിക്കുകയും അത്

മറ്റുള്ളവരുടെ മുമ്പിൽ പ്രദർശിപ്പിക്കുകയും ചെയ്യുന്നതിൽ പ്രത്യേക താല്പര്യമാണ്. എല്ലാ കാര്യങ്ങളിലും സൂക്ഷ്മത പുലർത്തണമെന്ന് കരുതുന്ന ഇവർ വീടും പരിസരവും ഭംഗിയായി സൂക്ഷിക്കുന്നു.

എല്ലാതരം ജോലിയും ചെയ്യാൻ സന്നദ്ധതയുണ്ടെങ്കിലും ചിത്തിര നക്ഷത്രക്കാർ ഏറ്റവും കൂടുതൽ വിജയിക്കുക നിയമം, നീതിന്യായപാലനം, രക്ഷാപ്രവർത്തനം, കരകൗശലം, ഫാക്ടറി നടത്തിപ്പും മേൽനോട്ടവും, സർക്കാർ ജോലി എന്നീ രംഗങ്ങളിലാണ്. അന്യരുടെ സ്വത്ത് അനുഭവിക്കാനുള്ള യോഗമുണ്ടാവും. നാടും വീടും വിട്ട് അന്യദേശങ്ങളിൽ ജീവിതവിജയം നേടുന്നു.

മറ്റുള്ളവരുടെ ശ്രദ്ധയും സ്നേഹവും ആദരവും നേടുന്നതിന് അവസരമുണ്ടാകുന്ന തരത്തിലുള്ള കർമ്മമണ്ഡലങ്ങളിലാണ് ഇവർ സ്വയം പ്രവർത്തിക്കുക. എന്നാൽ ജീവിതത്തിന്റെ വിജയത്തിനായി ഔദ്യോഗികസ്വഭാവമുള്ള ജോലികളും സ്വീകരിക്കും.

ചിത്തിര നക്ഷത്രക്കാർ എതിർലിംഗത്തിൽപ്പെടുന്നവരോട് വളരെയേറെ സ്നേഹവും കാമതാല്പര്യവും കാണിക്കുന്നവരായിരിക്കും. എന്നാൽ ആദർശനിഷ്ഠമായ ജീവിതം നയിക്കുന്നവരെന്ന നിലയിൽ സദാചാരം വിട്ടു പെരുമാറുകയില്ല.

തന്റേടികളും ധീരരുമാണെന്ന് തോന്നിപ്പിക്കുന്ന ചിത്തിര നക്ഷത്രക്കാർ വ്യക്തിപരമായ നേട്ടങ്ങളൊന്നുമില്ലെങ്കിലും എല്ലാവരോടും വിധേയത്വമുള്ളതുപോലെ സംസാരിക്കുകയും പെരുമാറുകയും ചെയ്യും. അപ്പോഴും ചെയ്യേണ്ട കാര്യങ്ങളെല്ലാം സ്വന്തം ഇഷ്ടപ്രകാരം മാത്രമേ ചെയ്യുകയുള്ളൂ. പൊതുകാര്യങ്ങളിലെല്ലാം അതീവതാല്പര്യത്തോടെ ഇടപെടുന്ന ഇവർ വ്യക്തിപരമായ കാര്യങ്ങളിൽ വളരെ സങ്കുചിതമായ നിലപാടാണ് സ്വീകരിക്കുക. വേണ്ടപ്പെട്ടവരുടെ കാര്യത്തിൽ കാണിക്കുന്ന അലംഭാവവും അവഗണനയും ഇവരുടെ സ്വഭാവത്തിൽ കാണാം. ആവശ്യത്തിനു ധനം ചെലവഴിക്കാതിരിക്കുകയും ചെയ്യും. ലുബ്ധനെന്ന പേരുദോഷവും ഇവർക്കുണ്ടാവാം.

പിതാവിൽ നിന്ന് കാര്യമായ ഗുണഫലങ്ങളോ സാമ്പത്തികാനുകൂല്യങ്ങളോ വേണ്ടത്ര ഉണ്ടാവില്ല. പിതാവിന്റെ കൂടെ ബാല്യകാലം കഴിക്കാൻ യോഗമുണ്ടാവുകയില്ല. പിതൃമരണം, പിതാവിന്റെ മറ്റു തരത്തിലുള്ള വേർപാട് എന്നിവയുണ്ടാവുമെങ്കിലും പിതാവിന്റെ പേരിൽ അഭിമാനിക്കാനും അറിയപ്പെടാനും ഇടയാകും. അമ്മയുമായി അടുത്തു കഴിയുന്നവരും മാതാവിനെ അതിരറ്റ് സ്നേഹിക്കുന്നവരുമായിരിക്കും. ഒപ്പം മാതാവിന്റെ ഭാഗത്തു നിന്നുള്ള സാമ്പത്തികനേട്ടം അനുഭവിക്കാനും കഴിയും.

ചിത്തിര നക്ഷത്രക്കാർ ജനിച്ച ഭവനത്തിൽ നിന്നും മാറിത്താമസി

ക്കുന്നവരായിരിക്കും. പുതിയ താമസസ്ഥലമോ ജോലിസ്ഥലമോ കണ്ടെത്തേണ്ടി വരും. അന്യദേശവാസവും അനുഭവിക്കും.

ഏതു കാര്യത്തിനും പെട്ടെന്ന് അഭിപ്രായം പറയുന്ന ഇവരുടെ രീതി പലരും പ്രവചനം പോലെ കണക്കാക്കും. സ്വന്തം തോന്നലുകളും നിശ്ചയങ്ങളും ഭാവിയിലുണ്ടാകുന്ന അനുഭവങ്ങൾക്ക് അനുകൂലമാവാറുണ്ട്. അതുപോലെ തന്നെ ചോദ്യങ്ങൾക്ക് യുക്തമായ ഉത്തരം നൽകാനും ഇവർക്ക് കഴിവുണ്ടാകും. കലാരസികരും സഹൃദയരുമായ ഇവർ ആ രംഗങ്ങളിൽ വക്താക്കളും പ്രയോക്താവും എന്ന നിലയിൽ അറിയപ്പെടുന്നു. ചിത്തിരനാളുകാരായ സ്ത്രീകൾക്ക് സ്വാതന്ത്ര്യബോധവും സ്വന്തം നിലപാടുകളും കാര്യനിർവ്വഹണശേഷിയും കൂടുതലുണ്ടാവും. നല്ല ധൈര്യശാലികളും വിനോദരസികത്വമുള്ളവരുമായ ഇവർ ക്ഷിപ്രകോപികളുമായിരിക്കും. നല്ല പെരുമാറ്റവും കഠിനാധ്വാനവും കൊണ്ട് മറ്റുള്ളവരുടെ ശ്രദ്ധ നേടുന്നവരാണെങ്കിലും സഹനശക്തിയില്ലാത്തതിനാൽ വളരെ വിഷമിക്കാനുള്ള അവസരമുണ്ടാകും.

ചിത്തിരനാളുകാരുടെ ദാമ്പത്യജീവിതത്തിൽ പ്രശ്നങ്ങൾ ഉണ്ടാകുമെങ്കിലും അത് എളുപ്പം പരിഹരിക്കപ്പെടും. ചൊവ്വയും ശനിയും ഇഷ്ട ഭാവങ്ങളിൽ നില്ക്കുന്നവരുടെ കാര്യത്തിൽ രമ്യവും സന്തോഷകരവുമായ ദാമ്പത്യവും സൽസന്താന ഭാഗ്യവുമുണ്ടാകും.

ചെയ്യുന്ന ജോലികളോടും നില്ക്കുന്ന മണ്ഡലങ്ങളിലും ആത്മാർത്ഥത പുലർത്തുമെങ്കിലും അപവാദങ്ങളും ആരോപണങ്ങളും കേൾക്കാനിടയാകും. അന്യരോട് കാരുണ്യവും സഹാനുഭൂതിയും കാണിക്കുന്നതിന് തയ്യാറുള്ള മനസ്സാണെങ്കിലും പ്രയോഗത്തിൽ വരുത്തുന്നതിനുള്ള സന്നദ്ധതയിൽ പലപ്പോഴും പരാജയപ്പെടുന്നു.

ചോതി

നല്ല ആരോഗ്യമുള്ളവരും ആകർഷകമായ ശരീരമുള്ളവരുമാണ് ചോതി നക്ഷത്രത്തിൽ ജനിച്ചവർ. ശാന്തശീലരും സമർത്ഥരുമായിരിക്കുമെങ്കിലും നിർബന്ധബുദ്ധി ഇവരിൽ അധികമായി കണ്ടുവരുന്നു. സ്വന്തം ബുദ്ധിശക്തിയാൽ പ്രായോഗികരംഗങ്ങളിൽ നേട്ടങ്ങളുണ്ടാക്കാൻ കഴിയും. മറ്റുള്ളവരുമായുള്ള ബന്ധങ്ങളിൽ വിശ്വസ്തത പുലർത്തുകയും ക്രയവിക്രയങ്ങളിലും മറ്റ് ഇടപാടുകളിലും കണിശമായ നിലപാട് സ്വീകരിക്കുകയും ചെയ്യുന്നു. കാര്യങ്ങൾ വ്യക്തമായി പറയുകയും ചെയ്യേണ്ട കാര്യങ്ങൾ കൃത്യമായി നിർവ്വഹിക്കുകയും ചെയ്യും.

ജീവിതത്തിൽ പുരോഗതിയും നേട്ടവും വളർച്ചയും വേണമെന്ന് ആഗ്രഹിക്കുകയും അതിനായി പരിശ്രമിക്കുകയും ചെയ്യും. ദീർഘവീക്ഷണ

ത്തോടു കൂടി കാര്യങ്ങൾ നിർവ്വഹിക്കുന്നു. നല്ല ഓർമ്മശക്തിയുള്ളവരായിരിക്കും.

അന്യരുടെ സുഖതാല്പര്യങ്ങൾക്കായി പ്രവർത്തിക്കുന്ന ഇവർ മറ്റുള്ളവരുടെ അഭിലാഷത്തിന് മുൻഗണന നൽകുന്നു. സ്വന്തം ജീവിതം പോലും അതു കാരണം സ്വന്തം നിശ്ചയപ്രകാരം മുന്നോട്ടു കൊണ്ടുപോകാനാവാതെ വരുന്നു. എങ്കിലും അന്യരെ ആശ്രയിച്ചു ജീവിക്കാൻ ഇഷ്ടപ്പെടുന്നില്ല.

സ്വപ്നജീവികളെന്നു വിശേഷിപ്പിക്കപ്പെടുന്നവരാണ് ചോതി നക്ഷത്രക്കാർ. സ്വപ്രയത്നം കൊണ്ട് ഉന്നതതലത്തിലെത്തിപ്പെടും. സ്വതന്ത്രരായി ജീവിക്കുന്ന ഇവരുടെ തൊഴിൽരംഗങ്ങളും ആ തരത്തിലുള്ളവയായിരിക്കും. നയതന്ത്രരംഗത്തും പൊതുജനങ്ങളുമായി ഇടപഴകാൻ അവസരമുള്ള രംഗങ്ങളിലും ഇവർ ശോഭിക്കുന്നു. ആർക്കും അനിഷ്ടം തോന്നാത്ത തരത്തിൽ സംസാരിക്കാൻ ഇവർക്കു കഴിവുണ്ടാകും. ലളിതകലകളിൽ ആഭിമുഖ്യവും പ്രയോഗകൗശലവും കൂടിയിരിക്കും.

വിമർശനവും എതിർപ്പുകളും അസഹ്യമായി തോന്നും. അതുകൊണ്ടുതന്നെ കുറ്റപ്പെടുത്തുന്നവരോട് ക്ഷോഭിക്കുന്നു. താല്ക്കാലികമായ വികാരപ്രകടനങ്ങൾക്കു ശേഷം അതേപ്പറ്റി ഓർത്ത് പശ്ചാത്തപിക്കും. പ്രതികാരബുദ്ധിയോടെ പെരുമാറുന്നവരും പിന്നീട് തെറ്റു മനസ്സിലാക്കി തിരുത്തുവാൻ തയ്യാറാവും.

എല്ലാ കാര്യങ്ങളുടെയും രണ്ടുവശവും പരിശോധിച്ച് നിഷ്പക്ഷമായ നിലപാട് സ്വീകരിക്കുകയാണ് പതിവ്. ഏതു പ്രതിസന്ധിയിലും പതറാത്ത മനഃശ്ശക്തി കാണിക്കാനും പിടിച്ചുനിൽക്കാനും ഇവർക്ക് കഴിയും.

പൊതുജനങ്ങൾക്കിടയിൽ അവരുടെ താല്പര്യം മുൻനിർത്തി അവരോടൊപ്പം പ്രവർത്തിക്കാൻ ആഗ്രഹിക്കുന്നു. വീടും ആശ്രിതരും ബന്ധുക്കളും ചേർന്നുള്ള ജീവിതത്തിന് പാകമാക്കുന്ന തരത്തിലാണ് ചിന്തയും പ്രവൃത്തികളും. സ്വതന്ത്രബുദ്ധികളായ ഇവർ ഒരു പരിധിക്കപ്പുറം ആരെയും ബഹുമാനിക്കാനും വിധേയപ്പെടാനും ഇഷ്ടപ്പെടുകയില്ല. ബാല്യകാല ജീവിതത്തിൽ വളരെയേറെ സംതൃപ്തിയോ സന്തോഷമോ ഉണ്ടായെന്നു വരില്ല. സ്വന്തക്കാരും ബന്ധുക്കളുമുണ്ടെങ്കിലും അസാധാരണരീതിയിലുള്ള സഹായങ്ങൾ ലഭിക്കാനും അനുഭവിക്കാനും ഇടയില്ല. എന്നാൽ സ്വയം വലിയ നേട്ടങ്ങൾക്ക് അവകാശിയാകാവുന്ന തരത്തിലുള്ള പ്രവർത്തനങ്ങളിൽ ഏർപ്പെടാനും വിജയിക്കാനും കഴിയും. അപവാദങ്ങളും ആരോപണങ്ങളും ഇവരുടെ സുദൃഢമായ മനഃശ്ശക്തിക്കു മുമ്പിൽ നിഷ്പ്രഭരായിത്തീരും.

ചോതി നക്ഷത്രക്കാരുടെ വൈവാഹികജീവിതം പൊതുവെ സന്തോ

ഷകരമായിരിക്കും. പങ്കാളിയുമായുണ്ടാകുന്ന അഭിപ്രായവ്യത്യാസങ്ങളെല്ലാം ശാന്തമായി പരിഹരിക്കപ്പെടും. കുടുംബജീവിതം ഭാവിയിലെ സാമ്പത്തികഭദ്രതയ്ക്ക് സഹായകമാവും. 30 വയസ്സിനു ശേഷമാണ് സംതൃപ്തമായ ജീവിതസാഹചര്യമുണ്ടാവുക. 60 വയസ്സുവരെ അത് തുടരുകയും ചെയ്യും.

ചോതി നക്ഷത്രക്കാരായ സ്ത്രീകൾ വളരെ മനദഗതിയുള്ളവരായിരിക്കും. പ്രവർത്തനങ്ങളിലും നടപ്പിലും പെരുമാറ്റത്തിലും മാതൃകാപരമായ ഒരു ഗുണമെന്ന നിലയിൽ ഇവരുടെ ശാന്തസ്വഭാവം എല്ലാവരും ഇഷ്ടപ്പെടുന്നു. സംതൃപ്തമായ വൈവാഹികജീവിതവും കുടുംബബന്ധങ്ങളുമാണ് ഇവരുടെ നേട്ടം. ഭർത്തൃസ്നേഹം, പാതിവ്രത്യം, സത്യസന്ധത എന്നിവ ഇവരുടെ പ്രത്യേകതകളാണ്. സന്താനങ്ങളെക്കൊണ്ടുള്ള ഗുണങ്ങളും ജീവിതത്തിലുണ്ടാവും.

ബന്ധുക്കളുടെ സ്നേഹം ലഭിക്കുന്ന ചോതി നക്ഷത്രക്കാരായ സ്ത്രീകൾക്ക് ഗാർഹികമോ ഔദ്യോഗികമോ ആയ എല്ലാ മണ്ഡലങ്ങളിലും വിജയിക്കാനും പെരുമ നേടാനും കഴിയും. 25 മുതൽ 45 വയസ്സുവരെയുള്ള കാലത്ത് വലിയ നന്മകൾ ഉണ്ടാവും.

വിശാഖം

തോജസ്വികളും ആകർഷകമായ ശരീരസൗന്ദര്യമുള്ളവരുമാണ് വിശാഖം നക്ഷത്രത്തിൽ ജനിക്കുന്നവർ. നല്ല മേധാശക്തിയും കർമ്മരംഗങ്ങളിൽ പ്രായോഗികമായ കഴിവും ശക്തിയുള്ളവരുമായിരിക്കും. കുലീനസ്വഭാവം പുലർത്തുന്ന ഇവർ നേർവഴിവിട്ടു നടക്കില്ല. ആരെയും ആകർഷിക്കുന്ന വ്യക്തിത്വമായിരിക്കും.

പാരമ്പര്യത്തിലും പഴയ ആചാരാനുഷ്ഠാനങ്ങളിലും താല്പര്യമുണ്ടെങ്കിലും പുതിയ ആശയങ്ങളും കർമ്മമാർഗ്ഗങ്ങളും സ്വീകരിക്കാനും പിൻതുടരാനുമാണ് ശ്രമിക്കുക. അതുകൊണ്ടു തന്നെ അത്രയും സാഹചര്യങ്ങൾ സ്വയം സൃഷ്ടിക്കുകയോ മാറിപ്പോവുകയോ ചെയ്യും. കുടുംബത്തിൽ നിന്നോ ജനിച്ചു വളർന്ന ദേശത്തു നിന്നോ വിട്ടകന്ന് ജീവിക്കാൻ ഇഷ്ടപ്പെടുന്നു.

സംഭാഷണചാതുര്യവും കർമ്മസാമർത്ഥ്യവും ഇവരെ ശ്രദ്ധേയരാക്കും. കഠിനാധ്വാനം ആവശ്യമായ ജോലികളോടും രംഗങ്ങളോടും അത്ര പ്രിയമല്ല. എന്നാൽ സ്വന്തം കാര്യം വിജയിപ്പിക്കുന്നതിന് വേണ്ടത്ര പരിശ്രമങ്ങൾ ചെയ്യും. കുടുംബപരമായി പിതാവിൽ നിന്നുള്ള ആനുകൂല്യങ്ങളോ സാമ്പത്തികസഹായമോ ഇവർക്ക് അനുഭവിക്കാൻ കഴിയില്ല. പിതാവിനെ അനുസരിച്ച് ജീവിക്കുന്നതിൽ താല്പര്യമില്ലെങ്കിലും പിതാ

വിനെപ്പറ്റി അഭിമാനിക്കാൻ വകയുണ്ടാകും. മാതാവിന്റെയോ മാതൃകുടുംബത്തിന്റെയോ സഹായവും വലുതായുണ്ടാവില്ല.

ഭാര്യയോടും മക്കളോടും അമിതമായ സ്നേഹവും താല്പര്യവും പുലർത്തുന്നു. വിശ്വാസ്യത എല്ലാ രംഗങ്ങളിലും വേണമെന്ന് ശഠിക്കുകയും അത് മറ്റുള്ളവരെ ബോധ്യപ്പെടുത്തുകയും ചെയ്യുന്നു. നേരായ മാർഗ്ഗത്തിലൂടെയല്ലാത്ത നേട്ടങ്ങളോ ആനുകൂല്യങ്ങളോ സ്വീകരിക്കുകയില്ല. മിതവ്യയം ഒരു നയമായി കരുതുന്നവരും കുടുംബത്തിനുവേണ്ടി എന്ത് ത്യാഗവും സഹിക്കാൻ തയ്യാറുള്ളവരുമാണ്.

പൊതുരംഗങ്ങളിൽ ഇടപെടുമ്പോൾ എല്ലാവരുമായും ഒരുപോലെ പെരുമാറുന്നു. സൗമ്യമായി പെരുമാറുകയും വ്യക്തിശുചിത്വം പാലിക്കുകയും ചെയ്യുന്ന ഇവർക്ക് മറ്റുള്ളവരുടെ പ്രീതിയും വിശ്വാസവും ആർജ്ജിക്കാൻ കഴിയുന്നു. പണമിടപാടുകളിലും അത്തരം പ്രവർത്തനമേഖലകളിലും വിജയിക്കാൻ കഴിയുന്നു.

സത്യവും ധർമ്മവും സ്വജീവിതത്തിന്റെ അടിസ്ഥാനപ്രമാണമായി കരുതുന്ന ഇവർ മറ്റുള്ളവരുടെ മുമ്പിൽ വിനയം കാണിക്കുന്നവരാണ്. എന്നാൽ വിധേയത്വമോ ആശ്രിതത്വമോ നടിച്ച് കാര്യം കാണാൻ ശ്രമിക്കുകയില്ല. അത്തരം അവസരങ്ങളിൽ നിന്ന് മാറിനിൽക്കുകയും ചെയ്യും. ഇത് ഇവരെ അഹംഭാവികളെന്ന നിലയിൽ കണക്കാക്കാൻ ഇടയാകാറുണ്ട്. എന്നാൽ എല്ലാ പ്രതികൂല സാഹചര്യങ്ങളെയും ക്ഷമാപൂർവ്വം നേരിടാൻ കഴിയും.

ധനവും പ്രശസ്തിയും ആർജ്ജിക്കാൻ വിശാഖം നക്ഷത്രക്കാർക്ക് യോഗമുണ്ടാവും. സാധാരണ ജീവിതത്തിനിടയിലും സന്യാസിമാരെപ്പോലെ ഉന്നതമായ മനസ്സാന്നിദ്ധ്യം പുലർത്തുന്നു. വിനയവും സത്യനിഷ്ഠയും നിഷ്പക്ഷതയും കൊണ്ട് ഇവർ ബന്ധപ്പെടുന്നവരുടെ ആദരവു നേടും.

വിശാഖം നക്ഷത്രത്തിൽ ജനിച്ച സ്ത്രീകൾ ഹൃദ്യമായി പെരുമാറുന്നവരും നല്ല ആകർഷകമായ ശരീരപ്രകൃതിയോടു കൂടിയവരുമാകും. നല്ല നിലയിൽ സംസാരിക്കുകയും മറ്റുള്ളവരോട് പെരുമാറുകയും ചെയ്യും. ഔദ്യോഗികരംഗങ്ങളിൽ ജോലി ചെയ്യുന്നവരായാലും കുടുംബം ഭരിക്കുന്നവരായാലും സ്വന്തം വ്യക്തിത്വം പുലർത്തിക്കൊണ്ടുതന്നെ മറ്റുള്ളവരുടെ സ്നേഹാദരവുകൾ നേടും. കുലീനത വെളിപ്പെടുത്തുന്ന തരത്തിൽ മറ്റുള്ളവരെ മനസ്സിലാക്കുകയും അംഗീകരിക്കുകയും ചെയ്യുന്നതാണ് ഇവരുടെ രീതി.

ആഡംബരങ്ങളിൽ അമിതമായ ആഗ്രഹമോ അവ നേടാനുള്ള ശ്രമമോ ഇല്ല. ബന്ധുക്കളോട് ഏറ്റവും അടുത്ത് പെരുമാറുന്നവരാണ്.

നല്ല ഭർത്താക്കന്മാരെ ലഭിക്കും. വീടിന്റെയും കുടുംബത്തിന്റെയും അഭിമാനം നിലനിർത്തുന്ന തരത്തിലേ ഏതു കാര്യങ്ങളിലും ഇടപെടുകയുള്ളൂ. നല്ല സന്താനങ്ങളിൽ നിന്നും സൗഭാഗ്യങ്ങൾ അനുഭവിക്കാൻ കഴിയും. ഭർത്തൃസ്നേഹത്തോടുകൂടി മാതൃകാജീവിതം നയിക്കുന്ന ഇവർ മറ്റുള്ളവരുടെ ആദരവു നേടും.

ബാല്യകാലത്ത് എല്ലാവിധത്തിലുമുള്ള സുഖസന്തോഷങ്ങളും വിശാഖം നാളുകാർക്ക് അനുഭവിക്കാൻ കഴിയും. വ്യാഴദശയാണ് ആരംഭത്തിൽ വരുന്നത്. തുടർന്ന് ശനി, ബുധൻ, കേതു എന്നിവയും കഴിഞ്ഞ് ശുക്രദശയിലെത്തും. 10 വയസ്സു മുതൽ 25 വയസ്സു വരെ ഗുണദോഷസമ്മിശ്രമാണ്. പലകാര്യങ്ങളിലും വിഷമവും തടസ്സവും ഉണ്ടാവാം. വിദ്യാഭ്യാസകാലമാണിത്. ഇതിനുശേഷം 42 വയസ്സുവരെ തൊഴിലിലും കുടുംബത്തിലും നല്ല അനുഭവങ്ങളുണ്ടാകും. പിന്നീട് അല്പകാലം സുഖദുഃഖങ്ങൾ ഇടകലർന്നുവരും. 50 വയസ്സിനു ശേഷം എല്ലാ നിലയിലും സുഖവും സന്തോഷവും ശാന്തിയും നിറഞ്ഞ കാലമായിരിക്കും.

അനിഴം

അനിഴം നക്ഷത്രക്കാർ ശാരീരികശേഷിയുള്ളവരും സ്ഥിരചിത്തരുമായിരിക്കും. ഒരു കാര്യം നിശ്ചയിച്ചാൽ അതിൽ സ്ഥിരമായി ഉറച്ചു നിൽക്കാനും അവസാനം വരെ കർമ്മബന്ധത്തിൽ ഏർപ്പെടാനും തയ്യാറായിരിക്കും. പരസഹായം ആഗ്രഹിക്കുകയോ മറ്റുള്ളവരെ കാത്തു നിൽക്കുകയോ ഇല്ല. ഇവർ പ്രവർത്തനങ്ങളിൽ രഹസ്യസ്വഭാവം നിലനിർത്താനും ശ്രമിക്കും. എല്ലാം പരസ്യമാക്കുകയോ പൊതുജനങ്ങളെ ബോധ്യപ്പെടുത്തുകയോ ചെയ്യാൻ താല്പര്യമില്ല.

ചെയ്യാനുറച്ച കാര്യങ്ങൾ എത്ര പ്രയാസമേറിയതായാലും അതിനുവേണ്ടി ബുദ്ധിമുട്ടാൻ മടിയുണ്ടാവുകയില്ല. മറ്റുള്ളവരിൽ നിന്നും അഭിനന്ദനവും പ്രീതിയും സമ്പാദിക്കുന്ന തരത്തിൽ കഠിനമായി ജോലി ചെയ്യും. എന്നാൽ പലപ്പോഴും അതിന്റെ ഫലം അനുഭവിക്കേണ്ട ഘട്ടമാവുമ്പോഴേക്കും എന്തെങ്കിലും തടസ്സം ഉണ്ടാവും. ധനം സമ്പാദിക്കാൻ കഴിയുമെങ്കിലും അതിനുവേണ്ടി പ്രയാസങ്ങൾ ഏറെ തരണം ചെയ്യേണ്ടിവരും. സ്വന്തം കർമ്മങ്ങൾ തന്നെ പലപ്പോഴും തിരിച്ചടികൾക്ക് കാരണമാകും. ഇത് തൽക്കാലം മാനസികവിഷമത്തിന് കാരണമാകുമെങ്കിലും എല്ലാ വിഘ്നങ്ങളും മറികടന്ന് മുന്നോട്ടുപോവാൻ കഴിയും. സ്വതന്ത്രവും നീതിപൂർവ്വകവുമായ തീരുമാനങ്ങൾ വഴി വിജയമുണ്ടാകും.

പിതാവിന്റെയും മാതാവിന്റെയും വകയായുള്ള സാമ്പത്തികാനുഭവങ്ങൾ കുറവായിരിക്കും. കാര്യങ്ങൾക്ക് സ്വയം നിശ്ചയങ്ങൾ വരുത്തുന്ന

തിനാൽ പിതാവിൽ നിന്ന് അകന്ന് അന്യദേശങ്ങളിൽ വസിക്കാനിടയാകും. അധികാരസ്ഥാനങ്ങളിലും നേതൃത്വപരമായി ഇടപെടാവുന്ന ഔദ്യോഗികരംഗങ്ങളിലും വിജയിക്കും.

ഔദാര്യവും സേവനോത്സുകതയും പുലർത്തുന്നതുകൊണ്ട് ഇവർക്ക് നല്ല സുഹൃത്തുക്കളെ നേടാനും കഴിയും.എന്നാൽ വൈകാരികമായ ചഞ്ചലത സുഹൃത്ബന്ധങ്ങൾ സ്ഥിരമായിരിക്കാൻ സഹായകമല്ല. സഞ്ചാരപ്രിയരും പുതിയ കാര്യങ്ങൾ പഠിക്കാൻ എന്നും സന്നദ്ധരുമാണ്.

ഔദ്യോഗികവൃത്തിയിലും വ്യാപാരവ്യവസായ സംരംഭങ്ങളിലും വിജയിക്കാൻ കഴിയും. അധികാരികളുടെയും സഹപ്രവർത്തകരുടെയും സ്നേഹബഹുമാനങ്ങൾക്ക് പാത്രമാവും. എന്നാൽ ദീർഘകാലം ഒരു ബന്ധമോ സൗഹൃദമോ സമാധാനപൂർവ്വം തുടർന്നു കൊണ്ടുപോകാൻ പ്രയാസമായിരിക്കും. വാദപ്രതിവാദങ്ങളും മത്സരമനോഭാവങ്ങളും ബന്ധങ്ങളെ പ്രതികൂലമായി ബാധിക്കും. പ്രതികാരനടപടികൾ ആവശ്യമാണെന്ന തരത്തിലുള്ള സ്വയം ന്യായീകരണങ്ങളും പ്രശ്നങ്ങളുണ്ടാക്കും. ആലോചനാശൂന്യമായി എടുക്കുന്ന തീരുമാനങ്ങൾ ജീവിതത്തെത്തന്നെ മാറ്റിമറിക്കുന്ന തരം അനുഭവങ്ങളുണ്ടാകാം.

സംതൃപ്തവും ശാന്തവുമായ വിവാഹജീവിതം അനിഴം നാളുകാർക്ക് ലഭിക്കുന്നു. മനപ്പൊരുത്തവും സ്വഭാവവൈശിഷ്ട്യവുമുള്ള പത്നിമാർ വേണ്ട സന്ദർഭങ്ങളിൽ നിർദ്ദേശങ്ങൾ നൽകി ജീവിതം സുഖപൂർണ്ണമാക്കും. സന്താനങ്ങളുടെ ഭാഗത്തു നിന്നും ഗുണാനുഭവങ്ങൾ നല്ല നിലയിൽ ലഭിക്കും.

അനിഴം നക്ഷത്രത്തിൽ ജനിക്കുന്ന സ്ത്രീകൾ മറ്റുള്ളവരുടെ സ്നേഹാദരവുകൾ നേടുന്നവരും സത്സ്വഭാവികളുമായിരിക്കും. സുന്ദരികളും ആ സൗന്ദര്യം നിലനിർത്തണമെന്ന് ആഗ്രഹിക്കുന്നവരും ആണെങ്കിലും കൃത്രിമാലങ്കാരങ്ങളിലും കൂടിയ ആഡംബരവസ്തുക്കളിലും ഭ്രമിക്കുന്നവരാവുകയില്ല. കുടുംബത്തിന്റെ ഉൽക്കർഷത്തിനു വേണ്ടി ചിന്തിച്ച് തീരുമാനങ്ങൾ എടുക്കുന്നവരും മറ്റുള്ളവരുമായി ഒത്തുപോകുന്നതിന് വിട്ടുവീഴ്ചകൾ ചെയ്യാൻ തയ്യാറുള്ളവരുമായിരിക്കും.

അനിഴം നക്ഷത്രക്കാരുടെ ദശാനാഥൻ ശനിയാണ്. ശനി കഴിഞ്ഞാൽ ബുധൻ, കേതു, ശുക്രൻ, സൂര്യൻ, ചന്ദ്രൻ, ചൊവ്വ, രാഹു എന്നീ ദശകളുടെ ഫലങ്ങളാണ് പറയേണ്ടത്. ബാല്യകാലത്ത് രോഗപീഢകൾ ഉണ്ടാകുമെങ്കിലും പത്തു മുതൽ 27 വയസ്സു വരെയുള്ള കാലത്ത് ആരോഗ്യം തൃപ്തികരമായിരിക്കും. നല്ല വിദ്യാഭ്യാസവും തൊഴിലും ഈ ദശാകാലത്ത് ലഭിക്കും. 27 മുതൽ 34 വയസ്സു വരെ അത്ര ഗുണകരമല്ല. പിന്നീട് ജീവിതം ഉന്നതനിലയിലെത്തുകയും 54 വയസ്സുവരെ എല്ലാ സുഖങ്ങളും

ഐശ്വര്യങ്ങളും അനുഭവിക്കുകയും ചെയ്യും. സുഖകരമായ വിശ്രമജീവിതവും സ്നേഹസമ്പന്നമായ വാർദ്ധക്യജീവിതവുമാണ് ഇവർക്കുണ്ടാവുക.

വ്യക്തിപരമായി സ്വന്തം ആരോഗ്യകാര്യത്തിൽ അശ്രദ്ധ കാണിക്കുകയും മറ്റുള്ളവരുടെ കാര്യത്തിൽ അമിതശ്രദ്ധ പുലർത്തുകയും ചെയ്യുന്നവർ എന്ന നിലയിൽ ഇവർ മറ്റുള്ളവരുടെ മുന്നിൽ സേവനസന്നദ്ധരായി അറിയപ്പെടുന്നു.

തൃക്കേട്ട

ആരോഗ്യമുള്ള ശരീരവും പ്രസാദാത്മകമായ മുഖശ്രീയുമുള്ളവരാണ് തൃക്കേട്ട നക്ഷത്രക്കാർ. സദാ ചൈതന്യപൂർവ്വം കാര്യങ്ങളിലെല്ലാം ഇടപെടുന്ന ഇവർ ശുദ്ധഗതിക്കാരാണ്.

സാധാരണനിലയിൽ ഗംഭീരാശയന്മാരും കാര്യനിർവ്വഹണശേഷിയിൽ സമർത്ഥരുമാണെന്ന് ഭാവിക്കുമെങ്കിലും സഹനശക്തി കുറഞ്ഞവരും മൃദുലഹൃദയരുമാണ്. പെരുമാറ്റത്തിലും സംഭാഷണത്തിലും വലിയ അഹങ്കാരികളോ നാട്യക്കാരോ എന്ന് തോന്നിക്കുന്ന ഇവർക്ക് അതുമൂലം പ്രതികൂലാനുഭവങ്ങൾ ഉണ്ടാവാനിടയുണ്ട്. മാത്രമല്ല തങ്ങൾക്ക് ഇഷ്ടമല്ലാത്തതോ തെറ്റാണെന്ന് തോന്നുന്നതോ ആയ കാര്യങ്ങൾ മറ്റുള്ളവരുടെ മുമ്പിൽ തുറന്നു പറയാനും എതിർപ്പ് പ്രകടിപ്പിക്കാനും തയ്യാറാവും. എന്നാൽ ഇവരുടെ സ്വഭാവത്തിലും സംസാരത്തിലും തോന്നുന്ന നീരസം പെട്ടെന്നുതന്നെ മാഞ്ഞുപോവുകയും വിമർശനത്തിനു വിധേയരായവർ പോലും ഇവരുമായി നല്ല സുഹൃത്തുക്കളായി കഴിയുകയും ചെയ്യും.

മറ്റുള്ളവരെ പ്രയാസപ്പെടുത്താനോ വഞ്ചിക്കാനോ താല്പര്യമില്ലെങ്കിലും സ്വന്തം നിലപാടുകൾ അന്യരുടെ മുമ്പിൽ പ്രകടിപ്പിക്കാനായി നടത്തുന്ന സംഭാഷണങ്ങൾ നിയന്ത്രിക്കാൻ കഴിയാത്തതാണ് ഇവരുടെ കുഴപ്പം. ആരെയും വഞ്ചിക്കണമെന്നോ വിഷമത്തിൽ അകപ്പെടുത്തണമെന്നോ ആഗ്രഹിക്കുന്നവരല്ല. അങ്ങിനെ ചിന്തിക്കുന്നവരെ തിരുത്താനും പറ്റിയില്ലെങ്കിൽ അവരിൽ നിന്ന് അകന്നു നില്ക്കാനും ശ്രമിക്കും.

ആരോഗ്യകാര്യത്തിൽ ശ്രദ്ധ പുലർത്താത്ത ഇവരെ ലഘുരോഗങ്ങൾ വിഷമിപ്പിക്കും. അതിനുള്ള മരുന്നു കഴിക്കലും പഥ്യാഹാരവും വേണ്ട രീതിയിലാവില്ല.

എല്ലാ വിഷയങ്ങളിലും പൂർണ്ണമായ അറിവു നേടണമെന്ന് അതത് വിഷയങ്ങളിൽ ഇടപെടുമ്പോൾ നിശ്ചയിക്കുകയും. അതിനു ശ്രമിക്കുകയും ചെയ്യും. സ്വന്തം അറിവ് ആധാരമാക്കിയുള്ള കർമ്മങ്ങൾക്ക് പ്രാമുഖ്യം നൽകുന്നതിനാൽ മറ്റുള്ളവരുടെ അഭിപ്രായങ്ങൾക്ക് അത്ര

വില കല്പിക്കുകയില്ല. ദുശ്ശാഠ്യക്കാരൻ എന്ന് സ്വന്തക്കാരും സുഹൃത്തുക്കളും പറയുന്നതിന്റെ കാരണമിതാണ്. സുഹൃത്തുക്കളും ശത്രുക്കളും ഒരുപോലെയുണ്ടാവുന്നു.

ചെയ്യുന്ന കർമ്മങ്ങളിൽ കഴിവും നേട്ടവുമുണ്ടാക്കി ഇവർ മറ്റുള്ളവരെ അദ്ഭുതപ്പെടുത്തും, അംഗീകാരവും നേടും. എപ്പോഴും പുതിയ ആശയങ്ങൾ കർമ്മമാർഗ്ഗത്തിലെത്തിക്കാനാണ് ശ്രമിക്കുക. ഔദ്യോഗികപദവികളിൽ ശോഭിക്കും. സ്ഥിരമായി ഏർപ്പെടുന്ന ജോലികൾക്കു പുറമെ മറ്റു സേവന കലാ പ്രവർത്തനരംഗങ്ങളിലും സജീവമായിരിക്കും.

ജനിച്ച വീട്ടിലോ സ്ഥലത്തോ ആയിരിക്കില്ല തൊഴിലും താമസവും. ഒരു തൊഴിലിൽ തന്നെ ഉറച്ചു നിന്നെന്നും വരില്ല. മാതാപിതാക്കളുടെ സഹായങ്ങൾ ജീവിതത്തിൽ ഏറെയൊന്നും ലഭിക്കാത്ത ഇവർക്ക് ബന്ധുക്കളുടെ സഹായവും വേണ്ടത്രയുണ്ടാവില്ല. സ്വന്തം കഠിനാധ്വാനവും ത്യാഗപൂർണ്ണമായ ജീവിതവുമാണ് ഇവരുടെ നേട്ടങ്ങൾക്ക് കാരണമാവുക.

ആത്മാഭിമാനത്തെ മറ്റെന്തിലും വിലമതിക്കുന്നു. അഭിമാനക്ഷതമുണ്ടാവുന്ന കാര്യങ്ങളിൽ നിന്ന് അകന്നു നില്ക്കുന്നതുപോലെ തന്നെയാണ് ആത്മാഭിമാനത്തെ ചോദ്യം ചെയ്യുന്ന തരത്തിലുള്ള ആക്ഷേപങ്ങളെ നേരിടുന്ന രീതിയും. നന്ദിപൂർവ്വം ഓർക്കേണ്ട വ്യക്തികളെക്കുറിച്ച് പറയേണ്ടവരോ ആയ വ്യക്തികളെപ്പോലും ഇത്തരം ഘട്ടങ്ങളിൽ വിലകുറച്ചും എതിർത്തും സംസാരിക്കുകയും പെരുമാറുകയും ചെയ്യും.

തൃക്കേട്ട നക്ഷത്രത്തിൽ ജനിച്ച സ്ത്രീകൾ സംസാരപ്രിയരും നന്നായി സംസാരിക്കുന്നവരുമായിരിക്കും. ബുദ്ധിശക്തി കൊണ്ട് ഏതു സദസ്സിലും ആദരവു നേടും. ഭർത്താവിന്റെ ഇഷ്ടത്തിനു പാത്രമാകുമെങ്കിലും സൗന്ദര്യപ്പിണക്കങ്ങൾ ഉണ്ടായിക്കൊണ്ടിരിക്കും. തുറന്ന പെരുമാറ്റം ഇവരെപ്പറ്റിയുള്ള വിമർശനങ്ങൾക്ക് കാരണമായിത്തീരാം. അതു ശ്രദ്ധിക്കേണ്ടതുമാണ്. ഗൃഹഭരണത്തിലും പാചകകലയിലും സമർത്ഥരായ ഇവർ നല്ല സൽക്കാരപ്രിയരുമാണ്. പ്രതിസന്ധികളിലെല്ലാം അന്യരുടെ സഹായം വേണ്ടത്രയുണ്ടാവും.

എല്ലാ കാര്യത്തിലും എപ്പോഴും ഒപ്പം നില്ക്കുകയും പരസ്പരം സഹായിക്കുകയും നിയന്ത്രിച്ചു നിർത്തുകയും ചെയ്യുന്ന ഒരു ജീവിതപങ്കാളിയെ ലഭിക്കും. മനസ്സിൽ രഹസ്യങ്ങൾ സൂക്ഷിക്കാനാവാത്തതിനാൽ എല്ലാ കാര്യങ്ങളും പരസ്പരം തുറന്നുപറയും. സത്സ്വഭാവവും കഴിവുമുള്ള ജീവിതപങ്കാളിയെ ലഭിക്കുന്നതിനാൽ ദാമ്പത്യജീവിതം പൊതുവെ സമാധാനപരമാണെന്നു പറയാം. എന്നാൽ പരസ്പരം പിരിഞ്ഞു താമസി

ക്കാനും മക്കളെ പിരിഞ്ഞു താമസിക്കാനും ഇടയാകുന്നതു കൊണ്ടുള്ള ദുഃഖാനുഭവങ്ങളുമുണ്ടാകും.

ബുധദശക്കു ശേഷം കേതു, ശുക്രൻ, ആദിത്യൻ എന്നീ ദശകളാണ് വരുന്നത്. സ്വതന്ത്രമായി ജീവിക്കാനുള്ള അനുഭവസമ്പത്തും പ്രാപ്തിയും പതിനെട്ടു വയസ്സിനുശേഷമായിരിക്കും. 27 വയസ്സിനുശേഷം എല്ലാ കാര്യങ്ങളിലും പുരോഗതിയുണ്ടാവുന്നതോടൊപ്പം ഗുണപരമായ മാറ്റങ്ങളും ബന്ധങ്ങളുമുണ്ടാകും. 50 വയസ്സുവരെ കഠിനമായ പരിശ്രമങ്ങൾ നടത്തുമെങ്കിലും ഗുണപ്രാപ്തി ഈ പ്രായത്തിനു ശേഷമാണ് ലഭിക്കുക.

മൂലം

ആരോഗ്യപരമായി നല്ല നിലയിലായിരിക്കും ഈ നക്ഷത്രത്തിൽ ജനിച്ചവർ. സാധാരണനിലയിൽ അസുഖങ്ങൾ കൊണ്ടുള്ള ക്ലേശങ്ങളില്ലാതെ അനുഗൃഹീതമായ നിലയിൽ കഴിയുന്നവരാണെങ്കിലും സ്വാഭാവികമായ പ്രശ്നങ്ങൾക്ക് ഇവർ വിധേയരായിരിക്കും. അത് അത്ര കാര്യമാക്കാനില്ലെന്നു പറയാം. ആരോഗ്യരക്ഷയിൽ വേണ്ടത്ര ശ്രദ്ധിക്കുകയില്ല. ശാരീരികാവസ്ഥയാലും കുലീനഭാവം കൊണ്ടും ആകർഷണീയമായ വ്യക്തിത്വത്തിന്റെ ഉടമകളായിരിക്കും.

ജീവിതത്തെപ്പറ്റി എല്ലാ കാര്യങ്ങളിലും മുൻധാരണകളും നിശ്ചയങ്ങളും പുലർത്തുന്നവരിൽ നിന്നും ഈ നക്ഷത്രക്കാർ വേറിട്ടു നില്ക്കുന്നു. പ്രതീക്ഷകളും ആഗ്രഹങ്ങളും ഒക്കെ ഉണ്ടാവുമെങ്കിലും വരുന്നതു പോലെ വരട്ടെ എന്നൊരു നിലപാടാണ്. അതുകൊണ്ടുതന്നെ അപ്രതീക്ഷിതമായി പല പ്രശ്നങ്ങളിലും ഇടപെടേണ്ടിവരുന്നു. സാമ്പത്തികമായ പ്രശ്നങ്ങളുണ്ടാവുന്നു. വരവും ചെലവും തമ്മിൽ പൊരുത്തപ്പെടുത്തുവാൻ പ്രയാസമുണ്ടാവുന്നു.

സാമ്പത്തിക കാര്യങ്ങളിലും മറ്റുള്ളവരുമായുണ്ടാക്കുന്ന കരാറുകളിലും തീർപ്പുകളിലും സൂക്ഷ്മതയും പൂർണ്ണ ഫലപ്രാപ്തിയും ഉണ്ടാക്കാനാവുകയില്ല. അത് ബന്ധുക്കൾക്കിടയിലും സമൂഹത്തിലും ഇവരെപ്പറ്റിയുള്ള തെറ്റിദ്ധാരണയ്ക്ക് കാരണമാവുന്നു. എന്നാൽ ഏതെങ്കിലും തരത്തിലുള്ള സ്വാർത്ഥലാഭത്തിനു വേണ്ടിയോ ബോധപൂർവ്വം മറ്റൊരാളെ ദ്രോഹിക്കണമെന്നു കരുതിയോ അല്ല ഇത്തരം കുഴപ്പങ്ങളും വീഴ്ചകളുമുണ്ടായതെന്ന് മനസ്സിലാക്കാം. ആത്മാർത്ഥതയും ധർമ്മബോധവും നീതിബോധവും സ്വന്തം കർമ്മത്തിലുള്ള സത്യപാലനത്വരയും കൊണ്ടാണ് ഇങ്ങിനെയൊക്കെ സംഭവിക്കുന്നത് എന്നറിയുമ്പോൾ ശത്രുവും മിത്രമാവും.

മറ്റുള്ളവർക്കു വേണ്ടി വളരെ നയത്തോടെയും ക്ഷമയോടെയും പെരുമാറുന്ന ഇവർ സ്വന്തം ആവശ്യങ്ങളെയും ഭാവിയെയും പറ്റി അത്ര ശ്രദ്ധയുള്ളവരായിരിക്കുകയില്ല. സ്വന്തം കാര്യങ്ങൾ ഗുണപരമായി നടന്നുകൊള്ളുമെന്ന വിശ്വാസത്തിൽ ജീവിക്കുന്നു. സ്ഥിരമായി ഏതെങ്കിലും ഒരു കർമ്മരംഗത്ത് പ്രവർത്തിക്കാൻ താല്പര്യമുള്ളവരല്ല. എന്നാൽ ഏറ്റെടുത്ത ഏതു ജോലിയും വിജയകരമായി പൂർത്തിയാക്കാനുള്ള കാര്യശേഷിയും സാമർത്ഥ്യവും വാക്ചാതുരിയും ഇവർക്കുണ്ടാവും.

എല്ലാറ്റിന്റെയും ഗുണാംശത്തിൽ മാത്രം ആഭിമുഖ്യം പുലർത്തുന്നതിനാൽ നേട്ടങ്ങളും വിജയങ്ങളും മാത്രമാണ് എന്നും കർമ്മപ്രചോദനമാവുക. സാമ്പത്തികമായി വളരെയധികം സമ്പാദിക്കണമെന്ന ചിന്തയോ ആഗ്രഹമോ വെച്ചുപുലർത്താത്തതിനാൽ ആ രംഗത്തുണ്ടാകുന്ന നാശനഷ്ടങ്ങൾ ആത്മവിശ്വാസത്തെ ബാധിക്കുകയില്ല. ഏതു സന്ദർഭത്തിൽ നിന്നും സുഖവും സംതൃപ്തിയും സന്തോഷവും നേടിയെടുക്കാൻ കഴിവുള്ളവരാണ്. പരാജയഭീതി ഇവരെ അശേഷം ബാധിക്കുന്നില്ല.

സമൂഹത്തിൽ നേതൃത്വപരമായ സ്ഥാനങ്ങൾ വഹിക്കാനും ജനങ്ങളെ നയിക്കാനുമുള്ള കഴിവും സാമർത്ഥ്യവും വചോഗുണവും സ്വാഭാവികമായുള്ളവരാണിവർ. കാര്യങ്ങൾ പഠിക്കാനും ബുദ്ധിപൂർവ്വം ആ അറിവിനെ പ്രയോജനപ്പെടുത്താനും കഴിവുള്ളവരാണ്. തന്നേക്കാൾ സാമ്പത്തികശേഷിയുള്ളവരുമായി സ്ഥിരബന്ധം നിലനിർത്താനും അവർക്കു പോലും ഉപദേശം നൽകുന്ന ആളായിമാറാനും കഴിഞ്ഞെന്നും വരും. അതുപോലെ തന്നെ സാമൂഹ്യമായും സംഘടനാപരമായും നേതൃപദവിയിൽ കഴിയുന്നവർക്കുപോലും നയപരമായും കർമ്മപരമായും വഴികാട്ടിയെന്ന നിലയിൽ പ്രവർത്തിക്കാൻ കഴിയും. അപ്പോഴും താൻ പിന്നണിയിൽത്തന്നെ നിൽക്കുന്നതാണ് നല്ലതെന്ന് നിശ്ചയിക്കും. പരോപകാരനിഷ്ഠരെന്ന നിലയിൽ ഇവർ കൂട്ടുകാർക്കും നാട്ടുകാർക്കും ഇഷ്ടപ്പെട്ടവരായിരിക്കും.

സൗമ്യശീലരും ശാന്തരുമെന്ന നിലയിൽ അറിയപ്പെടുന്ന ഇവർ ഔചിത്യബോധവും സത്യനിഷ്ഠയും ഉള്ളവരാണ്. മറ്റുള്ളവർ ശ്രദ്ധിക്കുന്നു എന്നു കരുതുന്നതുകൊണ്ടും മറ്റുള്ളവർക്ക് മാതൃകയാവണമെന്ന് ആഗ്രഹിക്കുന്നതുകൊണ്ടും സുഖജീവിതവും ആർഭാടവും വേണമെന്നു നിശ്ചയിക്കുന്നു.

സഞ്ചാരപ്രിയരും കലാസംഗീതരംഗങ്ങളോട് താല്പര്യമുള്ളവരുമാണ്. തൊഴിൽതേടി അന്യനാടുകളിൽ പോകാൻ യോഗമുള്ളവർ അവിടുത്തെ സാഹചര്യത്തിൽ പൊതുപ്രവർത്തനരംഗത്ത് ശോഭിക്കും. ഏതു

വിഷമാവസ്ഥയും അനായാസം തരണം ചെയ്യാനും വിജയത്തിലേക്ക് ചെന്നെത്താനും കഴിയും.

പഠനവും ചിന്തയും പരസ്പരപൂരകങ്ങളാണ്. നല്ല നിരീക്ഷണശേഷിയുള്ളവരും കണ്ടതിനെയും അറിഞ്ഞതിനെയും പ്രായോഗികജീവിതവുമായി ബന്ധപ്പെടുത്തണമെന്ന് ആലോചിക്കുന്നവരുമാണ്. അതുകൊണ്ട് ഏതു പരാജയവും വിജയമാക്കി മാറ്റാനുള്ള കഴിവ് ഇവർക്കുണ്ട്. പെട്ടെന്നു കോപിക്കുന്നവരും ദുശ്ശാഠ്യക്കാരും വാക്കുമാറുന്നവരെന്നും ഇവരെപ്പറ്റി ആക്ഷേപമുള്ളവർ പോലും ഇവരുടെ ആത്മാർത്ഥതയെയും കഠിനപരിശ്രമശീലത്തെയും അഭിനന്ദിക്കുന്നു.

പിതാവിന്റെ ഭാഗത്തു നിന്നും വലിയ സാമ്പത്തിക ഗുണമൊന്നും ഉണ്ടാവുകയില്ല. സഹോദരസഹായവും കുറവായിരിക്കും. സ്വന്തം പ്രയത്നം കൊണ്ട് സുഖജീവിതം നേടും. സ്ഥിരമായി നിലനിൽക്കുന്ന ബന്ധത്തിൽ ശത്രുതയോ മിത്രതയോ ഇല്ല.

ഈ നക്ഷത്രത്തിൽ ജനിക്കുന്ന സ്ത്രീകൾക്കും പുരുഷന്മാരുടെ ഫലങ്ങൾ തന്നെയാണ് പറയാനുള്ളത്. ഇതിനു പുറമെ സുഖവും സന്തോഷവും സമ്പത്തും അനുഭവിക്കാൻ കഴിയും. നല്ല സൗന്ദര്യവതികൾ പോലും അണിഞ്ഞൊരുങ്ങി നടക്കാൻ ഇഷ്ടപ്പെടുന്നു. സ്നേഹത്തോടെയും ഐക്യത്തോടെയും ഭർത്താവുമായി പെരുമാറുന്നവർ ചില സന്ദർഭങ്ങളിൽ ദുർവാശിക്കാരും താൻപോരിമ കാണിക്കുന്നവരുമായി പെരുമാറിയേക്കും. ഇങ്ങനെയുണ്ടാവുന്ന പ്രശ്നങ്ങൾ വളർത്തിയെടുക്കാതെ പെട്ടെന്നുതന്നെ പൂർവ്വാധികം സ്നേഹത്തോടെ മുന്നോട്ടു പോകാൻ ശ്രമിക്കും.

മൂലം നക്ഷത്രക്കാരുടെ വൈവാഹികബന്ധം സന്തോഷകരമായിരിക്കും. ദാമ്പത്യജീവിതത്തെ സൗഭാഗ്യപൂർണ്ണമാക്കണമെന്നാണ് ആഗ്രഹിക്കുക. അതനുസരിച്ച് ഭാര്യയും ഭർത്താവും വിട്ടുവീഴ്ചകൾക്ക് തയ്യാറാവുക പതിവാണ്.

5 വയസ്സു മുതൽ 24 വയസ്സു വരെ സാമാന്യമായി നല്ല കാലമാണ്. മെച്ചമായ വിദ്യാഭ്യാസയോഗ്യത നേടാൻ കഴിയും. 25 മുതൽ 40 വയസ്സു വരെയുള്ള കാലം ഗുണദോഷസമ്മിശ്രമായിരിക്കും. 40 മുതൽ 48 വയസ്സുവരെയുള്ള കാലത്ത് ഭൂസ്വത്ത് സമ്പാദിക്കാനും സുഖകരമായ കുടുംബജീവിതത്തിൽ നായകസ്ഥാനം വഹിക്കാനും കഴിയും.

പൂരാടം

അധികം തടിയില്ലെങ്കിലും ദൃഢമായ ശരീരവും രൂപഭംഗിയുമുള്ളവരാണ് പൂരാടം നക്ഷത്രത്തിൽ ജനിക്കുന്നവർ. വിശാലമനസ്കരും തങ്ങ

ളുടെ വ്യക്തിത്വം കാത്തുസൂക്ഷിക്കുന്നതിൽ ഏപ്പോഴും ശ്രദ്ധയുള്ളവരുമായിരിക്കും. തറവാടിത്തത്തിൽ അഭിമാനം കൊള്ളുന്നവരും അതിനനുസരണം പെരുമാറുന്നവരുമാകയാൽ പൊതുവിൽ മറ്റുള്ളവരുടെ സ്നേഹാദരവുകൾ ഇവർക്ക് വേണ്ടുവോളം ലഭിക്കും.

കാര്യവിശകലനത്തിനും കർമ്മത്തിലും സമർത്ഥരായിരിക്കും. എന്നാൽ സ്വന്തം പ്രശ്നങ്ങളിൽ ശുദ്ധഹൃദയരെപ്പോലെ നിലകൊള്ളും. മറ്റുള്ളവരുടെ തെറ്റുകൾ പൊറുക്കുവാനും അവരുമായി ചേർന്നു പ്രവർത്തിക്കാനും മനസ്സു കാണിക്കും. എന്നാൽ ചില ഘട്ടങ്ങളിൽ ആലോചന കൂടാതെ എന്തും ചെയ്യാനും അതിന്റെ ഫലമായുണ്ടാകുന്ന വിഷമങ്ങളിൽപെട്ടുഴലാനും ഇടയാകും.

സ്വന്തം നിശ്ചയങ്ങളും അഭിപ്രായങ്ങളും എവിടെയും ആരുടെ മുമ്പിലും തുറന്നുപറയും. തങ്ങളുടെ വാദമുഖങ്ങൾ സ്ഥാപിക്കുന്നതിനു വേണ്ടി തർക്കിക്കും. അതിനുവേണ്ട വിവരവും വിശദീകരണങ്ങളും നൽകി മറ്റുള്ളവരെ ബോധ്യപ്പെടുത്താനുള്ള വാക്സാമർത്ഥ്യവും കഴിവും ഉണ്ടായിരിക്കും. ഏതു സദസ്സിലും ശ്രദ്ധാകേന്ദ്രമായിത്തീരും.

മറ്റുള്ളവരെ ഉപദേശിക്കാനും നേർവഴി കാട്ടിക്കൊടുക്കാനും തയ്യാറാവുന്ന ഇവർ പക്ഷെ മറ്റുള്ളവരുടെ ഉപദേശങ്ങൾ ശ്രദ്ധിക്കാറില്ല. കാര്യങ്ങൾ പഠിച്ച് വേണ്ട രീതിയിൽ ചെയ്യാമെന്ന ആത്മവിശ്വാസമാണ് ഇവരെ നയിക്കുന്നത്.

വിമർശനങ്ങളിലും വാദപ്രതിവാദങ്ങളിലും രസം കണ്ടെത്തുന്ന ഇവർക്ക് മറ്റാരെങ്കിലും തങ്ങളെ വിമർശിക്കുന്നത് ഇഷ്ടമല്ല. അതുകൊണ്ടുതന്നെ മറ്റുള്ളവരുമായുള്ള ബന്ധങ്ങൾ ദീർഘകാലത്തേക്ക് കൊണ്ടുപോകാൻ കഴിയുകയില്ല.

കാര്യങ്ങളിൽ ഇടപെടുന്നതിലും പ്രതിസന്ധിഘട്ടങ്ങളിൽ അവതരണം ചെയ്യുന്നതിലും അസാധാരണമായ ധൈര്യം കാണിക്കുന്നു. എന്നാൽ ചില ഘട്ടങ്ങളിൽ ഇതിനു നേരെ വിപരീതമായ നിലയിൽ അധൈര്യശാലികളെപ്പോലെ ഒതുങ്ങിക്കഴിയാൻ ശ്രമിക്കും.അതുകൊണ്ട് ചഞ്ചലചിത്തരെന്ന് ഇവരെപ്പറ്റി ഒരു ധാരണയുണ്ടാവാൻ ഇടയുണ്ട്. സ്വന്തം കാര്യത്തെപ്പറ്റി തീരുമാനമെടുക്കേണ്ട ഘട്ടങ്ങളിൽ ആശങ്കപ്പെടുന്ന ഇവർ ഒരു നിലപാടു സ്വീകരിച്ചാൽ അതിൽ നിന്നു മാറുകയില്ല. വാഗ്ദാനലംഘനവും പിൻമാറ്റവും ഇവർക്ക് അസഹ്യമാണ്.

വ്യാപാരത്തിലും വ്യവസായത്തിലും മൂലധനം മുടക്കി സാമ്പത്തികം സുരക്ഷിതമാക്കാൻ വേണ്ട ശ്രമങ്ങൾ നടത്തും. അതിൽ വിജയിക്കുകയും ചെയ്യും. എന്നാൽ അത്തരം സംരംഭങ്ങളിൽ നിന്നോ കൂട്ടുസ്ഥാപനങ്ങളിൽ നിന്നോ ഉണ്ടാവുന്ന ചെറിയ പ്രയാസങ്ങളും പ്രശ്നങ്ങളും വ്യവഹാ

രത്തിലൂടെ പരിഹരിക്കാൻ താല്പര്യം കാണിക്കും. ഇവിടെ നയപരമായ തീരുമാനങ്ങളും ഇടപെടലുകളുമെടുത്താൽ സാമ്പത്തികബന്ധങ്ങളും നല്ല നിലയിലാക്കാൻ കഴിയും. സാമ്പത്തികപ്രയാസങ്ങൾ തരണം ചെയ്യാനുള്ള കഴിവും സാമർത്ഥ്യവും ഇവർക്ക് അനുഗ്രഹമാണ്.

കായികവും മാനസികവുമായ വിനോദപരിപാടികളിലെല്ലാം പങ്കെടുക്കുകയും അതിൽ നിന്നുള്ള നേട്ടങ്ങളിൽ സന്തോഷിക്കുകയും ചെയ്യുന്ന പ്രകൃതമാണ്. കളികളിൽ എന്നപോലെ കലാപ്രവർത്തനങ്ങളിലും ഏർപ്പെടുകയും മറ്റുള്ളവർക്കുകൂടി അവസരമുണ്ടാക്കുകയും ചെയ്യും.

ദാമ്പത്യജീവിതത്തിൽ പരസ്പരവിശ്വാസവും അനുസരണയുമുള്ള ഇണകളെ ലഭിക്കും. ഭാര്യ വഴി നല്ല ബന്ധുബലവും ഉണ്ടാവും. സാമ്പത്തിക നേട്ടങ്ങൾക്കും കാരണമാകും. സ്വന്തം മാതാപിതാക്കളുടെ ആനുകൂല്യങ്ങളും സാമ്പത്തികസഹായവും ലഭിക്കും. ജന്മസ്ഥലം വിട്ടു നിൽക്കുന്നവരുടെ വിജയങ്ങൾ ശ്രദ്ധേയമായിരിക്കും. വ്യവസായം, വാണിജ്യം, കലാപ്രവർത്തനങ്ങൾ എന്നിവയിൽ അന്യദേശങ്ങളിൽ നല്ല നേട്ടമുണ്ടാക്കും. സ്ഥാപനങ്ങളുടെ ഭരണനേതൃത്വവും ലഭിക്കും.

ഈ നക്ഷത്രത്തിൽ ജനിച്ച സ്ത്രീകൾക്ക് നല്ല സ്വഭാവവും സാമ്പത്തികസ്ഥിതിയുമുള്ള ഭർത്താക്കന്മാരെ ലഭിക്കും. സൗന്ദര്യവും ആരോഗ്യവും ബുദ്ധിസാമർത്ഥ്യവുമുള്ളവർ സ്വന്തം കഴിവും സാമർത്ഥ്യവും കൊണ്ട് ജീവിതത്തിൽ എല്ലാവരുടെയും സ്നേഹവും ആദരവും നേടും. സ്വതന്ത്രബുദ്ധികളും തന്റേടികളുമായി പെരുമാറുന്ന ഇവർക്ക് ഭർത്താവിന്റെ തെറ്റുകൾ തിരുത്തിക്കാനുള്ള ആജ്ഞാശക്തിയും പ്രാപ്തിയുമുണ്ടാവും. ഇക്കാരണം കൊണ്ടുതന്നെ ദാമ്പത്യജീവിതത്തിൽ ഉണ്ടാവുന്ന സൗന്ദര്യപ്പിണക്കങ്ങളും അലോസരങ്ങളും നയപരമായി പരിഹരിക്കാനും ഇവർക്ക് കഴിയും.

പൂരാടം നാളുകാരുടെ ജനനം ശുക്രദശയിലാണ്. അതുകൊണ്ട് ബാല്യകാലാനുഭവങ്ങൾ നല്ല നിലയിലായിരിക്കും. ആദിത്യദശയും തുടർന്നുള്ള ചന്ദ്രൻ, ചൊവ്വ ദശകളും ഉൾപ്പെടെ 32 വയസ്സുവരെയുള്ള കാലം അടിസ്ഥാനപരമായി വലിയ മാറ്റങ്ങളൊന്നും ഇല്ലാത്തതാണ്. എന്നാൽ തുടർന്നുള്ള വർഷങ്ങളിൽ നേട്ടങ്ങളുണ്ടാകും. രാഹു, വ്യാഴം, ശനി ദശകളിലൂടെ കടന്നുപോകുന്നു.

കൂട്ടുവ്യാപാരത്തിലോ വ്യവസായത്തിലോ ഏർപ്പെടുന്നവർ മറ്റുള്ളവർക്കുവേണ്ടി ഏറ്റെടുക്കുന്ന ബാധ്യതകൾ പ്രയാസങ്ങളുണ്ടാക്കിയേക്കും. അതുകൊണ്ട് സ്വാഭാവികരീതിയിൽ എടുത്തുചാടിയെടുക്കുന്ന തീരുമാനങ്ങളിൽ നിന്നും മാറിനില്ക്കുന്നത് നന്ന്. ഏകലക്ഷ്യത്തിനു വേണ്ടിയുള്ള ക്ഷമാപൂർവ്വമായ പരിശ്രമങ്ങളും പരാജയങ്ങളിൽ നിന്നുള്ള പാഠ

ങ്ങൾ ഉൾക്കൊണ്ട് മുന്നോട്ടുപോകാനുള്ള പക്വതയും ഇവരെ ഉന്നതവിജയത്തിലെത്തിക്കും.

ഉത്രാടം

സൗമ്യഭാവവും പ്രസന്നതയും ഒരുപോലെ കളിയാടുന്ന മുഖത്തോടുകൂടിയവരാണ് ഉത്രാടം നക്ഷത്രക്കാരിൽ അധികവും കുലീനതയും ആകർഷണീയതയും തോന്നിക്കുന്ന ശരീരം. ലളിതമായ വേഷവിധാനങ്ങൾ. എല്ലാവരോടും അവരർഹിക്കുന്ന ആദരവും സ്നേഹവും നൽകിക്കൊണ്ടുള്ള പെരുമാറ്റം. മൃദുവായ സംഭാഷണം എന്നീ ഗുണങ്ങളാൽ ബന്ധപ്പെടുന്നവരുടെ മനസ്സിൽ പ്രത്യേകസ്ഥാനം നേടുന്നു.

സദാചാരബോധവും നീതിനിഷ്ഠയുമുള്ള ഇവർക്ക് നല്ല ബന്ധുബലവും സുഹൃത്ബലവുമുണ്ടാവും. എങ്കിലും സ്വന്തം കഴിവിലും പ്രയത്നത്തിലും പൂർണ്ണവിശ്വാസമർപ്പിച്ചു കൊണ്ട് പ്രവർത്തിക്കാനാണ് താല്പര്യം. ഉത്കർഷേച്ഛ ഇവരുടെ എല്ലാ കർമ്മങ്ങൾക്കുമുള്ള ഏറ്റവും വലിയ പ്രചോദനശക്തിയാണ്. ഏർപ്പെടുന്ന ഏതു കാര്യത്തിലും പരിപൂർണ്ണമായ വിജയം എന്നതാണ് ലക്ഷ്യം. അതുകൊണ്ട് തീരുമാനിച്ച കാര്യങ്ങളിൽ നിന്ന് ഇവരെ പിൻതിരിപ്പിക്കാൻ പ്രയാസമാണ്.

ധർമ്മവും നീതിയും വിട്ട് കാര്യങ്ങൾ ചെയ്ത് നേട്ടമുണ്ടാക്കണമെന്നോ കൂടെയുള്ളവരെ ഏതെങ്കിലും തരത്തിൽ ഉപേക്ഷിക്കണമെന്നോ ചിന്തിക്കുക പോലുമില്ല. എന്നാൽ സൗമ്യഭാവവും വിട്ടുവീഴ്ച ചെയ്യാനുള്ള സന്നദ്ധതയും കൊണ്ട് ഇവർ സ്വയം പല അപകടങ്ങളിലും ചെന്നുചാടും. എന്നാൽ മനഃശുദ്ധിയും പെരുമാറ്റത്തിലെ വിനീതനിലപാടും ഇവരുടെ രക്ഷയ്ക്ക് സഹായകമാകും.

ശുദ്ധാത്മാക്കൾ എന്ന് എല്ലാവരും സമ്മതിക്കുന്ന വേളയിൽപ്പോലും ഇവർ ആളുകളെ ആദ്യഘട്ടത്തിൽ വിശ്വസിക്കുകയോ അംഗീകരിക്കുകയോ ചെയ്യില്ല. സംശയം എല്ലായ്പ്പോഴും ഉണ്ടാവുമെങ്കിലും അത് പ്രകടിപ്പിച്ച് അന്യരുടെ നീരസമോ വിരോധമോ സമ്പാദിക്കുന്നവരല്ല. മനസ്സിൽ അത് സൂക്ഷിക്കുകയും അവസരം ഒത്തുവന്നെങ്കിൽ മാത്രം പ്രകടിപ്പിക്കുകയും ചെയ്യും. അതുകൊണ്ട് നേതൃനിരയിലുള്ളവരുടെ വിശ്വാസം ആർജ്ജിക്കാൻ ഇവർക്ക് പെട്ടെന്നു കഴിയും.

കാര്യങ്ങൾ നിർവ്വഹിക്കുന്നതിൽ ചുറുചുറുക്കും സമയബോധവും പുലർത്തുന്നവർ പെട്ടെന്ന് ആവേശം തോന്നി ഒരു കാര്യത്തിലും എടുത്തുചാടുകയില്ല. നല്ലപോലെ ആലോചിച്ച് സംശയങ്ങളും പ്രയാസങ്ങളും തീർത്തു കാര്യനിർവ്വഹണം എന്നതാണ് നയം.

ലാളിത്യവും മിതവ്യയവും മുഖ്യസ്വഭാവമായി കരുതുന്ന ഇവർ മറ്റു

ള്ളവരുടെ അലസതയും അശ്രദ്ധയും സഹിക്കുന്നവരല്ല. എന്നാൽ സ്വന്തം കാര്യത്തിൽ എത്ര നഷ്ടമുണ്ടായാലും സഹിക്കാൻ തയ്യാറുമാണ്. ജീവിതത്തിൽ ആസക്തിരഹിതമായ നിലയിലാണ് എല്ലാ കാര്യങ്ങളെയും സമീപിക്കുക. ധർമ്മചിന്തയിലും ഭക്തിയിലും ആനന്ദം കണ്ടെത്തുന്നവരാണ്.

വ്യാപാരവ്യവസായസംരംഭങ്ങളിൽ വിജയം വരിക്കുന്ന ഇവർ കൂട്ടുപ്രവർത്തനങ്ങളിൽ വേണ്ടത്ര ശ്രദ്ധിക്കേണ്ടതുണ്ട്. സ്വഭാവത്തിലെ സംശുദ്ധിയും മറ്റുള്ളവരിലുള്ള അമിതവിശ്വാസവും ദോഷം ചെയ്യും. നേതൃത്വപരമായ നിയന്ത്രണങ്ങളും തീരുമാനമെടുക്കാനുള്ള മുൻകൈയും എപ്പോഴും നിലനിർത്താൻ കഴിഞ്ഞാൽ നല്ല ഗുണഫലമുണ്ടാക്കാൻ കഴിയും. 28-31 വയസ്സുകൾക്കിടയിൽ കുടുംബപരമായ അവസ്ഥയിൽ മാറ്റങ്ങളുണ്ടാവും. 38 വയസ്സിനുശേഷം എല്ലാ രംഗങ്ങളിലും നേട്ടങ്ങളുണ്ടാക്കാനും വിജയിക്കാനും ഇടയാകും. ആരോഗ്യകാര്യത്തിൽ ഉത്രാടംനാളുകാർ അലസമനോഭാവം ഒഴിവാക്കണം.

ഉത്രാടം നാളുകാരുടെ വൈവാഹികബന്ധങ്ങൾ സന്തോഷകരമായിരിക്കും. ആത്മാർത്ഥതയും സ്നേഹവുമുള്ള ജീവിതപങ്കാളിയെ ലഭിക്കും. ഐശ്വര്യവതിയും ഭർത്താവിന്റെ ഹിതമറിഞ്ഞു പെരുമാറുന്നവളുമായിരിക്കും. പുരുഷന്മാർക്ക് സന്താനങ്ങളെക്കൊണ്ട് സാമാന്യഗുണഫലങ്ങൾ ലഭിക്കുമെന്നേയുള്ളൂ.

സൗന്ദര്യവതികളും എല്ലാവരോടും വിനയത്തോടെ പെരുമാറുന്നവളുമായിരിക്കും ഈ നക്ഷത്രത്തിൽ ജനിച്ച സ്ത്രീകൾ. കുടുംബഭരണത്തിൽ അതീവശ്രദ്ധയും താല്പര്യവും കാണിക്കുന്ന ഇവർക്ക് എല്ലാവിധ സൗഭാഗ്യങ്ങളും അനുഭവിക്കാൻ മക്കളിൽനിന്നും നല്ല ഫലങ്ങളുണ്ടാവും. പ്രശസ്തിയും സമൂഹത്തിൽ നേതൃത്വപരമായ സ്ഥാനവും ലഭിക്കാൻ ഇടയുണ്ട്. ഇത്തരത്തിൽ അധികാരസ്ഥാനങ്ങളിൽ എത്തുന്നവർ നിർബന്ധബുദ്ധികളും കാര്യനിർവ്വഹണശേഷി കൂടുതലുള്ളവരുമായിരിക്കും. ഗൃഹഭരണത്തിലും ഈ ചിട്ടയും പതിവും വേണമെന്ന് കരുതുന്നതിനാൽ ഇവരെ തന്റേടികളെന്ന നിലയിലാണ് മറ്റുള്ളവർ വിലയിരുത്തുക സംസാരത്തിൽ ശ്രദ്ധയും സ്ഥലകാലപരിഗണനയും ഇല്ലാത്തതിനാൽ ബന്ധുക്കൾ താല്ക്കാലികമായെങ്കിലും നീരസം കാണിക്കാൻ ഇടയാകും. മനോനൈർമ്മല്യമുള്ളവരെന്ന നിലയിലുള്ള കർമ്മങ്ങൾ കൊണ്ട് ഇവർ എല്ലാവരുടെയും സ്നേഹത്തിന് പാത്രമാവുകയും ചെയ്യും.

പ്രസന്നവതികളായി പെരുമാറുന്ന ഇടങ്ങളിലെല്ലാം ഇവർ എല്ലാവരുടെയും ശ്രദ്ധാകേന്ദ്രമായി മാറും. എന്നാൽ വ്യക്തിപരമായി സ്നേഹശൂന്യമായ പെരുമാറ്റം ഇവർ സഹിക്കുകയില്ല. ആഡംബര കാര്യങ്ങളിൽ

അമിതതാല്പര്യമില്ലാത്ത ഇവർ സ്വാഭാവികസൗന്ദര്യത്താൽ അനുഗ്രഹീതരാണ്.

തിരുവോണം

ആരോഗ്യവും സൗന്ദര്യവും ഒത്തിണങ്ങിയവരാണ് ഈ നക്ഷത്രത്തിൽ ജനിക്കുന്നവർ. സത്യസന്ധരും ക്ഷമാശീലരുമെന്ന നിലയിൽ മാന്യമായ പെരുമാറ്റത്തിലൂടെ ഇവർ എല്ലാവരുടെയും മനസ്സിൽ സ്ഥാനം നേടുന്നു. ഏതു കാര്യത്തിൽ ഇടപെടുമ്പോഴും കുലീനമായ ഒരു നിലപാടാണ് ഇവർക്കുള്ളത്. അമിതാവേശമോ എടുത്തുചാട്ടമോ ഇല്ല. ആലോചിച്ച് മാത്രമേ തീരുമാനമെടുക്കുകയുള്ളൂ. അതിനാൽ ഇവരെ പ്രത്യക്ഷത്തിൽ ഭീരുക്കളെന്നാണ് മറ്റുള്ളവർ വിലയിരുത്തുക. എന്നാൽ ഇവരുടെ ഭാഗത്താണ് ശരിയെന്ന് അറിയുന്നതോടെ അഭിപ്രായം മാറുകയാണ് പതിവ്.

മറ്റുള്ളവർ നൽകുന്ന ഉപദേശങ്ങൾ കേൾക്കുമെങ്കിലും അത് പൂർണ്ണമായി വിശ്വസിക്കുകയോ സ്വീകരിക്കുകയോ ഇല്ല. സ്വന്തം ലക്ഷ്യം തീരുമാനിച്ചുറപ്പിച്ചതാകയാൽ അതിനനുസരിച്ച നിലയിലേ കാര്യങ്ങൾ നടത്തുകയുള്ളൂ. അതിനാൽ ഇവരുമായി ഒത്തുപോവുക പലർക്കും പ്രയാസമായിരിക്കും. എന്നാൽ സ്വന്തം ലക്ഷ്യവും മാർഗ്ഗവും ഇവർക്ക് എപ്പോഴും നേട്ടങ്ങൾ നൽകിക്കൊണ്ടിരിക്കും.

മിതവ്യയശീലം, ആഡംബരത്തോടുള്ള താല്പര്യമില്ലായ്മ, എല്ലാ കാര്യത്തിലും പുലർത്തുന്ന അടുക്കും ചിട്ടയും, യുക്തിപൂർവ്വം ചിന്തിച്ച് കാര്യങ്ങൾ നടത്താനുള്ള കഴിവ് ഇതെല്ലാം നല്ല ഗുണങ്ങളായി വിലയിരുത്തപ്പെടുന്നു. അതുകൊണ്ടു തന്നെ നേതൃപദവികളിലേക്ക് ഇവർ വളരെ പെട്ടെന്നു തന്നെ ഉയർത്തപ്പെടും. എന്നാൽ യാഥാസ്ഥിതികമനോഭാവം നേതൃപദവിയിൽ ഇവർക്ക് ദോഷം ചെയ്യും. ഗർവ്വമനോഭാവക്കാരെന്നും യഥാസമയം തീരുമാനങ്ങളെടുക്കാൻ പ്രാപ്തിയില്ലാത്തവരെന്നും ആക്ഷേപിക്കപ്പെടാനിടയാവും.

വ്യക്തിപരമായ ജീവിതത്തിൽ സഹായിക്കുന്നവരും സഹകരിക്കുന്നവരും തിരുവോണം നക്ഷത്രക്കാരെ കൂടെ നടന്ന് കുഴിയിൽപ്പെടുത്താൻ ശ്രമിക്കും. ഇത് പക്ഷെ ഇവർ മനസ്സിലാക്കാൻ വൈകുന്നു. അതുകൊണ്ട് മറ്റുള്ളവരെ ന്യായീകരിക്കാനും പ്രശംസിക്കാനും എപ്പോഴും ഇവർ തയ്യാറാവുന്നു.

ശാന്തവും സൗമ്യവും ധാർമ്മികമായി മാതൃകാപരവുമായ ഇവരുടെ നിലപാടുകൾ ഇവരെ എപ്പോഴും വലിയ കുഴപ്പങ്ങളിൽ നിന്നും രക്ഷപ്പെടുത്തുന്നു. പുതിയ കൂട്ടുകാരെയും ബന്ധുക്കളെയും നേടുന്നതിനും

ആ ബന്ധം നിലനിർത്തുന്നതിനും സ്വഭാവശുദ്ധി സഹായിക്കുന്നു.

യോഗ്യരായ ആളുകളെ അംഗീകരിക്കാനും ആദരിക്കാനും തയ്യാറാവുന്ന ഇവർ സ്വയം അത്തരം മാന്യത നേടുകയും ചെയ്യും. മറ്റുള്ളവരും ഇവരെ അംഗീകരിക്കുന്ന സ്ഥിതിയുണ്ടാവും. അതിഥിസൽക്കാരപ്രിയരായ ഇവർ ഭക്ഷണകാര്യത്തിൽ താല്പര്യമുള്ളവരാണ്.

തെറ്റുകുറ്റങ്ങൾ കണ്ടാൽ അത് തുറന്ന് പറയാനും വിമർശിക്കാനും തയ്യാറാവുന്നതിനാൽ ഇവർക്ക് ഗൂഢശത്രുക്കളുമുണ്ടാവും. അവരുണ്ടാക്കുന്ന അപവാദപ്രചരണം അലോസരമാവും. എന്നാൽ അത് ഇവരുടെ പ്രശസ്തിയെയോ കഴിവിനെയോ ഒരു തരത്തിലും ബാധിക്കുകയില്ല. അത്തരം അനുഭവങ്ങൾ അവഗണിക്കാനാണ് ഇവർക്ക് താല്പര്യം.

ഒരിക്കൽ ബന്ധപ്പെട്ടവർ മുതൽ അടുത്തു പെരുമാറുന്നവർ വരെയുള്ളവരുടെ വലിയ സൗഹൃദബന്ധങ്ങൾ അതേപടി നിലനിർത്താൻ കഴിവുള്ളവരാണ്. പൊതുജനങ്ങളുടെ സ്നേഹവിശ്വാസങ്ങളും നേടാൻ കഴിയും. എന്നാൽ പൊതുരംഗങ്ങളിൽ സ്വന്തം പാളയത്തിൽ തന്നെയാണ് ഇവരുടെ ശത്രുക്കളുമുണ്ടാവുക.

സാമ്പത്തിക കാര്യങ്ങളിൽ വലിയ തരത്തിലുള്ള ഉയർച്ചയോ തീരെ ദരിദ്രമായ അവസ്ഥയോ ഇവർക്കുണ്ടാവുകയില്ല. ഭാഗ്യനിർഭാഗ്യങ്ങൾ ഇവരോടൊപ്പം മാറിമാറി സഞ്ചരിക്കുന്നു എന്നു പറയാം. എന്നാൽ എല്ലാ കാര്യങ്ങളും സുഗമമായി നടത്തിക്കൊണ്ട് പോകാനാവശ്യമായ സാമ്പത്തികസ്ഥിതി ഇവർക്കുണ്ടാവുകയും ചെയ്യും. അപ്രതീക്ഷിതകേന്ദ്രങ്ങളിൽ നിന്ന് വലിയ സാമ്പത്തിക നേട്ടമുണ്ടായെന്നും വരാം. അതുപോലെ തന്നെ മറ്റുള്ളവരെ സഹായിക്കേണ്ടിയും വരും.

ഏതു രംഗങ്ങളിലും പ്രവൃത്തിയിൽ വിജയവും പുരോഗതിയുമുണ്ടാകും. തൊഴിൽപരമായി തൃപ്തി നേടാനാവുന്ന ഇവർക്ക് ഔദ്യോഗിക സ്ഥാനങ്ങളിൽ വലിയ നേട്ടങ്ങൾ ഉണ്ടായെന്നു വരാം. എന്നാൽ അതിനായി അധാർമ്മികമായി പ്രവർത്തിക്കാൻ ഇഷ്ടപ്പെടുകയില്ല. തൊഴിലിൽ സാമാന്യനിലയിൽ തുടരുന്ന ഇവർ സേവനരംഗങ്ങളിൽ നേതൃപരമായ സ്ഥാനം നേടുന്നതിൽ തല്പരരാണ്.

വിദ്യാഭ്യാസപരമായി വലിയ ബിരുദങ്ങളോ യോഗ്യതകളോ ഇല്ലാത്തവർ പോലും സ്വന്തം കഴിവും പ്രാപ്തിയും കൊണ്ട് ഉന്നതസ്ഥാനങ്ങളിൽ എത്തുന്നു. നേതൃഗുണമുള്ള ഇവരുടെ വാക്കുകൾക്ക് മറ്റുള്ളവർ വില കല്പിക്കുന്നതിനാൽ പൊതുസമൂഹത്തിൽ എപ്പോഴും ഇവർക്ക് ഇടപെടാൻ അവസരമുണ്ടാകുന്നു. വിവാദവിഷയങ്ങളിൽ മാദ്ധ്യസ്ഥം വഹിച്ച് തീരുമാനമെടുക്കുക, വിഷമപ്രശ്നങ്ങൾക്ക് പോംവഴി കണ്ടുപിടിക്കുക, മുടങ്ങിപ്പോയ കാര്യങ്ങൾ ഏറ്റെടുത്തു നടത്തിക്കൊണ്ടുപോവുക,

ഭാരിച്ച ഉത്തരവാദിത്തങ്ങൾ ഏറ്റെടുക്കുവാൻ നിർബന്ധിതരാവുക തുടങ്ങിയവ തിരുവോണം നക്ഷത്രക്കാരുടെ ജീവിതത്തിലുണ്ടാവും. ഇതു മൂലം പ്രശംസയും പഴിയും ഒരുപോലെ കേൾക്കേണ്ടിയും വരും. എന്നാൽ വിമർശനങ്ങളിൽ നിന്നും ആരോപണങ്ങളിൽ നിന്നും ഇവർ ക്ഷമാപണാപൂർവ്വം ഒഴിഞ്ഞു നിൽക്കുന്നു.

സൗഭാഗ്യപൂർണ്ണമായ ദാമ്പത്യബന്ധം ജീവിതത്തെ സുഖകരമാക്കുന്നു. ഗൃഹഭരണത്തിൽ സമർത്ഥരും ലളിതവും അനാർഭാടകരവുമായ ജീവിതം ആഗ്രഹിക്കുന്നവരുമായ ഭാര്യമാരെ ലഭിക്കുന്നു. വിവാഹബന്ധത്തിലൂടെ സുസ്ഥിരമായ സാമ്പത്തികനിലയുണ്ടാക്കാൻ കഴിയും.

നാല്പത്തഞ്ചു വയസ്സിനുള്ളിൽ നല്ല നേട്ടങ്ങളുണ്ടാക്കാൻ കഴിയുമെങ്കിലും ഇടക്കാലത്ത് വേണ്ടത്ര സാമ്പത്തികവും കുടുംബപരവുമായ ഭദ്രത ഉണ്ടാവണമെന്നില്ല. എന്നാൽ അറുപതുവയസ്സിനു ശേഷം എല്ലാ തരത്തിലും സുഖകരമായ വിശ്രമജീവിതമുണ്ടാവും. സന്താനങ്ങളിൽ നിന്നും നല്ല ഫലങ്ങൾ ലഭിക്കും.

തിരുവോണം നക്ഷത്രത്തിൽ ജനിച്ച സ്ത്രീകൾ വീട്ടിലും ഔദ്യോഗികരംഗങ്ങളിലും നേതൃസ്ഥാനത്ത് വിജയിക്കും. കലാതാല്പര്യവും സഹൃദയത്വവും കാണിക്കുന്ന ഇവർ വീടു സൂക്ഷിക്കുന്നതിലും കലാപരമായ ശ്രദ്ധ പുലർത്തും. ഭർത്താവിന്റെ സ്നേഹവും മക്കളുടെ ആദരവും ഇവരുടെ ജീവിതത്തെ സുഖസാതൃപ്തമാക്കുന്നു.

അവിട്ടം

അവിട്ടം നക്ഷത്രത്തിൽ ജനിക്കുന്നവർ കർമ്മരംഗങ്ങളിൽ നേട്ടമുണ്ടാക്കുന്നതിനാലാണ് ഇതുമായി ബന്ധപ്പെട്ട പഴഞ്ചൊല്ലുകൾ പ്രചാരത്തിലായത്. സമർത്ഥറും വിവേചനശേഷിയുള്ളവരും പ്രത്യുല്പന്നമതികളുമാണ് അവിട്ടം നക്ഷത്രക്കാർ. അതുകൊണ്ട് പരാജയത്തെപ്പറ്റി ഇവർ ചിന്തിക്കുന്നേയില്ല. അല്ലെങ്കിൽ ഏതു പരാജയവും മറ്റൊരർത്ഥത്തിൽ വിജയമാണെന്ന് കർമ്മം കൊണ്ട് ഇവർ തെളിയിക്കും.

ജ്ഞാനവിജ്ഞാനങ്ങളിലും ജീവിതാനുഭവത്തിലും നിന്നു പാഠങ്ങൾ ഉൾക്കൊണ്ട് ജീവിക്കുന്ന ഇവർ അന്യരുടെ കാര്യത്തിൽ അമിതമായ താല്പര്യം കാണിക്കുകയോ പ്രതികൂലമായ തരത്തിൽ ഇടപെടുകയോ ഇല്ല. അതുപോലെ തന്നെ സ്വന്തം കാര്യത്തിന് മറ്റുള്ളവരുടെ മുമ്പിൽ വിധേയരായി നില്ക്കുകയോ ആശ്രയിക്കുകയോ ഇല്ല.

അവിട്ടം നക്ഷത്രക്കാർ പൊതുവെ അഭിമാനികളാണ്. സ്വന്തം കഴിവിലും പ്രയത്നത്തിലും അമിതമായ വിശ്വാസം പുലർത്തുന്നു. ഒരു കാര്യം തീരുമാനിച്ചാൽ അതിന്റെ പരിസമാപ്തി കണ്ടേ വിശ്രമമുള്ളൂ.

വിജയമായാലും പരാജയമായാലും എന്തിന്റെയും അന്ത്യം വരെ മടുപ്പോ ക്ഷീണമോ ഇല്ലാതെ പ്രവർത്തിച്ചു കൊണ്ടിരിക്കും.

പരദ്രോഹത്തെയും നന്ദികേടിനെയും മനസ്സിൽ സൂക്ഷിക്കുകയും അവസരമൊത്തു വന്നാൽ അതിന് പകരം വീട്ടുകയും ചെയ്യുന്നു. സ്വയം രക്ഷിക്കാനാവശ്യമായ മുൻകരുതലുകൾ സ്വീകരിക്കുകയും അതനുസരിച്ച് ജീവിക്കുകയും ചെയ്യുന്ന ഇവർക്ക് ശത്രുക്കൾ, അസൂയാലുക്കൾ എന്നിവരിൽ നിന്നും പ്രയാസങ്ങൾ ഉണ്ടാകും. എന്നാൽ ശത്രുക്കളുമായുള്ള മത്സരത്തിൽ വിജയിക്കും. കേവലവാദപ്രതിവാദങ്ങൾ മുതൽ വ്യവഹാരം വരെയുള്ള എല്ലാ കാര്യങ്ങളിലും വിജയം ഇവരുടെ കൂടെയായിരിക്കും.

വിദ്യാഭ്യാസത്തിൽ സാമാന്യം നല്ല നിലയിൽത്തന്നെ നേട്ടങ്ങളുണ്ടാക്കുന്നവരാണധികവും. ഔപചാരിക വിദ്യാഭ്യാസം കുറഞ്ഞവർ പോലും സ്വയം പഠനത്തിലൂടെയും പ്രായോഗികപരിചയത്തിലൂടെയും വളരെയേറെ കാര്യങ്ങൾ മനസ്സിലാക്കുന്നു. ബുദ്ധിശക്തിയിലും ചിന്തയിലും ഇവർ അസാമാന്യമായ കഴിവുള്ളവരാണ്. അസാധ്യമെന്നു കരുതി മറ്റുള്ളവർ പിൻമാറുമ്പോൾ വിജയത്തിലെത്തിക്കുമെന്ന വിശ്വാസവുമായി ഇവർ മുന്നോട്ടുപോവുന്നതു കാണാം. അത്തരം ഘട്ടങ്ങളിലുണ്ടാകുന്ന കഷ്ടനഷ്ടങ്ങൾ ഇവരെ തളർത്തുകയില്ല. നേട്ടം ഉണ്ടാവുക തന്നെ ചെയ്യും.

സാമ്പത്തികമായി സാമാന്യം തൃപ്തികരമായ സ്ഥിതിയായിരിക്കും. എങ്കിലും ധനവർദ്ധനവിനുള്ള മാർഗ്ഗങ്ങളെപ്പറ്റി ചിന്തിക്കുകയും പ്രവർത്തിക്കുകയും ചെയ്യും.പണത്തിന്റെ മുന്നിൽ മറ്റെല്ലാം നിസ്സാരമാണെന്ന് കരുതുന്നവർ ബന്ധങ്ങൾക്ക് പ്രാധാന്യം നൽകുകയില്ല. കൃഷി, വൈദ്യം, നീതിന്യായപരിപാലനം എന്നീ രംഗങ്ങളിൽ പ്രവർത്തിക്കുന്നവർ വലിയ നേട്ടങ്ങളുണ്ടാക്കും. എവിടെയും നേതൃത്വം ഏറ്റെടുക്കാൻ തയ്യാറാവുന്ന ഇവർ കുടുംബഭരണവും സ്വയം നിർവ്വഹിക്കും. അധികാരവും ഖജനാവും വിട്ടുകൊടുക്കാൻ തയ്യാറാവുകയില്ല.

മറ്റുള്ളവരുടെ കഴിവിലും യോഗ്യതയിലും എപ്പോഴും സംശയാലുക്കളായിരിക്കും.അതുകൊണ്ട് മറ്റുള്ളവരുമായുള്ള കൂട്ടുപ്രവർത്തനങ്ങളിൽ ഏർപ്പെടുന്നവർ എല്ലാ കാര്യങ്ങളും ബാധ്യതകളും സ്വയം ഏറ്റെടുത്ത് കുഴപ്പത്തിലാവാൻ സാധ്യത കൂടുതലാണ്. ശ്രദ്ധിക്കേണ്ട കാര്യങ്ങളിൽ ഒന്നാണിത്. സ്വന്തം സ്വഭാവശുദ്ധി കൊണ്ടോ സത്യസന്ധത കൊണ്ടോ ഇത്തരം ഘട്ടങ്ങളിൽ രക്ഷ നേടാൻ കഴിയും എന്നേ പറയാനാവൂ.

കുടുംബത്തിൽ നിന്ന് പൊതുവിലോ മാതാപിതാക്കളിൽ നിന്നോ സാമ്പത്തികസഹായം കാര്യമായുണ്ടാവില്ലെങ്കിലും പരിശ്രമം കൊണ്ട് സ്വയം പര്യാപ്തത നേടുന്നു. വിവാഹബന്ധത്തിലൂടെയും ഇവർ ധന

വൃദ്ധി നേടുന്നു. ഭാര്യയുടെ നന്മകൾ എപ്പോഴും സഹായകമായിരിക്കും.

ഭർത്താവിന്റെ ഹിതത്തിനനുസരിച്ച് പെരുമാറുന്നതാണ് അവിട്ടം നാളുകാരുടെ ഭാര്യമാർ. എല്ലാ കാര്യങ്ങളിലും ഹിതകാരിണി എന്നു വിശേഷിപ്പിക്കപ്പെടുന്ന ഇവർ ഭാഗ്യവതികളായിരിക്കും. തൃപ്തമായ കുടുംബജീവിതവും സന്താനഭാഗ്യവും ദാമ്പത്യസുഖവും ഉണ്ടാവും.

അവിട്ടം നാളുകാരായ സ്ത്രീകൾ മാന്യതയും തന്റേടവും ഒരുപോലെ കാത്തുസൂക്ഷിക്കുന്നവരായിരിക്കും. അതുകൊണ്ടു തന്നെ കുടുംബത്തിലും സമൂഹത്തിലും ആദരണീയമായ സ്ഥാനം ലഭിക്കും.സാമ്പത്തികമായ കൈകാര്യകർത്തൃത്വം ഇവർക്ക് ഔദ്യോഗികരംഗത്തായാലും വീട്ടിലായാലും നടത്തേണ്ടി വരും. കൃത്യതയും സൂക്ഷ്മതയും കൊണ്ട് ഇവർ അത്തരം കാര്യങ്ങളിൽ എല്ലാവരിലും മതിപ്പുളവാക്കും. ധനസൂക്ഷിപ്പിലും ആഡംബരവസ്തുശേഖരണത്തിലും ഇവർ താല്പര്യം കാണിക്കുന്നു.

ഇരുപത് വയസ്സിനോടടുപ്പിച്ച് വിദ്യാഭ്യാസകാര്യത്തിൽ മാറ്റങ്ങളുണ്ടാകും. ഔദ്യോഗികരംഗത്ത് പ്രവേശിക്കുന്നവർ ഇരുപത്തഞ്ചു വയസ്സിനു മുമ്പെ ജോലി നേടിയിരിക്കും. മുപ്പത് വയസ്സിനടുത്ത് വ്യക്തിബന്ധത്തിലും കുടുംബത്തിലും മാറ്റങ്ങളുണ്ടാകും. വിവാഹത്തിന്റെ കാലവുമിതാണ്. മുപ്പത്തഞ്ചു വയസ്സു മുതൽ അറുപത് വയസ്സു വരെ ഏറ്റവും നല്ല സുഖജീവിതാനുഭവങ്ങളാണുണ്ടാവുക. ഭൂസ്വത്ത്, വാഹനം, ഗൃഹം, നല്ല ബന്ധങ്ങൾ, സ്ഥാനമാനങ്ങൾ എന്നിവയെല്ലാം ഈ കാലത്താണ് വശഗതമാവുക. എഴുപത്തിരണ്ടു വയസ്സു വരെ ഈ സൗഭാഗ്യങ്ങൾ നില നിർത്തുകയും ചെയ്യും. സ്ത്രീകളുടെ ഗുണഫലങ്ങളും ഇതിനു സമാനമായിരിക്കും.

ചതയം

ആരോഗ്യമുള്ളതും മാർദ്ദവവുമായ ശരീരപ്രകൃതി. വിശാലമായ നെറ്റി, ആകർഷണീയമായ കണ്ണുകൾ, പ്രസാദാത്മകമായ മുഖഭാവം എന്നിവയാൽ ആരെയും ആകർഷിക്കുന്ന രൂപസൗകുമാര്യമുള്ളവരായിരിക്കും ചതയം നക്ഷത്രക്കാർ.

സ്വതന്ത്രചിന്താഗതിയും ആദർശനിഷ്ഠയും പുലർത്തുന്നവരാകയാൽ പൊതുരംഗങ്ങളിൽ ഇവർ വളരെ വേഗം ശ്രദ്ധിക്കപ്പെടുന്നു. അലസതയും അദ്ധ്വാനശീലവും മാറിമാറിയുണ്ടാകും. അതുകൊണ്ട് ഭാരിച്ച അദ്ധ്വാനം ആവശ്യമായ കർമ്മരംഗങ്ങളിൽ ഇവർ ഇടപെടുന്നില്ല. ബുദ്ധിശക്തിയും വിവേകവും ആവശ്യമായ രംഗങ്ങളിലും തൊഴിലുകളിലും ഇവർ വലിയ നേട്ടങ്ങളുണ്ടാക്കും. ശാസ്ത്രസാങ്കേതികരംഗങ്ങളിലും നീതിന്യായം, പത്രപ്രവർത്തനം തുടങ്ങിയ തൊഴിലുകളിലും വളരെ ഉയർച്ചയുണ്ടാകും.

ശത്രുക്കളും മിത്രങ്ങളും ഇവരാൽ ഒരുപോലെ പരിഗണിക്കപ്പെടും. കുടുംബത്തിനും സുഹൃത്തുക്കൾക്കും വേണ്ടി എന്തു ത്യാഗവും സഹിക്കാൻ തയ്യാറാവുന്ന ഇവർ നിസ്സാരകാരണങ്ങൾക്ക് പിണക്കം ഭാവിക്കും. എന്നാൽ ദീർഘകാലത്തേക്ക് അതു തുടരുകയില്ല.

കർമ്മശേഷിയിലും കാര്യപ്രാപ്തിയിലും മാതൃകാപരമായ ഗുണങ്ങൾ ഏറെയുള്ളവരാണെങ്കിലും അതൊന്നും വേണ്ട സമയത്ത് വേണ്ട രീതിയിൽ ഉപയോഗിച്ച് സ്വന്തം കാര്യം നേടിയെടുക്കാൻ തയ്യാറാവുകയില്ല. അതേസമയം മറ്റുള്ളവർക്കു വേണ്ടി അക്ഷീണം പരിശ്രമിക്കുകയും അവർക്ക് നേട്ടമുണ്ടാക്കിക്കൊടുക്കുകയും ചെയ്യും.

ആരുമായും സമാധാനപരമായ സഹവർത്തിത്വം ആഗ്രഹിക്കുന്ന ഇവർ ശത്രുക്കളെ വാക്കുകൾ കൊണ്ടു കീഴടക്കുന്നു. ഒരു തരത്തിലും ഇവരെ അവഗണിക്കാൻ ആർക്കും ആവില്ല. എല്ലാ ബന്ധങ്ങളിലും ഊഷ്മളത നിലനിർത്തണമെന്നാണ് ഇവരുടെ താല്പര്യം. ആശ്രയിക്കുന്നവർക്ക് സംരക്ഷണം നൽകുന്നവരാണ്.

സ്വാർത്ഥലാഭത്തിനുവേണ്ടി സന്ദർഭത്തിനനുസരിച്ച് പറയുകയോ വിധേയത്വം കാണിക്കുകയോ ഇല്ല. പറയേണ്ടതും ചെയ്യേണ്ടതും ലാഭനഷ്ടചിന്തയില്ലാതെ നിർവ്വഹിക്കും. അതുമൂലമുണ്ടാകുന്ന പ്രശ്നങ്ങൾ നയപരമായ സമീപനത്തിലൂടെ പരിഹരിക്കാനുള്ള സാമർത്ഥ്യവും കാണിക്കും.

ജീവിതത്തിന്റെ ആദ്യകാലം ക്ലേശകരമാണെങ്കിലും ക്രമേണ അഭിവൃദ്ധിപ്പെടും. വിജയകരമായ ജീവിതം നയിക്കും. ഗുണദോഷാനുഭവങ്ങൾ സമ്മിശ്രമായിരിക്കും. മതൃഗുണം കൂടുതലുള്ള ഇവർക്ക് ബന്ധുജനങ്ങളിൽ നിന്നും സഹായങ്ങൾ ലഭിക്കും.

ചതയം നക്ഷത്രക്കാർ എല്ലാ വിഷയങ്ങളിലും സാമാന്യജ്ഞാനമുള്ളവരാണ്. എല്ലാ കാര്യങ്ങളും സൂക്ഷ്മമായി വീക്ഷിക്കുകയും വിലയിരുത്തുകയും ചെയ്യും. ഒരു ആളെപ്പറ്റിയോ കാര്യത്തെപ്പറ്റിയോ ആദ്യം തോന്നുന്ന അഭിപ്രായം മാറ്റിയെടുക്കാനാവാത്ത വിധം സ്വന്തം വീക്ഷണത്തിൽ ഉറച്ചു നിൽക്കുകയും ചെയ്യും.

സാമ്പത്തികമായി ക്രമേണയുണ്ടാകുന്ന പുരോഗതിയും ഔദ്യോഗികരംഗത്തെ നേട്ടങ്ങളും ഇവരുടെ ജീവിതത്തെ ഭദ്രമാക്കുന്നു. സ്ഥാനമാനങ്ങൾ ഇവരെ തേടിച്ചെല്ലുന്ന അവസ്ഥയുണ്ടാകും.

വിവാഹജീവിതത്തിൽ ഏർപ്പെടുന്നതോടു കൂടി ചതയം നക്ഷത്രക്കാരിൽ മാറ്റങ്ങൾ ഉണ്ടാവുന്നു. സ്വസ്ഥമായ കുടുംബജീവിതം നയിക്കുന്നവർ ഐശ്വര്യവതികളായ ഭാര്യമാർക്കൊപ്പം എല്ലാ കാര്യങ്ങളും പങ്കുവെക്കുന്നു.

ചതയം നക്ഷത്രത്തിൽ ജനിക്കുന്ന സ്തീകൾ ഏറ്റവും ഉന്നതപദവിയിലെത്തുന്നു. കുടുംബത്തിൽ അത്രത്തോളം മാന്യതയുള്ളവർ അധികമുണ്ടാവില്ല. തൊഴിൽരംഗത്തും കുടുംബജീവിതത്തിലും പൊതുരംഗങ്ങളിലും അവർ എല്ലാവരാലും ആദരിക്കപ്പെടും. വിവേകപൂർവ്വമായ പെരുമാറ്റവും വാക്ചാതുര്യവും ഇവരുടെ ഗുണങ്ങളാണ്. എന്നാൽ അസാധാരണമായ നിലയിൽ വാശി കാണിക്കുന്ന ഇവർ ചിലപ്പോഴെങ്കിലും തെറ്റിദ്ധരിക്കപ്പെടാനും ഇടയുണ്ട്. അതിനു വഴിവെക്കുന്ന തരത്തിൽ മുൻകോപപ്രകടനവും ഉണ്ടായേക്കും.

സ്ത്രീകൾ ആരോഗ്യകാര്യത്തിൽ വേണ്ടത്ര ശ്രദ്ധയുള്ളവരായിരിക്കുകയില്ല. അതുകൊണ്ടു തന്നെ കുടുംബബന്ധത്തിൽ പല പ്രശ്നങ്ങളും അസ്വസ്ഥതയും ഉണ്ടാവും. ഭർത്താവിനോട് അമിതമായ സ്നേഹതാല്പര്യങ്ങൾ ചതയം നക്ഷത്രക്കാരായ സ്ത്രീകൾ കാണിക്കുമെങ്കിലും അതേ അളവിൽ തിരിച്ചു കിട്ടിയെന്നു വരില്ല. ആശ്രിതഭാവം കുറഞ്ഞവരും തന്നെ ആശ്രയിക്കുന്നവരെ സഹായിക്കാൻ മനസ്സുള്ളവരുമാണ്. ഭാര്യയുടെ ഇഷ്ടാനിഷ്ടങ്ങൾക്കൊത്തു പെരുമാറുന്ന ഭർത്താക്കന്മാരുമായുള്ള ബന്ധം സുദൃഢമായിരിക്കും. പുത്രസൗഭാഗ്യം ഇവരുടെ ജീവിതത്തെ സുഖകരമാക്കും.

ഒമ്പതു വയസ്സുവരെ പലതരം രോഗപീഢകളുണ്ടാവുമെങ്കിലും പിന്നീട് കാര്യമായ ആരോഗ്യപ്രശ്നങ്ങളൊന്നുമില്ല. ഇരുപത്തഞ്ചു വയസ്സുവരെ സാമാന്യമായ വിദ്യാഭ്യാസകാലമാണ്. ഉന്നതവിദ്യാഭ്യാസം നേടിയവരെപ്പോലെ തന്നെ തൊഴിൽരംഗങ്ങളിൽ ശോഭിക്കാൻ ബിരുദങ്ങളില്ലാത്തവർക്കും കഴിയും. അധ്വാനഭാരം, യാത്രാക്ലേശം, വീടുവിട്ടുനില്ക്കൽ തുടങ്ങിയവ ഇരുപത്തഞ്ചു വയസ്സിനുള്ളിൽ നടക്കും. അതിനുശേഷം ധനം, വാഹനം, ഭൂമി, വീട് തുടങ്ങിയവ സമ്പാദിക്കാനും കഴിയും. നാല്പത്തിനാലിനും അറുപത്തഞ്ചിനും ഇടയിലുള്ള കാലത്താണ് പൊതുവെ ഗുണഫലങ്ങൾ കൂടുതൽ ലഭിക്കുക. അതിനുശേഷം എൺപതു വയസ്സുവരെ ശാന്തവും സുഖകരവുമായ വിശ്രമജീവിതം നയിക്കാനാവും.

പുരുരുട്ടാതി

ആരോഗ്യവാന്മാരും നല്ല ചുറുചുറുക്കുള്ളവരുമായ പുരുരുട്ടാതി നക്ഷത്രജാതർ കർമ്മകുശലതയും പ്രായോഗികബുദ്ധിയും കാണിക്കുന്നു.

ഏതു കാര്യത്തെപ്പറ്റിയും സ്വന്തമായ അഭിപ്രായം സൂക്ഷിക്കുന്ന ഇവർ കാര്യങ്ങൾ നിഷ്പക്ഷമായി കാണാനും വിലയിരുത്താനും കഴിയുന്നവരാണ്. അതുകൊണ്ടു തന്നെ പൊതുസമൂഹത്തിൽ ഇവർക്ക് മാന്യമായ സ്ഥാനം നേടാനാവും.

ശാന്തശീലരെന്നു തോന്നുമെങ്കിലും അടുത്തു പെരുമാറുന്നവർക്ക് ഇവർ ക്ഷിപ്രകോപികളാണ്. എന്നാൽ സ്വന്തം അഭിപ്രായം തെറ്റാണെങ്കിൽ അതു മനസ്സിലാക്കി തിരുത്താനും എപ്പോഴും ശരിയുടെ കൂടെ നില്ക്കാനും സന്നദ്ധരാണ്.

പുരോഗമനചിന്തയും കാലികമായ മാറ്റങ്ങളും ഇവരുടെ വ്യക്തിത്വരൂപീകരണത്തെ സ്വാധീനിക്കുമെങ്കിലും ആചാരാനുഷ്ഠാനങ്ങളെയും അവന്റെ സാമൂഹ്യസാഹചര്യങ്ങളെയും സമ്മതിക്കുന്ന തരത്തിലുള്ള യാഥാസ്ഥിതിക മനോഭാവവും കാണാം.

ഏറ്റെടുക്കുന്ന കാര്യങ്ങൾ ചെയ്തു തീർക്കുന്നതിൽ അസാമാന്യമായ കഴിവു പ്രദർശിപ്പിക്കുന്ന ഇവർ ഔദ്യോഗികരംഗങ്ങളിൽ വളരെപ്പെട്ടെന്നു തന്നെ ഉന്നതസ്ഥാനത്ത് എത്തും. ഗവർമെണ്ട് ജോലി ലഭിക്കുന്നവർക്ക് മാന്യമായ പരിഗണനകൾ ലഭിക്കും. അങ്ങിനെയല്ലാത്തവരാകട്ടെ പൊതുരംഗങ്ങളിലോ സദസ്സുകളിലോ മാന്യമായ പരിഗണനയ്ക്കും പ്രശംസയ്ക്കും പാത്രമാവും.

ആദർശനിഷ്ഠയുള്ള ഇവർ നിസ്സാരകാര്യങ്ങൾക്ക് അമിതപ്രാധാന്യം നൽകി ചിന്തിക്കുന്ന ശീലമുള്ളവരാണ്. അതേപ്പറ്റിയുള്ള ആശങ്കകളും വിഷമങ്ങളും മറ്റുള്ളവരുമായി പങ്കുവെക്കുകയും ചെയ്യും.

മറ്റുള്ളവർക്കു വേണ്ടി ഏതുതരം സഹായവും ചെയ്യാൻ ഇവർ ഒരുക്കമാണ്. എന്നാൽ അത്തരം സഹായങ്ങളോ സഹകരണമോ ഇവർക്ക് തിരികെ ലഭിക്കുകയില്ല. മാത്രമല്ല സഹായം സ്വീകരിച്ചവരിൽ നിന്നും പിന്നീട് ശത്രുതാപരമായ സമീപനവും ഉണ്ടായേക്കാം. നല്ല സുഹൃത്തുക്കളായിരിക്കുമെങ്കിലും മറ്റുള്ളവരിൽ നിന്നും അത്രയും സൗഹൃദം തിരിച്ചു കിട്ടുകയില്ല.

നിയമങ്ങളെ മാനിക്കുകയും സമൂഹത്തിന്റെ പൊതുധാരയിൽ ചേർന്നു പോവുകയും ചെയ്യുന്ന ഇവർ നേതൃനിരയിലേക്ക് കടന്നുചെല്ലുകയില്ല. ഔദ്യോഗികരംഗങ്ങളിൽ പ്രവേശിക്കുന്നവർ മറ്റുള്ളവരുടെ പ്രശംസ നേടും വിധം കാര്യനിർവ്വഹണശേഷി പുലർത്തും.

സംഭാഷണപ്രിയരായ ഇവർ മറ്റുള്ളവരുടെ ശ്രദ്ധ നേടും. എന്നാൽ പല കാര്യങ്ങളിലും ഒരേസമയം ഏർപ്പെടുന്ന മനഃസ്ഥിതിയുള്ളവരെന്ന നിലയിൽ തുടങ്ങിയും മുടങ്ങിയുമുള്ള പദ്ധതികളിൽ ഇവർ അകപ്പെടുന്നു. വിദ്യ പണമാക്കി മാറ്റുന്നവരെന്ന നിലയിൽ ഇവർ അംഗീകരിക്കപ്പെടുന്നു. അദ്ധ്യാപനം, പത്രപ്രവർത്തനം, കലാരംഗങ്ങൾ, എന്നിവയിൽ ഇവർ എന്നും ശ്രദ്ധിക്കപ്പെടും.

ആഡംബരജീവിതത്തിൽ താല്പര്യമുള്ളവരാണ്. സുഖഭോഗവസ്തുക്കൾ സംഭരിക്കാനും ഉപയോഗിക്കാനും പണം ചെലവഴിക്കാൻ മടി കാണി

ക്കാത്ത ഇവർ മറ്റുള്ളവരുടെ ശ്രദ്ധാകേന്ദ്രമായി മാറുന്നു. ഒപ്പം അപവാദങ്ങളുമുണ്ടാകും. എങ്കിലും സ്വന്തം നിലപാടിൽ ഉറച്ചു നിൽക്കുകയേയുള്ളൂ.

ഇവരിൽ മാതൃഭാഗ്യം പൊതുവെ കുറഞ്ഞു കാണുന്നു. മാതാവുമായി വിട്ടു താമസിക്കേണ്ടി വരികയോ മാതാവിന്റെ ഭാഗത്തു നിന്നും ധനലാഭമില്ലാതിരിക്കയോ ചെയ്യാം. പിതാവിന്റെ കീർത്തിയും സമ്പാദ്യങ്ങളും ഒരുമിച്ചോ ഏതെങ്കിലുമൊന്നോ വളരെയേറെ അനുകൂലമായിരിക്കും. എന്നാൽ പിതാവിന്റെ അഭിപ്രായത്തിനനുസരിച്ചായിരിക്കില്ല തീരുമാനങ്ങളും ജീവിതവും.

സാമ്പത്തികനേട്ടത്തെക്കാളേറെ സമാധാനപൂർണ്ണമായ സുഖജീവിതമാണ് ഇവർ ലക്ഷ്യം വെക്കുക. അതു നേടുന്നതിനു വേണ്ടിയുള്ള ശ്രമങ്ങളാണ് നടത്തുക. ഭാര്യയുമായി ഏറ്റവും രമ്യതയിലും അനുസരണ ഭാവത്തിലും കഴിയുന്നു. എന്നാൽ പെൺകോന്തൻ എന്ന് ആർക്കും പറയാനുമാവില്ല.

കുടുംബത്തിലായാലും സമൂഹത്തിലായാലും നയപരമായി തീരുമാനമെടുക്കാനും അതനുസരിച്ച് കാര്യങ്ങൾ നടത്തിക്കൊണ്ടുപോകാനും കഴിവുള്ളവരാണ്. അതിനാൽ സമൂഹത്തിൽ മതിപ്പും ബഹുമാനവും നേടാൻ ഇവർക്ക് കഴിയുന്നു.

വ്യവസായരംഗങ്ങളിൽ നല്ല നേട്ടങ്ങളുണ്ടാക്കാൻ ഇവർക്കു കഴിയുന്നു. അദ്ധ്യാപനം, നിയമം, കല, പത്രപ്രവർത്തനം തുടങ്ങിയ തൊഴിൽ ചെയ്യുന്നവർക്കും നേട്ടങ്ങളുണ്ടാവും. സാമ്പത്തികമായ ലാഭത്തെക്കാൾ സമൂഹത്തിലുണ്ടാവുന്ന സ്ഥാനമാനങ്ങളിൽ ഇവർ താല്പര്യം കാണിക്കുന്നു. സ്വന്തം നേട്ടങ്ങളും മറ്റുള്ളവർക്കു നൽകിയ സഹായങ്ങളും അന്യരെ ബോധ്യപ്പെടുത്താൻ കിട്ടുന്ന അവസരം ഇവർ പാഴാക്കുകയില്ല. അവസരം ഉണ്ടാക്കി പറഞ്ഞു കേൾപ്പിക്കുകയും ചെയ്യും.

പുരുരുട്ടാതി നക്ഷത്രക്കാരായ സ്ത്രീകൾക്ക് സുഖകരമായ ദാമ്പത്യജീവിതമായിരിക്കും. സമ്പത്തും സമൂഹത്തിൽ സ്ഥാനമാനങ്ങളുമുള്ള പുരുഷനെ ഭർത്താവായി ലഭിക്കും. ഭർത്തൃഭക്തിയിലും സന്താനപരിപാലനത്തിലും സംതൃപ്തകളാണിവർ. ഗൃഹഭരണത്തിൽ മുൻകൈ വേണമെന്ന മനോഭാവമാണ് ഇവർക്ക്. ഔദ്യോഗികരംഗങ്ങളിൽ ജോലി ചെയ്യുന്ന സ്ത്രീകൾ നേതൃസ്ഥാനത്ത് ശോഭിക്കും. ഉയർന്ന പദവികളിൽ പ്രശംസനീയമായ നിലയിൽ പ്രവർത്തിക്കാൻ കഴിയും.

അനുകൂലമായ ബാല്യകാലജീവിതമാണ് പുരുരുട്ടാതിക്കാർക്കുള്ളത്. അതു കഴിഞ്ഞ് 25 വയസ്സുവരെ ഗുണദോഷസമ്മിശ്രമായ കാലമാണ്. തൊഴിൽരംഗങ്ങളിലോ വ്യവസായവാണിജ്യരംഗങ്ങളിലോ ഏർപ്പെടുന്ന

വർക്ക് പിന്നീട് ക്രമമായ പുരോഗതിയുണ്ടാവും. മറ്റു തൊഴിൽരംഗങ്ങളിൽ ഏർപ്പെടുന്നവരും ഭൂമി, വാഹനം, ഗൃഹം, ആഡംബരവസ്തുക്കൾ എന്നിവ സമ്പാദിക്കും. അമ്പത്തഞ്ചു വയസ്സുവരെ സാമാന്യമായ ഗുണകാലമാണ്. അതിനുശേഷം കൂടുതൽ മെച്ചപ്പെട്ട സമ്പാദ്യങ്ങൾ നേടാനാവും.

ഉത്രട്ടാതി

ഉത്രട്ടാതി നക്ഷത്രത്തിൽ ജനിക്കുന്നവർ സൗമ്യശീലരും എല്ലാവരുമായി ചേർന്നു പോവുന്നതിന് പരമാവധി ശ്രമിക്കുന്നവരുമായിരിക്കും. സഹൃദയത്വവും കലാതാല്പര്യവും ഉള്ള ഇവരുമായി സൗഹൃദം പങ്കിടാൻ മറ്റുള്ളവരും താല്പര്യം കാണിക്കുന്നു. പ്രായഭേദമോ സ്ഥാനമാനഭേദമോ ഇല്ലാതെ എല്ലാവരോടും സ്നേഹാദരവുകളോടെ പെരുമാറാൻ കഴിയുന്നവരാകയാൽ എല്ലാ വിഭാഗത്തിലും പെട്ടവരുടെ സ്നേഹവിശ്വാസങ്ങൾ നേടാൻ കഴിയും.

ന്യായമായ നിലയിൽ കാര്യങ്ങളെ വിലയിരുത്താനും തീരുമാനങ്ങളെടുക്കാനും ഇവർക്കുള്ള വിരുത് പ്രശംസനീയമാണ്. വിദ്വാനോടൊപ്പവും പാമരനോടൊപ്പവും പെരുമാറുമ്പോൾ അവർക്കൊത്ത നിലയിൽ ബുദ്ധി പ്രയോഗിക്കാനുള്ള കഴിവുണ്ടായിരിക്കും. വിദ്യാഭ്യാസപരമായി അത്ര അഭിമാനിക്കാവുന്ന നേട്ടങ്ങളൊന്നുമില്ലെങ്കിലും പ്രായോഗികജീവിതത്തിലും വാദപ്രതിവാദങ്ങളിലും ഏതു പണ്ഡിതനെയും തോല്പിക്കാനുള്ള സാമർത്ഥ്യമുണ്ടാകും.

ആർഭാടജീവിതവും അറുപിശുക്കും തമ്മിൽ ഒരു ബന്ധവുമില്ലെങ്കിലും ഉത്രട്ടാതി നക്ഷത്രക്കാർ ഇതിനെ ഒരേസമയം നടത്തിക്കാണിക്കും. ധനവിനിയോഗസാമർത്ഥ്യത്തിലും ഇവർ മുമ്പിൽത്തന്നെയാണ്. വ്യവസായം, കൃഷി എന്നിവയിലേർപ്പെടുന്നവർക്കും ഔദ്യോഗികമേഖലകളിൽ പ്രവർത്തിക്കുന്നവർക്കും ധനസമ്പാദനം അനായാസേന നടക്കും. എന്നാൽ ഇവർ ധനത്തോട് ആർത്തിയുള്ളവരോ അധാർമ്മികമായ നിലയിൽ ധനം സമ്പാദിക്കുന്നവരോ അല്ല. തൊഴിൽപരമായും വ്യാവസായികമായും വിദേശബന്ധം ഇവർക്ക് വളരെയേറെ ഗുണം ചെയ്യും.

നിസ്സാരകാര്യത്തിന് മനോവിഷമം പ്രകടിപ്പിക്കുന്ന ഇവർ അതിലും നിസ്സാരമായ പ്രശ്നങ്ങളുടെ പേരിൽ പൊട്ടിത്തെറിക്കും. മുൻകോപവും ദുർവാശിയും ഉണ്ടെങ്കിലും അതിന് അധികകാലം നിലനില്പില്ല. പെട്ടെന്നു തന്നെ കാര്യങ്ങൾ മനസ്സിലാക്കി സ്വയം തിരുത്താൻ കഴിയുമെന്നതാണ് സ്വഭാവത്തിലെ ഏറ്റവും നല്ലവശം. അതുകൊണ്ടാണ് എല്ലാ

വരുമായി യോജിച്ചു പോകാൻ കഴിയുന്നത്. സ്നേഹവും പിണക്കവും മാറിമാറിവരും.

ജനിച്ചു വളർന്ന വീടും ദേശവും വിട്ടുമാറി ജീവിക്കും. ദീർഘസഞ്ചാരത്തിനും അവസരമുണ്ടാകും. കർമ്മരംഗത്ത് എപ്പോഴും സജീവമായിരിക്കും. ആരോഗ്യവും ശരീരപ്രകൃതിയും അതിനനുസരിച്ചുള്ളതാവും. കർമ്മരംഗങ്ങളിലെ നേട്ടങ്ങൾക്കൊപ്പം തിരിച്ചടികളും ഉണ്ടാവാം. എന്നാൽ അവയെ അതിജീവിച്ച് വളരെയേറെ നേട്ടങ്ങളുണ്ടാക്കാൻ ക്ഷമാപൂർവ്വമായ പരിശ്രമങ്ങൾ കൊണ്ടു കഴിയും. താല്ക്കാലിക പരാജയങ്ങൾ ഇവരുടെ നിശ്ചയദാർഢ്യത്തിൽ മാറ്റമൊന്നുമുണ്ടാക്കില്ല. ആലസ്യമോ നിരാശാബോധമോ ഇവരെ ബാധിക്കില്ല.

വിവാഹം ഇവരുടെ ജീവിതത്തിലെ ഒരു പ്രധാനഘട്ടമാണ്. സ്വന്തം കുടുംബത്തിന്റെയും വിവാഹത്തിലൂടെ ലഭിക്കുന്ന ബന്ധുബലത്തിന്റെയും അടിസ്ഥാനത്തിൽ ഇവർ കൂടുതൽ ഉയരങ്ങൾ കീഴടക്കും. സാമ്പത്തിക നേട്ടങ്ങളുമുണ്ടാകും. ജീവിതത്തിൽ ഉദാരമനോഭാവം പുലർത്തുന്നതിനാൽ ദാമ്പത്യജീവിതം സുഖശാന്തമായിരിക്കും. ഭർത്തൃസ്നേഹത്തിലും കുടുംബഭരണത്തിലും മാതൃകയായിരിക്കും ഭാര്യ. തന്റേടികളെന്ന നിലയിൽ കുടുംബത്തിന്റെ എല്ലാ കാര്യങ്ങളിലും ഇടപെടുകയും നന്മയിലേക്ക് നയിക്കുകയും ചെയ്യും.

ഭാര്യയും സന്താനങ്ങളും മറ്റു ബന്ധുക്കളുമടങ്ങുന്ന കുടുംബത്തിന്റെ സഹായം എപ്പോഴും ലഭിക്കും. ആരോഗ്യകാര്യങ്ങളിലുള്ള അശ്രദ്ധ ദോഷകരമായി പ്രവർത്തിക്കാതിരിക്കാൻ ശ്രദ്ധിക്കേണ്ടതുണ്ട്. ശരീരശുദ്ധിയിലും വസ്ത്രധാരണത്തിലും ശ്രദ്ധയുള്ളവരാണ്.

ഈ നക്ഷത്രത്തിൽ ജനിച്ച സ്ത്രീകൾക്കും സാമാന്യമായി പുരുഷന്റെ ഗുണദോഷഫലങ്ങളെല്ലാം പറയാമെങ്കിലും ചില വിശേഷഫലങ്ങൾ കൂടിയുണ്ട്. അവർ ജനിച്ച കാലത്തിന്റെ പ്രശസ്തിക്കും സാമ്പത്തിക അഭിവൃദ്ധിക്കും കാരണക്കാരായിത്തീരും. മാന്യതയും കുലീനതയും ഒരുപോലെ വെളിപ്പെടുത്തുന്ന രീതിയിലായിരിക്കും എല്ലാവരോടും പെരുമാറുക. വീട്ടുഭരണത്തിലായാലും തൊഴിൽരംഗത്തായാലും അസാധാരണമായ നിലയിൽ ഊർജ്ജസ്വലരായി പ്രവർത്തിക്കും. ഔദ്യോഗികരംഗങ്ങളിലും ശോഭിക്കും. നയപരമായ പെരുമാറ്റവും ഹൃദ്യമായ സംഭാഷണവും ഇവരുടെ വിജയത്തിന്റെ കാരണങ്ങളാണ്.

17 വയസ്സു വരെയുള്ള കാലം ഇവർക്ക് ഗുണദോഷഫലങ്ങൾ മാറിമറിഞ്ഞു വരും. എന്നാൽ അതിനുശേഷം സ്വന്തം നിലയിൽ തീരുമാനങ്ങളെടുക്കാനും സ്വതന്ത്രരായി ജീവിക്കാനുമുള്ള അവസരമുണ്ടാകും. എന്നാൽ ഈ കാലത്ത് കൂട്ടുകെട്ടുകളിൽ ശ്രദ്ധിക്കേണ്ടതുണ്ട്. സ്വന്തം

കുറ്റത്തിനല്ലാതെ പഴി കേൾക്കാനും ശിക്ഷയേൽക്കാനും ഇടയുണ്ട്. ഏറ്റവും ശ്രദ്ധിക്കേണ്ടത് 27 വയസ്സു മുതൽ 33 വയസ്സു വരെയുള്ള ഘട്ട മാണ്. 33 വയസ്സിനു ശേഷം സാമ്പത്തികമായും നല്ല കാലമാണ്. 69 വയസ്സു വരെ സുഖജീവിതമായിരിക്കും.

രേവതി

സൗന്ദര്യത്തിലും ആരോഗ്യത്തിലും മികവാർന്ന ശരീരഘടനയാണ് രേവതി നക്ഷത്രക്കാർക്ക്. സ്വഭാവത്തിലും ഈ പ്രത്യേകത കാണാം. ആരെയും അമിതമായി ആശ്രയിക്കുകയോ വിധേയത്വം കാണിക്കുകയോ ചെയ്യാത്ത ഇവർ തങ്ങൾക്കിണങ്ങുന്ന കൂട്ടുകാരെ മാത്രം തിരഞ്ഞെടു ക്കുന്നു.

സ്വതന്ത്രരെന്ന നിലയിലേ ആരോടും പെരുമാറുകയുള്ളൂ. മറ്റുള്ളവ രുടെ സ്വാതന്ത്ര്യം വകവെച്ചു കൊടുക്കാനും ഇവർ തയ്യാറാണ്. സ്നേഹം കൊണ്ടോ മറ്റു കാരണങ്ങളാലോ തങ്ങളുടെ സ്വകാര്യതയിലോ സ്വാത ന്ത്ര്യത്തിലോ കൈവെക്കുവാൻ ആരെയും അനുവദിക്കുകയില്ല. അത്തരം ഘട്ടങ്ങളിൽ ഇവർ അസഹിഷ്ണുത കാണിക്കും.

രഹസ്യം സൂക്ഷിക്കാൻ കഴിയാത്ത ഇവർ തങ്ങളുടെയും മറ്റുള്ളവരു ടെയും കാര്യങ്ങൾ അന്വേഷിക്കാനും പറയാനും തല്പരരാണ്. എന്നാൽ അതുകൊണ്ടുണ്ടാകുന്ന കുഴപ്പങ്ങൾ ഇവരുടെ മനസ്സമാധാനം തകർക്കും. അതുകൊണ്ട് വാക്കുകൾ നിയന്ത്രിക്കാനും വാദമുഖങ്ങൾ പരിശോധി ക്കാനും തയ്യാറാവണം.

തങ്ങളുമായി ബന്ധപ്പെടുന്നവർ ആരായാലും അവരെ സംശയിക്കു കയെന്നതും പതിവാണ്. ഓരോ വ്യക്തിയെയും അളന്നും തൂക്കിയുമേ സ്വന്തം ഹൃദയത്തിൽ പ്രതിഷ്ഠിക്കുകയുള്ളൂ. അങ്ങിനെയുണ്ടാക്കിയെ ടുത്ത ബന്ധങ്ങൾ ദീർഘകാലം തുടരാൻ ഇവർക്കു കഴിയും.

സ്വന്തം അഭിപ്രായത്തിന് എല്ലായിടത്തും വില കിട്ടണമെന്നു ശാഠ്യ മുള്ളവരെന്നു തോന്നിക്കുന്ന രീതിയിൽ സംസാരിക്കുമെങ്കിലും ആ വിഷയം അതിന്നടുത്ത നിമിഷം ഉപേക്ഷിക്കുന്നതും പതിവാണ്.

ആദർശശാലികളെന്ന നിലയിൽ സ്വയം വിലയിരുത്തുന്ന ഇവർ അതിനു വേണ്ടി എന്തു ത്യാഗവും സഹിക്കാൻ തയ്യാറാവും. സത്യം, നീതി, ധർമ്മം, ന്യായം ഇവ പുലരണമെന്നതു കൊണ്ട് വ്യക്തിപരമായ നഷ്ടങ്ങൾ സഹിച്ചും ആദർശം കാത്തുസൂക്ഷിക്കുന്ന രീതിയാണിവരു ടേത്. പ്രായോഗികജീവിതത്തിൽ ഇതുകൊണ്ട് പലപ്പോഴും ഏറ്റവും അടുത്തു നിൽക്കുന്നവർക്ക് പോലും നീരസം തോന്നിയേക്കാം. എന്നാൽ

ജനങ്ങൾ ഇവരുടെ പക്ഷത്തായിരിക്കും. അതുതന്നെയാണ് ഇവരുടെ സ്വഭാവമഹത്വത്തിനു കാരണമാകുന്നത്.

മുതിർന്നവർ, ഗുരുജനങ്ങൾ, ആരാധ്യരായ മറ്റു വ്യക്തിത്വങ്ങൾ ഇവരോട് മാനസികമായി വല്ലാത്ത അടുപ്പം കാണിക്കുന്നവരാണ് രേവതി നക്ഷത്രക്കാർ. ഈശ്വരഭക്തിയിലും ഇതേ നിലതന്നെയാണ് സ്വീകരിക്കുക. മനസ്സിലുള്ളത് തുറന്നു പറയുകയും അതിനനുസരിച്ച് പെരുമാറുകയും പതിവായതു കൊണ്ട് പലർക്കും ഇവർ ഗൗരവപ്രകൃതക്കാരല്ല എന്ന അഭിപ്രായമുണ്ടാവാം. എന്നാൽ അവസാനം അവർകൂടി ഇവരുടെ വാക്കുകൾ കേൾക്കുകയും ശ്രദ്ധിക്കുകയും അംഗീകരിക്കുകയും ചെയ്യും.

എല്ലാവരോടും കാരുണ്യപൂർവ്വം പെരുമാറുന്നവർ എന്നു കേൾവിയുണ്ടെങ്കിലും അപ്രതീക്ഷിത സന്ദർഭങ്ങളിൽ കോപം കൊണ്ട് പൊട്ടിത്തെറിക്കുകയും ചെയ്യും. സ്വയം തെറ്റു മനസ്സിലായാൽ പശ്ചാത്തപിക്കാൻ തയ്യാറാവുകയും ചെയ്യും.

വൈദ്യം, നിയമം, ശാസ്ത്രം, ഗവേഷണം തുടങ്ങിയ രംഗങ്ങളിലാണ് ഇവർ വിജയിക്കുക. ഔദ്യോഗികമേഖലകളിലും വലിയ നേട്ടങ്ങളുണ്ടാകും. വ്യാപാരം, വ്യവസായം തുടങ്ങി കൂടുതൽ വ്യക്തിപരമായ ഉത്തരവാദിത്തങ്ങളുള്ള ജോലി ഇവർക്കു ചേർന്നതല്ല.

പിതാവ്, സഹോദരങ്ങൾ, ബന്ധുജനങ്ങൾ എന്നിവരിൽ നിന്നും സഹായങ്ങൾ ഉണ്ടാകുമെങ്കിലും അത് വേണ്ട അവസരത്തിലോ വേണ്ടത്രയോ ആവില്ല. സഹോദരന്മാരിൽ നിന്ന് വ്യത്യസ്തമായ ജീവിതവീക്ഷണവും ശൈലിയുമായിരിക്കും ഇവരുടേത്. വിവാഹശേഷമാണ് പുരുഷന്മാരുടെ അഭിവൃദ്ധിഘട്ടം. എന്നാൽ ഇത് ഭാര്യയുടെ വഴിക്കാവണമെന്നില്ല. സ്വന്തം നിലയിൽത്തന്നെ ജീവിതവിജയം നേടാനുള്ള പ്രാപ്തി ഇവർക്കുണ്ട്.

ജീവിതത്തിൽ പരിവർത്തനങ്ങൾ ഉണ്ടായിക്കൊണ്ടിരിക്കും. നാടുവിട്ട് ജോലി ചെയ്യേണ്ട സാഹചര്യമുണ്ടാകും. പ്രവർത്തനരംഗങ്ങൾ ഏതുതന്നെയായാലും എല്ലായിടത്തും വിജയിക്കുകയും സാമ്പത്തികസുസ്ഥിതി ഉണ്ടാവുകയും ചെയ്യും. ഏറ്റെടുക്കുന്ന ജോലികൾ പൂർത്തിയാക്കാനുള്ള സാമർത്ഥ്യവും പ്രതിസന്ധികളെ ക്ഷമാപൂർവ്വം തരണം ചെയ്യാനുള്ള പക്വതയും ഇവർ കാണിക്കും. ചില ഘട്ടങ്ങളിൽ ഇവർ ഭാവനാപൂർവ്വം പുതിയ പദ്ധതികളെപ്പറ്റി ചിന്തിക്കുമെങ്കിലും കൂടുതൽ ഉത്തരവാദിത്തങ്ങളും ബാധ്യതയും ഏറ്റെടുക്കേണ്ടി വരുന്നതുകൊണ്ട് അത് ഒഴിവാക്കി ചെയ്തുകൊണ്ടിരുന്ന ജോലി തുടരും.

ബാല്യകാലത്ത് 15 വയസ്സുവരെ പലവിധ പീഢകളുമുണ്ടാകുമെങ്കിലും അതിനുശേഷം വിദ്യാഭ്യാസപരമായി നല്ല നേട്ടങ്ങളുണ്ടാവും. 35 വയസ്സുവരെ തൊഴിൽ, വിവാഹം, സ്ഥാനമാനങ്ങൾ എന്നിവയിൽ നല്ല അനു

ഭവങ്ങളുണ്ടാകും. ഈ ഘട്ടത്തിലാണ് ജീവിതത്തിന് അടിസ്ഥാനനേട്ടങ്ങൾ ഉണ്ടാവുക. പിന്നീട് 41 വയസ്സു വരെ കഠിനാധ്വാനത്തിന്റെയും വലിയ നേട്ടങ്ങളുടെയും സമയമാണ്. അമ്പത്തിയൊന്നു വയസ്സിനു ശേഷം ജീവിതത്തിൽ സാമ്പത്തികഭദ്രതയും ആരോഗ്യകാര്യത്തിൽ ഗുണദോഷസമ്മിശ്രാനുഭവവും ഉണ്ടാവും.

രേവതി നക്ഷത്രത്തിൽ ജനിച്ച സ്ത്രീകൾക്ക് പുരുഷന്മാരുടെ ഗുണദോഷഫലങ്ങൾ തന്നെയാണ്. വിവാഹജീവിതത്തിൽ ഇവർക്ക് സുഖവും സംതൃപ്തിയുമുണ്ടാവും. കുടുംബപരിപാലനത്തിലും ഭർത്തൃശുശ്രൂഷയിലും സംതൃപ്തി കണ്ടെത്തുന്ന ഇവർ ഭരണരംഗങ്ങളിലും ഔദ്യോഗികരംഗങ്ങളിലും പ്രശംസനീയമായ നേതൃത്വം വഹിക്കാൻ കഴിവുള്ളവർ കൂടിയായിരിക്കും.

www.ingramcontent.com/pod-product-compliance
Lightning Source LLC
LaVergne TN
LVHW100841051026
849519LV00006B/2381